முகாம்

முகாம்

அ. கரீம்

எதிர் வெளியீடு

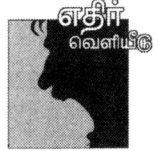

முகாம்
அ. கரீம்

முதல் பதிப்பு: ஜூலை 2022

எதிர் வெளியீடு,
96, நியூ ஸ்கீம் ரோடு, பொள்ளாச்சி - 642 002
தொலைபேசி: 04259 - 226012, 99425 11302

விலை: ரூ. 300

Mukaam
A. Kareem

Copyright © A. Kareem
First Edition: July 2022

Published by
Ethir Veliyeedu, 96, New Scheme Road. Pollachi - 2
email: ethirveliyedu@gmail.com
www.ethirveliyedu.in

ISBN: 978-93-90811-94-6
Cover Design: Harisankar
Printed at Jothy Enterprises, Chennai.

All rights reserved. No part of this book may be reprinted or reproduced or utilised in any form or by any electronic, mechanical or other means, now known or hereafter invented, including Photocopying and recording, or in any information storage or retrieval system, without permission in writing from the Publisher.

தனது குடியுரிமை பறிபோவதற்கு எதிராக
குரல் எழுப்பியதற்காக
அதிகாரத்தின் கோரக் கரங்களால் தங்களது
இன்னுயிரை இழந்த
இம்மண்ணின் பூர்வ குடிகளுக்கும்...
அம்மாவுக்கும் அம்முவுக்கும்...

நன்றி

ச. தமிழ்ச்செல்வன் – உதயசங்கர் – ஆதவன் தீட்சண்யா
இரா. முருகவேள் – ஒடியன் லட்சுமணன் – போப்பு – ஜி. செல்வா
கருப்பு அன்பரசன் – தமிமூன் அன்சாரி (மனிதநேய ஜனநாயகக் கட்சி)
அ.ர. பாபு – சிராஜுதீன் – ஸ்ரீவில்லிப்புத்தூர் நித்தியானந்தம்
தோழி பிரியாகோபால் – தோழர்கள் தேனி ரபீ – அனுரூபா
தமுஎகச – மே 17
படைப்பு – தகவு மின்னிதழ் – புரவி இதழ் – கலகம் மின்னிதழ்

குரலற்றவர்களின் குரல்

நித்தமும் இங்கே ஒருநூறு துயரங்கள் நடக்கின்றன. பாதிப்புக்குள்ளானோர் ஏதிலிகளாக இருந்துவிட்டால் அவ்வளவுதான். இரக்கமோ, கருணையோ அற்று அதிகாரம் அவர்களை வஞ்சிப்பதில் இருந்து எப்போதும் பின்வாங்கப்போவதில்லை. வாழ்ந்திருந்த சுவடுகள் கூட நிச்சயம் மீந்திருக்கப்போவதில்லை. அழித்து நிர்மூலமாக்கிட அவர்களுக்கு மதம், சாதி இன்னும் இதுபோலான குரூர ஆயுதங்கள் கைகளில் இருக்கின்றன. எத்தனை மனிதக்கூட்டுப்பலிகள், எவ்வளவு வங்கொலைகள். இவற்றையெல்லாம் கண்டும் காணாமல் எப்படிக்கடக்க எனும் கேள்வி வெகு சிலருக்குள்ளேதான் ஏற்படுகிறது. அவர்களே அரசதிகாரம் நிகழ்த்திய குரூரத்தின் கதையை எழுத்தாக்க முயற்சிக்கிறார்கள்.

இவற்றையெல்லாம் எழுத்தாக்காவிட்டால் என்ன நடந்துவிடப் போகிறது. எழுதினால் மட்டும் அத்தனையும் சரியாகிவிடுமா? கலைகளும், கதைகளும் உடனடி வினையாற்றிகளா? உடனடி விளைவுகள் நிச்சயம் இல்லையே? பிறகு எதற்கு எழுத வேண்டும்? நிகழும் வன்முறைகளைக் கண்ணுறாது கடக்கும் பலருக்கும் இங்கே எந்தச் சிக்கலுமில்லை. அவர்களின் தினசரிகள் ஆசீர்வதிக்கப்பட்டவையென அவர்கள் நம்பி அடுத்தடுத்த நாட்களுக்குள் கடந்து விடுகின்றனர். அவர்களுக்கு துயரில்லை. துன்பமில்லை.

வெகுசிலரே இப்படியாகிவிட்டதே மனித வாழ்க்கை? எனத் தடுமாறுகின்றனர். என்னதான் செய்வது எனும் கேள்வியே அவர்களை நுன்செயல்பாடுகளை நோக்கித் தள்ளுகிறது. காதுள்ளோர் கேட்கக்கடவோர். வாயுள்ளோர் பேசவும் பாடவும் செய்கின்றனர்.

கொந்தளிப்பான மனமும் மனிதகுலம் குறித்த நிச்சியமின்மை ஏற்படுத்தும் அச்சமும் நிறைந்திருக்கும் மனம் கொண்டோருக்கு எழுதுவதைத்தவிர வேறு எந்த வழிகளுமில்லை. ஆகவே, தன்னுடைய துயரங்களை எழுதி எழுதிக் கடக்கின்றனர். வரலாற்றையும் மனித குல வாழ்வின் பாடுகளையும் கதைகளின் வழியாகக் கடத்துவதன் மூலம் அவர்களின் மனம் சமநிலையை அடைகிறது. உலகின் ஏதோ ஒரு மூலையில் இந்த

எழுத்துகளை வாசிக்கும் மனிதன் ஒருவனிடம் இந்த உலகம் இத்தனை துயரமானதா எனும் கேள்வியை உருவாக்கிவிடாதா? நம் கதைகள் எனும் ஏக்கத்தில்தான் காலந்தோறும் படைப்பாளிகள் தங்களின் இலக்கியப் படைப்புகளை உருவாக்குகின்றனர்.

வரலாற்றின் பக்கங்களில் எத்தனை இருள்கள். இங்கே கோட்டைமேட்டு பள்ளிவாசல் தெருவில் இருந்து வல்லுருட்டியாக முகாமுக்கு கொண்டு போகப்பட்டவர்களில் பெரும்பாலும் இஸ்லாமியர்களாக இருப்பது எதனால்? யூத வதைமுகாமின் திரைக் காட்சிகள் நம் கண்முன்னே நிகழ்கிறதே எப்படி. ஒருவிதத்தில் இந்த வன்செயலை நிகழ்த்துபவர்களுக்கும் ஹிட்லருக்குமான பாசிச பந்தமே இப்படியான மனித வேட்டைக்காடாக இந்த நிலத்தை மாற்றியிருக்கிறதா? இப்படியான கேள்விகளுக்கான அர்த்தப்பூர்வமான உரையாடலை நிகழ்த்திடவே கலைஞர்கள் முயற்சிக்கிறார்கள். துயரத்தை அகற்றிடும் முதல்படி அதை வரிசைக்கிரமமாக சொல்லிப் பார்ப்பதில் இருக்கலாமோ? ...சொல்வதென்றால் எல்லாவற்றையும் நம்மால் சொல்லிவிட முடியுமா? இங்கே சேவா சங்கம் எனும் பெயரில் மதவெறிப்படை உருவாக்கப்படுகிறதே. அதைச் சொல்வதா? அரசியல் அதிகாரத்திற்கான போட்டியால் கொலை பாதகத்தை துணிந்து செய்துவிட்டு, கலவரத்தை கட்டவிழ்த்துவிடும் மதபயங்கரவாத வன்மத்தை எப்படி பேசாமல் இருப்பது. கண்முன்னே உயர்ந்து நின்ற பெரும் வர்த்தக நிறுவனங்களும், சிறு குறு வியாபாரிகளின் கடைகளும் மத அடையாளம் சுட்டி அழிக்கப்படுவதும், அதற்கு மதக்கலவரங்களை உருவாக்குவதும், பயன்படுத்துவதுமான வர்த்தக சூதாடிகளின் குயுக்தியை சொல்லாமல் கடப்பது நியாயம் இல்லையே?

இப்படியான மன அவசத்தின் உபவிளைவுதான் இந்த நாவல்.

தன் கண் எதிரே குடியுரிமை குறித்த ஆவணங்களை துருப்புச்சீட்டாக வைத்துக்கொண்டு அரசதிகாரம் நிகழ்த்திய பெரும் வன்முறையின் துக்கமிகு மனிதவாதையை 'முகாம்' எனும் நாவலாக கட்டித்தந்திருக்கிறார் அ.கரீம்... நாவலுக்குள் மைமூன், ஷாகிரா எனும் இரண்டு பெண்களின் வாழ்க்கைக்குள் முன்னும் பின்னுமாக அலைந்து அவர்களின் பூர்வசரித்திரத்தின் கதைகளின் தொகுதியாகவும் நாவலை எழுதியிருக்கிறார்... அத்தோடு சமகாலத்தில் மதபயங்கரவாதம் அரசின் கருவியாகி சிறுபான்மையினரின் வாழ்க்கையை நிர்மூலமாக்கிடும் தந்திரத்தையும் காட்சிப்படுத்தியுள்ளார்.

பெருந்தொற்றுக்காலம் சில அசௌகரியங்களை தந்தபோதும் சில பல செயல்களை தள்ளிப்போடவும் செய்திருக்கிறது. பெருந்தொற்றிற்கு முன்பாகத்தான் தமிழகமெங்கும் குடியுரிமைச்சட்டம் எனும் சொல் அச்சமூட்டக்கூடியதாக, மிகவும் குறிப்பாக இஸ்லாமிய சிறுபான்மையினரை பெரும் கவலைக்குள்ளாக்கிய வார்த்தையாகவும் நீடித்திருந்தது. இந்திய நிலமெங்கும் நாங்கள் இந்த நாட்டின் பூர்வகுடிகள், எங்களை எந்த சட்ட வடிவைக் காட்டியும் வெளியேற்றவோ, விலக்கி வைக்கவோ முடியாது என்று நாடெங்கும் இஸ்லாமியர்கள் கொதித்தெழுந்தனர். இந்தக்குரலுக்கு வெகுமக்கள் ஆதரவும், அதற்குச் சமமாக மக்கள் பகுதியின் சிறுதிரளிடம் எதிர்ப்பும் கிளம்பியது. அல்லது திட்டமிட்டு உருவாக்கப்பட்டது. இப்போதைய அரசதிகாரம் அந்த சட்டவடிவங்களையும், அதிகார வன்மத்தையும் தற்காலிகமாகத்தான் ஒத்தி வைத்திருக்கிறது. எப்போது வேண்டுமானாலும் எடுத்து எய்யும்படி கைக்கெட்டும் தூரத்தில் அந்த ஆயுதங்களை பத்திரப்படுத்தி வைத்திருக்கின்றனர். இந்த குரூர வரலாற்றின் கசப்பான பக்கங்களையே நாவலாக்கித் தந்திருக்கிறார் அ.கரீம்.

சமகாலத்தின் காட்சிகளை படைப்பாக்கினால், எப்படி அது இலக்கிய வெகுமதி பெறும். தகவல்களை சேகரமாக்க வேண்டும், ஆழ்மனதில் தேக்கி வைக்க வேண்டும். நன்றாகப் புளித்து காடியேறி வெளிப்படும் வரை மிகுந்த பொறுமையுடன் காத்திருக்க வேண்டும். காத்திருப்பதில் ஒரு தனித்த சுகம் இருக்கிறது. அதனை காத்திருந்தோர் மட்டுமே அறிவர். பிறகு சொற்கள் யாவும் உங்களை கதை எழுதிடச் சொல்லி நிர்ப்பந்திக்கும். அப்போதுதான் எழுத வேண்டும். பிறகு வெளிப்படும் கதைகளின் மீது புனைவின் வசீகரம் படியும். காத்திருக்க முடியாதவர்களால் ஒருபோதும் இலக்கியப்புலத்தின் வசீகரத்தை எட்டவே முடியாது. முகாம் எனும் கரீமின் நாவலை முன்வைத்து, கேட்க சுகமாக இருக்கும் அரதப்பழசான வாதங்களை முன்வைத்து சிலர் விவாதிக்கக்கூடும். நிச்சயம் அவை யாவற்றையும் புறந்தள்ள வேண்டும். புறந்தள்ளமுடியாத கூர்மையான உரையாடல்களைக் கொண்டதாகவும் வரலாற்றின் வழிநின்றும் பேசக் கூடியதாகவும் இருக்கிறது நாவல்.

காலத்திற்கு முகம் தராத கதைகளாலும், கலைஞர்களாலும் என்ன புதிதாக நடந்துவிடப்போகிறது. சமகால உக்கிரங்களைக் காட்சிப்படுத்திடக்கூடாது என்பதில் ஒரு அரசியல் இருக்கிறது. அவர்கள் இலக்கியமும், மதமும் இரண்டறக்கலப்பதைக் கண்டும் காணாததைப் போல செல்பவர்கள். கவனமாக இருப்பவர்களின் கூற்றை மிகக்கச்சிதமாக புரிந்து கொண்டதால்தான் காலத்தைப் பிரதியெடுக்கும், அதிலும் குறிப்பாக

சமகாலத்தை கதையாக்கிடும் வேலையை அ.கரீம் தொடர்ந்து செய்து வருகிறார். அவருடைய எல்லாச் சிறுகதைத் தொகுப்புகளும் இந்த அரசியல் பின்புலத்தை ஒருபோதும் தவறவிட்டதில்லை, அப்படியேதான் அவருடைய நாவலும் கூட.

நாவலுக்குள் வருகிற காந்திஜியைக் குறித்த பகுதிகள் மிகவும் முக்கியமானவையாக இருக்கிறது. மைமூன் காங்கிரஸ்காரர். அவர் ஊருக்கு காந்திஜியை அழைத்து வரப்போகிறார் எனும் செய்தி பரவுகிறது. பிறகென்ன ஊரே விழாக்கோலம்தான். அம்மாச்சி அவருக்காக கறிக்குழம்பும், ரத்தப்பொறியலும் செய்து வைத்துக் காத்திருக்கிறார். காந்திஜி கவிச்சி சாப்பிடமாட்டாராத்தா எனச் சொல்கிற போது, அதனால் என்ன ஒருதடவை எங்கையால ரத்தப் பொறியல் சாப்பிட்டார்னா அம்புட்டுத்தான்... பிறகு அசைவரா மாறிடுவாரு என்கிறாள். எளிய மக்களின் அன்பின் வெளிப்பாடுகள் இவை. வரலாற்றுக்குறிப்புகள் யாவும் காட்சிகளாக மனங்கள் விட்டு மனங்களாக பயணம் செய்து கொண்டேயிருக்கிறது. கோட்டைப்பள்ளிவாசலில் காந்திஜியின் மரணத்திற்குப் பிறகான நாப்பதாம் நாளில் ஃபாத்தியா ஓதியிருக்கிறார்கள். சிறப்புத் தொழுகையையும் நடத்தியிருக்கிறார்கள். இதைக்குறித்த போஸ்டர் பள்ளிவாசல் சுவரில் ஒட்டப்பட்டிருக்கிறது எனும் குறிப்பும் நகர்கிறது. சுதந்திரப்போராட்டத்தில் பங்கேற்ற பாரம்பரிய குடும்பப் பின்புலம் கொண்ட ஷாபியா, மில் தொழிலாளியான நாட்களில் செங்கொடியை ஏந்துகிறாள். நாற்பதுகளில் கோவைப்பகுதிகளில் மக்களின் நம்பிக்கை பெற்றவர்களாக கம்யூனிஸ்ட்டுகள் இருந்ததை நாவல் தோழர் ரமணி மக்கள் தலைவராக இருந்ததன் வழியும், பார்வதி கிருஷ்ணன் பாராளுமன்ற உறுப்பினராக இருந்ததாகவும் குறிப்பறியத்தருகிறார். ஒற்றைவரி மனதிற்கு நெருக்கமாகிவிடுவது சிலசமயங்களில் நடந்துவிடும். அப்படி பல இடங்கள் இந்த நாவலில் இருக்கிறது. ஷாபியா கேட்கிறாள், எப்படி இவ்வளவு பேர் இந்தக் கட்சிக்காரர்கள் பின்னாடி இருக்கிறார்கள் என. மக்கள் எப்போதும் தனக்காக யார் நிற்பார்களோ அவர்களின் பின் திரள்வதற்கு தயங்காதவர்கள் எனும் சொற்றொடரை எதிர்கொள்கிறாள். ஷாபியா மட்டுமல்ல நாமும்தான் எதிர்கொள்கிறோம்.

இப்படி எழுதப்பட்ட வரலாற்றுக்குறிப்புகளில் இடம்பெற வாய்ப்பற்ற குறிப்புகளால் நிறைந்திருக்கிறது நாவல். எழுதப்பட்டிருக்க வேண்டிய மிக முக்கியமான குறிப்புகளையும் நாவலுக்குள் பாட்டி சொல்லும் கதைப்பாடலாக்கித் தருகிறார் கரீம். நாம் யார் தெரியுமா? எனும் கேள்வியை உரக்கக் கேட்கிறாள் கிழவி. விடுதலைப்போரில் முன் வரிசையில் நின்றவர்கள் நாம். அதிலும் வரலாற்றின் பக்கங்களில்

போதுமான கவனம் பெற்றிருக்காத காளையார்கோயில் போர் எனும் பெரும் பெட்டகத்தையும் கூட காட்சியாக்கித் தந்திருக்கிறார். சின்ன மருது நடத்திய 1801 போரில் இச்சம்பட்டி அவில்தார் சேக் உசேன், அவருடைய வலதுகரமாக இருந்த பைரோஸ்கான்... இவர்களோடு பல இஸ்லாமிய போர்வீரர்கள் முன்களத்தில் நின்று இருக்கின்றனர்.

வரலாற்றின் முதல் கெரில்லாப் போரை மருதுபடையிலிருந்து நிகழ்த்தியவர்கள் இஸ்லாமியர்கள். ஆங்கிலேயர்களுக்கு எதிரான விடுதலைப் போரில் அவர்களின் பங்கெடுப்பு அன்றிலிருந்து விடுதலையின் முதல்நாள்வரையிலும் நீடித்திருந்தது. முகம்மது ஹசம் எனும் போர்வீரன் வெள்ளையர்களிடம் மாட்டிக்கொண்டான். கெரில்லாப் போர்க் குறிப்புகளை பதுக்கி வைத்து இருந்த ஹசமிடம் வெள்ளையர்கள் எத்தனை முறை வற்புறுத்திய போதும், துன்புறுத்திய போதும் எந்தக்குறிப்பையும் தரவில்லை ஹசம். அவையெல்லாம் எந்த மண்மேட்டில் மட்கிப் போய்க் கிடக்கிறதோ தெரியவில்லை. வாழ்வின் சுழற்சியில் ஃபைரோஸ்கானின் வழிவந்த மைமூன் எனும் முது கிழவியிடம் பிறப்புச் சான்றிதழ் கேட்டு கதவடைப்பு முகாமில் அடைத்திருக்கிறார்கள் இப்போது. வறுமை பிடுங்கித் திங்கும் வாழ்க்கைக்கு தத்துக் கொடுத்தவர்களால் பிறப்புச்சான்றிதழைப் பத்திரப்படுத்திடும் வழக்கம் இருந்திருக்குமா? அப்போதெல்லாம் பிறப்பு சான்றிதழ் பெறும் வழக்கமாவது இருந்திருக்குமா? இப்படியான எந்த நியாயங்களும் அற்று குடியுரிமை திருத்தச்சட்டம் எனும் பெயரில் சொந்த நிலத்தில் தன் குடிமக்களுக்கே அகதிகள் முகாமை வடிவமைத்து தன்னுடைய மதவெறி அரசியலை நிகழ்த்திக் கொண்டிருக்கும் பாசிசத்தின் கொடுங்கனவையும், அது எப்படியெல்லாம் விதவிதமாக வடிவெடுக்கும் என்பதையும் நாவலின் ஊடாக அறியத் தருகிறார் எழுத்தாளர்.

இரண்டுவிதமான தனித்த சூழல் நாவலுக்குள் ஊர்ந்து நகர்கிறது. ஒன்று பள்ளிவாசலில் வறுமைப்பட்ட இஸ்லாமிய குடும்பங்களின் பெண் பிள்ளைகளுக்கு ஓதச் சொல்லிக் கொடுக்கும் மதரஸா பாடசாலைகள் நிற்கதியற்றோருக்கான நிழற்குடையாக இப்போதும் இருந்து வருகிறது. அந்த அனாதைச் சிறுமிகளை வளர்த்து வாலிபமாக்கி திருமண பந்தம் வரையிலும் பொறுப்பெடுத்து கவனிக்கின்றனர். ஊர் மெச்ச அவர்களின் நிக்காஹ்–ஐயும் நடத்துகிறார்கள். அது ஊர் நடத்தும் நிக்காஹ். நாவலுக்குள் தனித்த இஸ்லாமியச் சடங்குகள் திருமணத்தின்போது மட்டுமல்லாது, மரணத்தின் போதும்கூட எப்படி இறந்தவரின் உடல் நல்லடக்கத்திற்கு தயார் செய்யப்படுகிறது. இறந்தபிறகும் கூட அந்த மனித உடல் எத்தனை மரியாதையுடனும் கௌரவத்துடனும் நடத்தப்படுகிறது

எனும் குறிப்பும்கூட நகர்கிறது. இது நாவலை இன்னும் முக்கியமான பிரதியாக்குகிறது.

இஸ்லாம் சமூகத்தில் உறைந்திருக்கும் பிற்போக்குத்தனத்தை கேள்விக்கு உட்படுத்தும் பகுதியும் நாவலுக்குள் இருக்கவே செய்கிறது. இஸ்லாம் சமூகத்தில் ஹராம் எனும் சொல் படும்பாட்டை பலரும் எழுதிப்பார்த்திருக்கிறார்கள். சினிமா பார்ப்பது துவங்கி சின்னச் சின்ன ஹராம்களை பட்டியலிட்டு மாளாது. இவையெல்லாம் அவ்வப்போது மீறப்படுவதும் இயல்பாகவே நடக்கும். நடக்கிறது என்பதை நாவல் காட்சிப்படுத்தத் தவறவில்லை. பிள்ளைகளைத் தத்து எடுக்கும் வழக்கம் இஸ்லாம் சமூகத்தில் இல்லை. இங்கே ஷாகிரா எனும் இரட்டைப்பட்டம் பெற்ற பட்டதாரி பெண்ணுக்கு தான் தத்தெடுக்கபட்ட பிள்ளை என்ற ஒரே காரணத்தினால் பெற்றோர் குறித்த உறுதியான ஆவணங்கள் அற்று அவள் கதவடைப்பு முகாமிற்குள் அடைக்கப்படுகிறாள். இஸ்லாம் சட்டத்தையும் தற்காலப்படுத்த வேண்டிய அவசியம் இருப்பதும் காட்சியாக நகர்கிறது.

இதுவரையிலும் போதும். இழுத்திழுத்து எல்லாவற்றையும் சொல்லிக் கொண்டிருக்க வேண்டியதில்லை. வாசகர்களே வாசித்தறியுங்கள்....

அ.கரீமை, தாஸ்தாவெஸ்கியின் 'கரமசோவ் சகோதரர்கள்' வெளியீட்டு நிகழ்வில்தான் முதன்முதலாக கோவையில் சந்தித்தேன். அன்றிலிருந்து அவர் என்னுடைய அனுக்கத் தோழர்களில் ஒருவராகிப் போனார். அவருடைய எல்லாக் கதைகளையும் வாசித்திருக்கிறேன். போலவே நாவலையும் வாசித்தேன். யாவரையும் வாசியுங்கள். வாசிக்கக் கோருங்கள். பிறகு பேசிக்கொள்ளலாம் யாவரும்.

பிரியங்களுடன்
ம. மணிமாறன்

என்னுரை

தமிழ்நாட்டில் ஆரிய – திராவிட சித்தாந்தக் கருத்து யுத்தம் மீண்டும் உச்சம்நோக்கி நகர்ந்து வரும் காலத்தில் 'முகாம்' நாவல் வெளியாகிறது. அதிகாரத்தைக் கொண்டு ஒரு அரசு என்ன வேண்டுமென்றாலும் செய்யலாம், என்ன சட்டம் வேண்டுமென்றாலும் இயற்றலாம் என்ற கருத்தை, மக்கள் போரட்டத்தின் மூலம் தகர்க்கவும் முடியும் என்ற நம்பிக்கையையும், ஓர் ஆண்டுகாலமாக ஆயிரம் உயிர்களை தியாகம் செய்து, தங்களுக்கு எதிரான சட்டத்தை உழுகுடிகள் நீக்க வைத்ததின் மூலம் எல்லோருக்கும் நம்பிக்கை விதைத்த சரியான காலத்தில் இந்த நாவல் வெளியாவது பொருத்தமாகவே உள்ளது.

இந்தியா என்பது பல்வேறுபட்ட மொழி, இனம், பண்பாடு, கலாசாரம் என்ற கூறுகளைக் கொண்ட நிலப்பரப்பு. ஆனபோதும் காலகாலமாக வேற்றுமையில் ஒற்றுமை என்ற கருத்தில் பயணிக்கிறது. பல்வேறு முரண்கள் ஒவ்வொரு நிலபரப்புக்கும் இருந்தபோதும் இந்தியர் என்ற ஒற்றைச் சொல்லில் சேர்ந்து பயணிக்கும் நிலம். தற்போது மேலெழுந்து வரும் இந்துத்துவக் கருத்தால் ஒவ்வொரு இனமும் தங்களது இருப்பை உறுதிப்படுத்திக்கொள்ள போராட்டக் களத்துக்கு தள்ளப்பட்டுள்ளனர். அதனால் மீண்டும் ஆரிய – திராவிட சித்தாந்தக் கருத்துமோதல் தமிழகத்தின் தலைமையில் துவங்கியுள்ளது.

காலகாலமாக சகோதரர்களாக உறவு வைத்துவரும் இந்து – இஸ்லாமிய – கிறிஸ்துவ சமூகங்களுக்கு இடையே பிரிவினையை உண்டாக்கி, திட்டமிட்டு அவர்களுக்குள் மோதலை நாடு முழுக்க இந்துத்துவவாதிகள் செய்து வருகிறார்கள். இந்த தேசத்தின் விடுதலையில் எந்தவிதமான பங்களிப்பும் செய்யாத அவர்களின் கருத்துக்கு எதிராகப் பேசும் எல்லோரையும் தேசவிரோதிகள் என்றும், பயங்கரவாதிகள் என்றும் முத்திரைகுத்தித் தனிமைப்படுத்தும் முயற்சியில் தீவிரமாக உள்ளார்கள். அப்படித் தனிமைப்படுத்துவது சரிதான் என்ற கருத்தை வெகுமக்கள் மத்தியில் அவர்களின் பல்வேறு அமைப்புகளின் மூலமும், ஊடகத்தின் வழியாகவும் பரப்புகிறார்கள்.

தற்போது ஒன்றிய அரசால் எப்போது வேண்டுமென்றாலும் நாடுமுழுக்க அமல்படுத்தப்படப் போகும் குடியுரிமைச் சட்டம் எல்லோருக்கும் பெரும் பீதியை உண்டாக்கி உள்ளது. இந்தச் சட்டம் அமல்படுத்தப்பட்டால் யார் யாரெல்லாம் முகாமுக்குள் அடைக்கப்படுவார்கள் என்று எல்லோருக்கும் வெளிப்படையாகவே தெரியும். காலகாலமாக உழைக்கும் சமூகத்திடம் நிலம் என்பது இருந்தது இல்லை. அவர்களிடம் நீங்கள் இந்த நாட்டைச் சேர்ந்தவரா? என்று நிரூபிக்க ஆவணங்களைக் கொடுங்கள் என்றால் எங்கிருந்து எடுத்துவந்து தருவது. இந்தச் சட்டம் முதலில் இஸ்லாமியருக்கு எதிராகத்தான் அமல்படுத்தப்படப் போகிறது. அதை தொடர்ந்து எல்லோரும் இந்தச் சட்டத்தின்கீழ் முகாமுக்கு அனுப்பப்படுவார்கள் என்பதற்கு சாட்சியாக, இப்போது அசாம் முகாமில் அடைக்கப்பட்டுள்ள பத்தொன்பது இலட்சம் மக்களில் பதிமூன்று லட்சம் பேர் இந்துக்கள் என்பதைக் கவனப்படுத்துகிறேன். யாரும் கேட்பாரற்ற அறவையர்கள் என்ற நாதியற்றவர்களின் துயர்மிகு எதிர்காலம் குறித்துதான் இந்த நாவல் பேசுகிறது.

இரண்டு பெண்களின் வழியாக இந்திய வரலாற்றின் கடந்த காலத்தின் நிகழ்வுகளிலிருந்து இந்த நாவல் விரிகிறது. இந்த நாவலில் வருவதைப்போலவெல்லாம் நடக்குமா? நடக்காமல் இருந்தால் மகிழ்ச்சியே. ஆனால் பாசிசம் தனக்கு ஏற்கனவே ஒரு பாதை வகுத்துள்ளது. அதன் வழியாகத்தான் எப்போதும் பயணிக்கும். இப்போது நடந்துவரும் பல்வேறு கூறுகள் ஜெர்மனியின் ஹிட்லரால், இத்தாலியின் முசோலினியால் கடந்த காலத்தில் படிப்படியாக அமல்படுத்தப்பட்ட திட்டத்தின் முகங்கள் என்பதை அந்த சர்வாதிகாரிகளின் காலத்திலிருந்து இங்கே பொருத்திப் பார்த்தால் தெரியும். உத்திரபிரதேசம் அலகாபாத்தில் அஃப்ரீன் பாத்திமா என்கிற மாணவியின் வீட்டை எந்த அறிவிப்பும் கொடுக்காமல், விசாரணை என்ற பெயரில் அவர்களது குடும்பத்தாரை காவல் நிலையத்தில் வைத்துவிட்டு இடித்துத் தரைமட்டமாக்கியுள்ளது ஆளுகின்ற உ.பி. அரசு நிர்வாகம். அஃப்ரீன் பாத்திமாவும் அவரது அப்பாவும் குடியுரிமையைப் பறிக்கும் திட்டத்தோடு அரசு அமல்படுத்தப் போகும் குடியுரிமை சட்டத்திற்கு எதிராகப் போராடினார்கள் என்ற ஒற்றைக் காரணத்துக்காக அவர்களது வீடு இடிக்கப்பட்டது. எங்கள் நோக்கத்திற்கு எது தடையாக வந்தாலும் தகர்ப்போம் என்று அதிகார பலத்தில் தற்போது பாசிசம் நம் முன் நிற்கிறது. மனம் தளராமல் இறுதிவரை போராடினால் பாசிசம் அடிபணியும் என்ற நம்பிக்கையை உழுகுடிகள் நமக்குத் தந்துள்ளார்கள். இனி நாம் என்ன செய்யப் போகிறோம்?

இலக்கியம் என்பது மக்களின் மனதோடு நேரடியாக உரையாடல் நடத்தும் வல்லமையுடையது. இந்த நாவல் வழியாக அறமுடைய மனிதர்களைத் திரட்டுகிறேன். எளிய மனிதர்களுக்கு எதிராக நிகழ வாய்ப்புள்ள அடக்குமுறைக்கு எதிராக கைகோர்க்க அழைக்கிறேன். மனிதம் மலரட்டும்.

இந்த நாவலை சிறப்பாக வெளிக்கொண்டு வரும் எதிர் பதிப்பகம் அனுஷ், முன்னுரை எழுதிக் கொடுத்த அன்புத் தோழர் எழுத்தாளர் மணிமாறன், அட்டை வடிவமைத்துத் தந்த எழுத்தாளர் அரிசங்கர், என்னோடு எப்போதும் அன்பு பாராட்டும் தோழர்கள், நண்பர்கள், உறவுகள் எல்லோருக்கும் என் நன்றியும் பேரன்பும்.

தோழமையுடன்,
அ. கரீம்
18.6.21
lr.kareem.aak@gmail.com
99527 19496

"மதம், இனம், சாதி, பால், பிறந்த இடம் ஆகியவற்றின் பெயரால் ஒரு குடிமகனிடம் பாகுபாடு காட்டக்கூடாது"

- 15(1) இந்திய அரசியலமைப்புச் சட்டம்

மைமூன்

1

வெகுநாட்களுக்குப் பிறகு இன்றுதான் கொஞ்சம் அசந்து தூங்கிக்கொண்டிருந்தாள் ஷாகிரா. மணி ஏழான போதும் அவளை எழுப்ப மைமூனுக்கு மனமில்லை. அவள் நன்றாகத் தூங்கிக் கிட்டத்தட்ட மூன்று மாதங்களாகியிருக்கும் என்பது அவளுக்கும் தெரியும். டிசம்பர் மாதப் பனி என்பதால் கடந்தவாரம் அவள் கணவர் ரபீக் வாங்கிவந்த கம்பளியை இழுத்துப் போர்த்தித் தூங்கிக்கொண்டிருந்தாள். அடிக்கடி பால் நெஞ்சில் கட்டிவிடுவதால் வலியைப் பொறுக்க முடியாமல் அவ்வப்போது அந்த அறையின் மூலைச்சுவற்றில் பீய்ச்சியடித்த பாலின் வடு வெள்ளைப் பாம்புகளைப் போல சுவற்றில் நெளிந்து கொண்டிருந்தது. அதில் எறும்புகள் எப்போதும் வரிசையாக ஊர்ந்துகொண்டே இருக்கும். தன்னுடைய பாலை எறும்புகளாவது நன்றாகக் குடித்து பலம் கொள்ளட்டும், 'தாய்ப்பால் உடம்புக்கு நல்லது' என்று தனக்குத்தானே ஆறுதல் சொல்லித் தேற்றிக்கொள்வாள்.

"இப்படியே பிடிவாதமா நெஞ்ச பிடிச்சுட்டே இருந்தா வலி வராம என்ன பண்ணித் தொலையும், பேசாம அதை அந்த மூளையில பிதுக்கித் தொல" என்று மைமூன் கடுமையாகத் திட்டியதற்குப் பிறகுதான் 'பிடித்து வைப்பதில் எந்தப் பயனும் இல்லை' என்ற முடிவுக்கு வந்து இதனை வழக்கமாகக் கொண்டிருந்தாள். எப்போதெல்லாம் பால்வாசம் அறையில் கூடுகிறதோ அப்போது ஷாகிராவே சோப்பு தண்ணீர் வைத்து கழுவி விடுவாள். பல நேரம் 'பச்ச உடம்புக்காரி' என்று வேலைகளை ஷாகிராவைச் செய்யவிடாமல் மைமூனே செய்துமுடிப்பாள்.

பால் கட்டும் வலி, ஒரு தாய் என்ற முறையில் மைமூனுக்கும் நன்றாகவே தெரியும். அவளின் முதல் மகனுக்குச் சரியாகப் பால் வெளியேறாமல் உள்ளேயே தங்கி நெறிகட்டிவிட்டதால், அவள் பட்ட வேதனையை ஷாகிராவும் படக்கூடாது என்று மைமூன் நினைத்தாள். இதனைத் தானும் சொல்லவில்லை

என்றால் அவளுக்கு யார்தான் சொல்லமுடியும். சொந்த அனுபவம்தானே பிறருக்கான படிப்பினை. "வேறு வழியே இல்லை. நாம் இருவரும்தான் ஒருவருக்கொருவர் ஆதரவாக இருக்க முடியும்" என்று மைமூன், ஷாகிராவிடம் அடிக்கடி சொல்வாள். மைமூனின் பக்குவமான பேச்சை பலநேரம் ஷாகிரா வாய்திறந்து பார்ப்பாள்.

மைமூன் அறுபது வயதை நெருங்கிக் கொண்டிருந்தாள். இன்னும் ஒரு வருடத்தில் தான் கிழவியாகி விடுவேன் என்று அடிக்கடி சொல்லிச் சிரிப்பாள். அது அவளுக்கும் கொஞ்சம் சிரிப்பாகத்தான் இருந்தது. அவளைப் பொறுத்தவரை அறுபதைத் தாண்டினால்தான் கிழடு. தன் வாழ்வில் திருமணமே நடக்காது என்று இருந்தவளுக்கு, திருமணம் நடந்து இரண்டு குழந்தைகள் பெற்று பேரன் பேத்திகளையும் எடுத்துவிட்டாள். நடந்ததை எல்லாம் அவளாலேயே பலநேரம் நம்பமுடியவில்லை.

மைமூனைப் பார்த்தால் அறுபது வயதை எட்டப்போகிறவள் என்றே தெரியாது. நாற்பத்தி ஐந்து என்று சொல்லலாம். நல்ல சிவந்தமேனி, உருண்டை முகம், அதற்கு எடுப்பாகக் கன்னம். அவள் உயரத்துக்கு ஏற்ப கொஞ்சம் உடல் ஊதி இருந்தாள். அவளின் தேகம் வயதை யூகிக்க முடியாதளவு இருந்தது. ஷாகிரா தனக்கும் மைமூனுக்கும் முப்பத்தி ஐந்து முதல் முப்பத்தி ஏழுக்குள் வயது வித்தியாசம் இருக்கலாமென்று நினைத்துக்கொண்டிருக்கிறாள்.

ஷாகிராவுக்கு அளவான உடல், கன்னம் கொஞ்சம் ஒடுங்கி முகம் எடுப்பாக இருந்தது. அவளது அழகே கண்கள்தான். அது உருண்டையாக அவள் முகத்துக்கு தக்கப் பொருந்தியிருந்தது. தனது மகளைப்போலவே ஷாகிரா இருப்பதால் கொஞ்சம் கூடுதல் அன்பை ஷாகிரா மீது மைமூன் பொழிந்தாள். எல்லாவிதமான நம்பிக்கைகளையும் இழந்த ஷாகிராவுக்கு மைமூனே ஆறுதலாகவும் துணையாகவும் இருந்தாள்.

ஒரே நகரத்தில் வாழ்ந்து வந்தாலும் மூன்று மாதத்திற்கு முன்பு வரை இருவருக்கும் ஒருவரை ஒருவர் தெரியாது. ஷாகிராவுக்கு இது மூன்றாவது அடைப்பு முகாம். இந்த முகாமுக்கு வந்த பின்புதான் மைமூன், ஷாகிராவை முதன்முதலில் பார்க்கிறாள்.

இந்த முகாமில் வைக்கப்பட்டிருக்கும் 175 பேருக்கும் பெரும்பாலும் அறிமுகம் இல்லை. ஒருசிலர் கணவன்-

மனைவியாக இருந்தார்கள். பெரும்பாலும் குடும்பத்தில் ஒருவர் மட்டுமே இருந்தனர். சிலர் மட்டுமே ரத்த உறவாக இருக்கின்றனர். மைமூன் இந்த முகாமில் கடந்த ஆறு மாதமாக இருக்கிறாள். மைமூனை ஒவ்வொரு வாரமும் திங்கள்கிழமை மனுநாள் அன்று தவறாமல் கணவன் இப்ராஹிமும் மகன் ஷொஹைலும் மகள் ஆஷ்மாவும் பார்க்க வந்து விடுவார்கள்.

எப்போது இங்கிருந்து மனைவியை விடுதலை செய்யப்போகிறோம் என்ற கவலையே இப்ராஹிமை பெரிதும் வாட்டி வதைத்தது. கொஞ்சம் கொஞ்சமாய் அழகு பார்த்து அடுக்கப்பட்ட, குழந்தை செய்த பொம்மைவீட்டின் அடிப்பெட்டியை மட்டும் உருவி, வீட்டைச் சரித்ததைப் போல, மைமூனை மட்டும் குடியுரிமையை நிரூபிக்கச் சொல்லி போதிய ஆவணங்கள் இல்லாததால் முகாமில் தங்கவைக்கப்பட்டு இருக்கிறாள்.

இப்ராஹிமுக்கும் அறுபத்தைந்து வயதாகியிருந்தது. தனது கட்டைப் பையில் பல்வேறு ஆவணங்களின் நகல்களை எடுத்துக்கொண்டு ஒவ்வொரு அலுவலகமாக ஒரு வருடத்திற்கும் மேலாக அலைந்து கொண்டிருக்கிறார். அவரின் நெஞ்சு முழுக்க மைமூனே நிறைந்திருந்தாள். இந்த ஒரு வருடப் பிரிவின் வேதனை அவளைக் காட்டிலும் இப்ராஹிமுக்கே அதிகமாக இருந்தது.

முகாமுக்கு வந்த புதிதில் சதா அழுதுகொண்டே இருந்தவள் அவளோடு சேர்ந்து ஒட்டுமொத்தக் குடும்பமும் வேதனையில் கிடப்பதைக் காணமுடியாமல் ‘எல்லாம் சரியாகும், இப்போது தான் நன்றாக இருப்பதாகச்’ சொல்லி சமாளிக்கக் கற்றுக்கொண்டு இருந்தாள். முகத்தை வைத்தே தனது வேதனையை இப்ராஹிம் கண்டுகொள்ளக்கூடியவர் என்று தெரிந்திருந்தும், நிம்மதியாக இருப்பதுபோல அவர் முன்னால் நடித்துக்கொண்டிருந்தாள். அந்த நடிப்பை உணர்ந்தே அவரும் அலைந்து கொண்டிருந்தார். அவளுக்கான வெளிச்சக் கீற்று எங்காவது கிடைக்காதா? என்று அவரது கண்கள் எல்லாத் திசையிலும் அலைந்துகொண்டே இருந்தன.

2

கொளுத்தும் வெயிலில் ஷாபியா, தனது எட்டு வயது மகளின் கையைப் பிடித்துக்கொண்டு கோட்டைப் பள்ளிவாசல் நோக்கி நடந்து கொண்டிருந்தாள். அவளின் ஒரு கையில் பையும் மற்றொரு கையில் தண்ணீர் பாட்டிலும் இருந்தது. மகளின் கையில் ஒரு துணிப்பை இருந்தது. "அம்மா வெயில் தனிஞ்ச பின்னாடி நடக்கலாமா? காலு வலிக்குது!" என்றாள் மகள்.

"அம்மாடி கொஞ்சம் வெரசா நடந்தைனா போயிடலாம். இதோ பக்கம் வந்துட்டோம்" என்றாள் ஷாபியா. எதிரில் சைக்கிளில் வந்த வாலிபனிடம் "மகனே, இங்கே கோட்டைப் பள்ளிக்கு எவ்வளவு தூரம் போகணும்" என்றாள்.

"அந்த தெரியுதுல்ல தண்ணி டேங்கு. அதிலிருந்து வலதுபக்கமா கொஞ்சம் நடந்தா பள்ளி வந்திடும். யாரைப் பார்க்கப் போறீங்க."

"பள்ளியோட தலைவர."

"அவுங்க இந்நேரம் மதிய சாப்பாட்டுக்கு வீட்டுக்குப் போயிருப்பாங்க, எப்படியும் நாலஞ்சு மணிக்குள்ள வந்திடுவாங்க" என்று சொல்லிவிட்டு அவன் போனான். ஷாபியா மகளின் முகத்தைப் பார்க்க அவள் அம்மாவின் முகத்தைப் பார்த்தாள். நடந்த சோர்வாலும் அவனின் பதிலையும் கேட்டு இரண்டுபேரின் கண்கள் மட்டுமே பேசின. மௌனத்தை மகள் கலைத்தாள். கன்னம் சுருங்க உதடுவிரித்துப் புன்னகைத்தாள்.

"இந்தப் பிஞ்சு சிரிப்புக்கு கோடி ரூபாய் கொடுக்கலாம் தங்கமே" என்று மகளை இழுத்து அணைத்து "கொஞ்ச நேரம் இங்கே உட்காரலாம் வா" என்று அருகிலிருந்த மர நிழலுக்குக் கூட்டிச் சென்றாள். பையில் வைத்திருந்த புளிசோறைப் பிரித்து மகளுக்கு ஊட்டினாள்.

ஷாபியாவுக்கு சொந்த ஊர் சங்ககிரி பக்கம் உள்ள இருகலூருக்கு அருகே ஒரு சிறிய கிராமம். அவளின் அப்பா தீவிர காங்கிரசுக்காரர். காங்கிரஸின் எந்தத் தலைவர்கள் அந்த மாவட்டத்துக்கு வந்தாலும் இவர்களின் வீட்டுக்கு வருவது வழக்கம். காமராஜர் மூன்று முறை வந்து விட்டார். அந்த ஊரே இன்னும் காத்திருப்பது காந்தி மகானுக்குத்தான். அவர் மட்டும் வந்து விட்டால் அந்த ஊரே புண்ணிய பூமியாகிவிடும்.

ஒருமுறை சங்ககிரி ரயில்வே மைதானத்தில் காந்திமகான் பேசும் கூட்டத்துக்கு மைதீன் பாஷா போயிருந்தார். கிராமம் முழுக்க "மைதீன் பாஷா இந்த முறை கூட்டத்துக்கு வந்திருக்கிற காந்தியாரை நம்ம ஊருக்கு அழைத்துவரப் போயிருக்காரு, நாளை மாலை பொழுது சாய்வதற்கு முன்பு வரலாம்" என்று செய்தி பரவியது. போன மாதம் ஊர் கூட்டத்துக்கு வந்த சேலம் அப்துல் சுபானும், வெண்ணதூர் காதர் பாஷாவும் "உங்க ஊருக்கு காந்தி மட்டும்தான் வரல, அடுத்த மாசம் அவர் சேலம் வரதா இருக்கு, மைதீன் மனசு வச்சா வராமலையா போவாரு" என்று சிரித்துக்கொண்டே சொன்னார்கள்.

இருவரும் சுதந்திரப் போராட்ட வீரர்கள். அப்துல் சுபான் கள்ளுக்கடை மறியலிலும் அன்னியத் துணி எரிப்புப் போராட்டத்திலும் கலந்துகொண்டு சிறைக்குப் போனபோதும், ஆகஸ்ட் புரட்சியில் பங்கேற்றதுக்காக காதரை, பிரிட்டிஷார் சிறை வைத்துப் பல மாதங்கள் கழித்து வெளிவந்தபோதும் அவர்களுக்கு இங்குதான் முதலில் மரியாதை செய்யப்பட்டது. அவர்கள் சொன்னதுபோலவே காந்தி மகான் சேலம் வருகிறார் என்றால் இந்தமுறை மைதீன் நிச்சயம் அவரை ஊருக்கு அழைத்து வரலாம் என்று நம்பினார்கள். அதற்காகத்தான் மைதீனும் போயிருப்பதாக ஊருக்குள் பேசப்பட்டது. இதை யார் பரப்பினார்கள் என்று யாருக்குமே தெரியவில்லை. ஊர் முழுக்க 'காந்தி வருவதாகப்' பரவி அதகலப்பட்டுவிட்டது.

காந்தியாரை வரவேற்கும் விதமாக அவசர விழாக் கமிட்டி போடப்பட்டு எல்லோருக்கும் வேலைகள் பிரித்துக் கொடுக்கப்பட்டன. காந்தியாருக்கு என்ன பிடிக்குமென்று ஒரு பெரிய பட்டியல் தயாரிக்கப்பட்டு, உணவுக்கான வேலைகள் எல்லாம் நடந்தன. அன்றுபார்த்து கூட்டத்துக்குப் போன மைதீன் பாஷா, கூட்டம் முடிந்து ஓர் அவசர வேலையாக சேலம் சென்றவர் அங்கேயே தங்கிவிட்டார். அன்று இரவு

மைதீன் பாஷா வராததினால், செய்தியை நம்பாதவர்களும் நம்பி வேலையில் மும்மரமாக இறங்கிவிட்டனர்.

ஆடு வளர்க்கும் பெரிய அம்மாச்சிக்கு தகவல் வந்ததிலிருந்து கையும் ஓடவில்லை காலும் ஓடவில்லை. "வர மனுஷனுக்கு வாய்க்கு ருசியா நம்மதான் செஞ்சுபோடணும், நாட்டுக்காக உழைக்கிற மனுசன இந்த வெள்ளக்காரன் என்னமா கொடும பண்ணுறான், மனுஷன் நல்ல தின்னாத்தானே நாட்டுக்காக உழைக்க முடியும்" என்று காலை நேரமாக எழுந்து, காந்தி மகானுக்காக சுடச்சுட இட்லியும், ஆட்டுத்தலைக்கறியும், தொட்டுக்க ஆட்டு குடலும் செய்து வைத்திருந்தாள். அவளுக்கு இருக்கும் ஒரே பிரச்சனை, "காந்திக்கு இரத்தப் பொரியல் பிடிக்குமா?" என்பதுதான். அதை மிகச் சிறப்பாக சமைப்பவள் என்பதால் தன் கையால் அதனையும் சமைத்துப் போட்டால், இந்த ஜென்ம புண்ணியம் கிடைத்துவிடும் என்பதே ஆசை. ஆனால் சிலருக்கு இரத்தப் பொரியல் பிடிக்காது என்பதால் ஒருவேளை காந்தி மகானுக்கும் பிடிக்காமல் போக வாய்ப்பு உள்ளது என்பதே அவளின் சந்தேகம். ஒருவேளை "இரத்தப் பொரியல்னா ரொம்ப பிடிக்கும்" என்று பொசுக்கென சொல்லிவிட்டால் பத்து நிமிடத்தில் செய்வதற்கான எல்லாத் தயாரிப்புகளையும் செய்து வைத்திருந்தாள். இரத்தம் குளுமையாகக் கெட்டுப் போகாமல் பதமாக இருக்க ஒரு தூக்கு வாளியில் போட்டு நன்றாக அழுத்தி மூடி தண்ணீர் பானைக்குள் வைத்திருந்தாள். அது குளிர்ச்சியாக இருந்தது.

"பழனி மல ஆண்டவா! அந்த மனுஷன் எங்கையுமே போகாம நேரா என் வூட்டுக்கு வந்துதான் கை நெனைக்கணும்" என்று மனதார வேண்டிக்கொண்டாள் அம்மாச்சி. அவள் கறி சமைத்த வாசனை தெருவையே சுண்டி இழுத்தது.

ஊரின் நுழைவாயிலில் தோரணம் கட்டி வரிசையாக வாழைமரம் கட்டியிருந்தார்கள். எல்லா வீடுகளிலும் சாணத்தால் தரையை சுத்தம்செய்து, காங்கிரசு கொடியை கோலமாகப் போட்டிருந்தார்கள். தெரு முழுக்க சாணி தெளித்ததால் பச்சையும் மஞ்சளும் கலந்த வண்ணத்தில் அழகிய கோலங்களோடு ஊர் திருவிழாக் கோலம் பூண்டிருந்தது.

பொழுது சாய்ந்த நேரம் வெள்ளைக் கதர் வேட்டியும் சட்டையுமாக தலையில் கர்சிப் கட்டியபடி மைதீன் பாஷா மட்டும் நடந்து வந்துகொண்டிருந்தார். ஊரே

உற்சாகமாகிவிட்டது. காந்தி பெருமகனார் பின்னால் காரில் வருவதற்கான சமிக்ஞையாக மைதீன் பாஷா வருகை இருந்ததாக எல்லோருக்கும் பட்டது.

“ஆரத்தி எடுக்க எல்லாம் தயாரா இருக்குதாபா” என்று ஊர்ப் பெரியவர் கூட்டத்தைப் பார்த்துக் கேட்க “எல்லாம் தயாரா இருக்குதுங்க அய்யா” என்று பதில் வந்தது.

“மொதல்ல களைச்சு வர பாய்க்கு சர்பத்த கொடுங்கப்பா” என்றார் ஊர்ப் பெரியவர்.

மைதீன் பாஷா, “எதுக்கு ஊரே திரண்டு இருக்கு, எதாவது விசேசமா, தோரணம் எல்லா தொங்குது” என்று யோசித்தவாறே நடந்து வந்தார். தனக்குப்பின்னால் யாராவது வருகிறார்களா என்று திரும்பித் திரும்பிப் பார்த்தார். யாரும் இல்லை. அவர் அப்படிப் பார்த்துக்கொண்டு வருவது கூட்டத்துக்கு உற்சாகமாகிவிட்டது.

“டேய் பாய் திரும்பித் திரும்பி பார்த்து நடந்து வராரு, அனேகமா கார் வர நேரமாச்சுன்னு நினைகிறேன்” என்று ஊர்ப் பெரியவர் ஆறுமுகம் சொன்ன வார்த்தையைக் கேட்டபோது எல்லோருக்கும் மகிழ்ச்சி பொங்கியது. பெரிய அம்மாச்சி “ஆண்டவா அவரு என் வீட்டுக்குத்தான் வரணும், கறியாப் போட்டு வயிறு நெறச்சு அனுப்பணும்” என்று வேண்டினாள்.

மைதீன் பாஷா அருகே வந்ததும் அவருக்கு நாற்காலி போட்டு சர்பத் கொடுத்தார்கள். “என்ன விசேசம்” என்று வாயைத் திறப்பதுக்குள் “சர்பத்த குடிங்க பாய்” என்று வாயருகே எடுத்துப்போய் நீட்டினார்கள். அவருக்கே வெட்கம் வந்து விட்டது. எப்போதும் இந்த ஊர் நமக்கு மரியாதை கொடுக்குமென்று தெரியும், இன்று கூடுதலாக இருக்கிறதே என்று சந்தேகத்ததுடன் வாங்கிக் குடித்தார்.

“என்ன ஊரே தோரணம் கட்டி அமக்களப்படுது” என்றார் மைதீன் பாஷா.

“ஆயிரம்தான் காந்தி மகான் சட்டையே இல்லாம எளிமையா இருந்தாலும் எல்லாத்துக்கும் ஒரு முறை வேண்டாமா” என்றார் ஆறுமுகம். அவர் பீடிகை போட்டு பேசுவதாக பாய்க்கு பட்டது. “அவர் சட்டையே இல்லாமல் இருப்பதற்கு இவர்கள்

ஏன் தோரணம் கட்ட வேண்டும்" என்று குழம்பிய மைதீன் பாஷா, "கொஞ்சம் புரியும்படியா சொல்றீங்களா ஆறுமுகம்" என்று கேட்டார்.

"அதுதான் நம்ம ஊருக்கு காந்தியார நீங்க கூட்டி வரீங்களே, அதுக்குதான் இந்த ஏற்பாடு" என்று ஆறுமுகம் சொன்ன பின்புதான் மைதீன் பாஷாவுக்கு எல்லாமே விளங்கியது. "யாரோ கதை கட்டிவிட்டுள்ளனர்" என்று புரிந்து, "ஊர் மக்களே நான் காந்தியார் கூட்டத்துக்குதான் போய் வரேன், ஆனால் இங்கே கூட்டி வருவதாக யாரோ தப்பா தகவல் சொல்லி இருக்காங்க. உங்களுக்காக அவசியம் ஒருநா காந்தி மகான கூட்டி வரேன்" என்று சத்தமாகச் சொன்னார் மைதீன். அவர் சொன்னது பலருக்கும் பெருத்த ஏமாற்றமாக இருந்தது. இப்படி ஒரு புரளியை யார் கிளப்பிவிட்டது என்று யாருக்குமே தெரியவில்லை. தொங்கிய மூஞ்சியோடு எல்லோரும் கலைந்தனர்.

அவர்கள் அவ்வாறு போவது மைதீனுக்குப் பெரும் சங்கடமாக இருந்தது. இவர்களுக்காகவாவது ஒருமுறை காந்திமகானை ஊருக்கு அழைத்து வர வேண்டும் என்று நினைத்துக்கொண்டே வீட்டுக்கு நடந்தார்.

இரண்டுநாள் அலைச்சலில் காலைநீட்டி திண்ணையில் அமர்ந்திருந்தார். பெரிய ஆச்சி தூக்கு வாளியோடு வந்து நின்றார். மைதீனுக்கு ஒன்றும் புரியவில்லை.

"என்ன அம்மாச்சி தூக்கு வாளியோடு!"

"காந்தியாரு வருவாருன்னு இட்லி சுட்டேன், அவருதான் வரலேன்னு சொல்லிட்டியே, நம்ம ஊருக்கு நீதானே காந்தியாரு, அதான் உனக்கு கொண்டு வந்தேன்" என்று அவர் முன் தூக்கு வாளியை வைத்தாள். ஊரில் எல்லோரும் மைதீனை "நம்ம ஊரு காந்தி" என்றுதான் அழைப்பார்கள். எப்போதும் கதர் சட்டைதான் அணிந்திருப்பார். யார் மனமும் புண்படும்படி பேச மாட்டார். முடிந்தளவு தனது வேலையை அவரே செய்வார். அதுமட்டும் இல்லாமல் காங்கிரசு என்ன போராட்ட அறைகூவல் கொடுத்தாலும் ஊரில் அது நடந்துவிடும். பலமுறை சுதந்திரப் போராட்டத்தில் கலந்துகொண்டு சிறை சென்றவர். சேலம் ஜில்லா முழுக்க மைதீன் பாஷாவை எல்லோருக்கும் தெரியும். அவரின் தேசப்பற்றும் சமரசமில்லா

ஆங்கிலேயே எதிர்ப்பும் அவரின் குடும்பப் பின்னணியும் அவரின்மீது எல்லோருக்கும் பெரிய மரியாதையை உருவாக்கி வைத்திருந்தது. அதன் காரணமாகவே பல தலைவர்கள் அவர் வீட்டுக்கு வந்து போவது வாடிக்கையானது.

“மக ஷாபியா தட்டு எடுத்து வா புள்ள” என்று சத்தம் போட்டார். துள்ளிவரும் மான் போல எட்டு வயது ஷாபியா தட்டோடு வந்தாள். தூக்குவாளியை பெரிய ஆச்சி திறந்தபோது மைதீன் பாஷாவுக்கு தூக்கிவாரிப் போட்டது.

“அம்மாச்சி என்ன இது?”

“தலைக்கறியும் குடலும் அவருக்குப் புடிக்குமேன்னு செஞ்சேன். இரத்தமும் எடுத்து வச்சிருக்கேன். செஞ்சு கொண்டு வரவா” என்றாள்.

“இத்தனையும் காந்தி மகானுக்கா செஞ்ச” என்றார். “ஆமாம்” என்பதைப்போல மேலும் கீழும் தலையை ஆட்டிய அம்மாச்சியை அதிர்ச்சியோடு பார்த்த மைதீன், “அம்மாச்சி, அவரு கவிச்சி எதுவும் சாப்பிட மாட்டாரு. கறி சாப்பிடுற பழக்கம் இல்ல” என்றார். அவர் சொன்னது குறித்து எந்த அதிர்ச்சியையும் காட்டாமல் “பழக்கம் இல்லைனா என்ன ஊருக்கு வரட்டும் பழக்கி விட்டுருவோம், என் கையாள ஒருவாட்டி இரத்தப் பொரியல் சாப்பிடட்டும், அதுக்கப்புறம் மனுசன் கவிச்சி இல்லாம எப்பவுமே சாப்பிட மாட்டாரு, சரி நான் வரேன் நீ சாப்பிட்டு தூங்கு” என்று சொல்லிவிட்டு அவள் வீட்டை நோக்கி நடந்து போனாள். அம்மாச்சி எந்தப் பதட்டமும் இல்லாமல் போவதை, வைத்த கண் எடுக்காமல் பார்த்துக் கொண்டிருந்தார் மைதீன்.

மைதீனின் வாப்பா சுலைமான். அவர் இறக்கும்வரை ஊர்ப் பெரியவராக இருந்தவர். அவரும் சுதந்திரப் போராட்டத் தியாகி. தன்னுடைய எழுபதாவது வயதில் காலமானார். வயக்காட்டில் கடுமையாக உழைக்கும் அவர் நூறு வருடம் கூட வாழ்ந்திருப்பார். போராட்டத்தில் கலந்துகொண்டபோது வெள்ளைகார போலீஸ் அவரின் முதுகுத் தண்டின் மீது அடித்ததால் படுத்த படுக்கையாக இருந்தவர், பின்னாளில் அன்னம் தண்ணீர் கூடக் குடிக்க முடியாமல் காலமானார். சட்ட மறுப்பு இயக்கத்தில் பங்கு பெறுமாறு காந்தி அழைப்பு விடுத்தபோது சுலைமான் அவரது நெருங்கிய தோஸ்த் சங்ககிரி

முகம்மது உஸ்மானோடு போராட்டத்துக்குச் சென்றார். அப்போதுதான் போலீஸ் அவரின் முதுகுத் தண்டில் அடித்து உடைத்தது. உஸ்மான் கைது செய்யப்பட்டு கோவை சிறையில் அடைக்கப்பட்டு 18 மாதங்கள் கழித்து வெளியே வந்தார். வந்தவர் அவரது வீட்டுக்குக்கூடச் செல்லாமல் சுலைமானின் மௌத் செய்தியைக் கேட்டு நேராக இங்கேதான் வந்தார். அவரின் நெருங்கிய தோஸ்தின் இழப்பை அவரால் தாங்க முடியவில்லை. சுலைமானை நினைத்து அழுதபடியே கிடந்தார். மைதீனும், மைதீனின் படுதாதி¹மாவும் தான் அவரை ஆறுதல் படுத்தினார்கள். தாதியம்மாவைப் பார்க்கப்பார்க்க உஸ்மானுக்குக் கவலை அதிகமானது. உஸ்மானும் சுபைதாவைத் தாதி என்றுதான் அழைப்பார். சுபைதா 95 வயதைக் கடந்தவள். இந்த வயதிலும் சமையல் வேலைக்கு உதவுவதும் அவளின் துணியை அவளே துவைப்பதுமென்று பூர்ண ஆரோக்கியத்துடன் இருந்தாள்.

அங்குள்ள பழைய கிழவர்களுக்கு மட்டுமே ஓரளவு சுலைமான் குடும்பத்தின் பூர்வீகக் கதை துண்டுதுண்டாகத்தெரியும். மைதீனும் பலமுறை தாதியம்மாவிடம் கேட்டிருக்கிறார். அவளும் சொல்லுறேன்பா என்று மலுப்பிக்கொண்டே போனாள். அவளுக்கு, அவளின் அம்மா பலமுறை சொன்ன கதை இன்றும் அப்படியே நினைவில் இருந்தது. கணவர் மரணித்து நாற்பது ஆண்டுகள் கடந்துவிட்டது. அவளுக்கு இரண்டு மகள்கள். பெரிய மகளின் ஒரே மகன்தான் சுலைமான். நோயில் பெரிய மகளை வாரிக்கொடுத்தாள். சிறியவளை தென்காசி பக்கம் கட்டிக்கொடுத்தாள். அவர்கள் குடும்பம் சகிதமாக எப்போதாவது வருவார்கள். பத்தாண்டுகளுக்கு முன்பு சின்ன மகளும் மௌத்தாகிவிட்டாள். அவள் மட்டுமே கடந்து போன வரலாற்றையும், எல்லோரின் கதையையும் தூக்கிச் சுமக்கிறாள். ஆண்டுகள் பல கடந்தும் பேசப்படாத ஒரு கதை, அவர்கள் வீட்டைச் சுற்றியும், ஊரைச் சுற்றியும் அலைந்துகொண்டே இருந்தது.

மைதீன்பாய் குடும்பம் முழுக்க நாட்டுக்காக உழைத்தவர்கள் என்பதால் ஊரைச் சேர்ந்த எல்லோருக்கும் அவர்கள் மீது அப்படியொரு மரியாதையும் பாசமும் இருந்தது. ஊரில் எப்போதுமே மைதீன்பாய் குடும்பத்தை மதத்தை வைத்துப் பார்த்ததே இல்லை. அவர்களுக்குத் தெரியும் எல்லோரும்

---

1. அப்பாவின் பாட்டி.

ஒருதாய் வயிற்றுப் பிள்ளை கூட்டமென்று. அந்த ஊரில் இருந்த பதினேழு இஸ்லாமியக் குடும்பங்களைச் சேர்ந்தவர்களையும், ஊரே பெரியப்பா, சித்தப்பா, மாமா, அத்தை என்று முறைவைத்துதான் அழைத்தது.

நாட்டின் அரசியல் சூழ்நிலைகளைப் பேசுவதற்கு மைதீன்பாய் வீட்டு வாசல்படிதான் அரசியல் மேடை. அவர் வீட்டுக்கு யார் வந்தாலும் நீண்ட திண்ணையில் உட்கார்ந்துதான் பேசுவார்கள். அது திவானாக இருந்தாலுமே. வேப்பமர காற்றில் விலாசமாக இருக்கும் திண்ணையில் உட்காரவே விரும்புவார்கள். அவர்கள் குடும்பம் காங்கிரஸ் கட்சியைச் சேர்ந்ததாக இருந்தாலும் எல்லோரும் வந்து போவார்கள். ஒருமுறை அவரது வீட்டுக்கு புதுக்கோட்டை திவான் கலிபுல்லா சாகிப் வந்ததை பலரும் நம்பாமல் நேரில் வந்துபார்த்து உறுதி செய்துகொண்டனர்.

அவர் புதுக்கோட்டை சமஸ்தானத்தில் செய்த பல்வேறு பணிகளை மைதீன் சொன்னபோது "இது நெசமாத்தானா" என்று சந்தேகம் வந்தது. சமஸ்தானப் பகுதிக்குள் இருந்த பல்லவன் குளத்தில் ஒடுக்கப்பட்ட சமூகத்தைச் சேர்ந்தவர்களும் முஸ்லீம்களும் குளிக்கயிருந்த தடையை அவர்தான் நீக்கினார். அதுவரை பிராமணர்கள் மட்டுமே குளிக்கும் குளமாக இருந்ததையும், சமஸ்தானத்திற்கு உட்பட்ட பள்ளிகூடங்களில் மாணவர்களுக்கு, மதிய இலவச உணவு வழங்கும் திட்டத்தை இந்தியாவிலேயே முதல்முறையாகக் கொண்டுவந்ததையும் மைதீன் சொன்னபோது, "நெசமாகவே காசு வாங்காமல் யாரவது சோறு போடுவாங்களா" என்று பலரும் சந்தேகப்பட்டாலும் மைதீன் எப்போதும் யாரிடமும் தவறான விவரங்களைச் சொன்னதில்லை என்பது எல்லோருக்கும் நன்றாகத் தெரியும்.

ஊரே கொண்டாடும் வாபாவைப் பற்றிய பழைய நினைவுகள் ஷாபியாவைத் தூண்டிலில் மாட்டிக்கொண்ட மீனைப்போலத் தத்தளிக்க வைத்தது. வெயில் கொஞ்சம் சாய்ந்திருந்தது. நடந்த களைப்பும் உண்ட மயக்கமும் ஷாபியாவையும் அவள் மகளையும் மர நிழலில் கொஞ்சம் கண் அயர வைத்தது. தெருவில் நடந்துபோன மாட்டுவண்டியின் சத்தம் கேட்டுத்தான் ஷாபியா கண் திறந்தாள். அவள் மடியில் முயலைப் போல தூங்கிக்கொண்டிருந்தாள் மகள்.

3

ஷாபியாவின் மனம் முழுக்க மகளைப் பற்றிய சிந்தனையாகவே இருந்தது. எப்படியெல்லாம் இருக்கவேண்டியவள் இங்கே உட்கார்ந்துகொண்டு இருக்கிறாள். வாழ்க்கை, சினிமாவைப் போல பல திருப்பங்களுடன் இருப்பது அவளுக்கு அயர்ச்சியைத் தந்தது. ஷாபியா மாநிறத்தில் இருந்தாள். கன்னம் அளவாக இருந்தது. கண்களைச் சுற்றி பல நாட்கள் உறங்காத படிமம் கருப்பு வளையம் போல சுழன்றிருந்தது. நன்றாக உடல் வைத்திருந்தவள் இளைக்க ஆரம்பித்திருந்தாள். கோட்டைப் பள்ளி நிர்வாகிகளிடம் பேச வேண்டியதை மனதிற்குள் மீண்டும் ஒருமுறை சொல்லிக்கொண்டாள். எங்கெங்கோ அலைந்து இங்கே வந்திருந்தாள்.

தனது சொந்த ஊரில் ராணியைப் போல இருந்தவளை கேள்வியேபட்டிராத இந்தக் கோட்டையூரை நோக்கி வாழ்க்கை இழுத்துக்கொண்டு வந்துள்ளது. மைதீன் பாஷாவின் செல்ல மகள் செல்லாக் காசைப்போல உட்கார்ந்துகொண்டு இருந்தாள். ஊரிலிருந்து வந்தபின்பு அவள் மனம் முழுக்க ஊரையே சுற்றிச் சுற்றி வந்தது. அவள் பயணிக்கும் பாதையெங்கும் பார்ப்பனவற்றைத் தனது ஊரில் நடந்த நிகழ்வோடு பொருத்திப் பார்த்து மூச்சை இழுத்துக்கொள்வதே அவளுக்கு வழக்கமாகிப் போனது. அவள் நினைவுகளிலிருந்து அவள் ஊர், பிரிக்கமுடியாதளவு மனஆழத்தில் நிலைகொண்டு நின்றது. மாட்டுவண்டி நடைச்சத்தம் ஷாபியாவை அவளது ஊரில் நடந்த பொங்கல் விழாவிற்கு இழுத்துச்சென்றது.

பொங்கலின்போது ஊர் கொண்டாட்டமாய் இருக்கும். எப்போதும் உழைத்துக்கொட்டும் மாடுகளுக்கு மூன்று நாட்களுக்குச் சிறப்பான விருந்து இருக்கும். எந்த வேலையும் அதற்கு இருக்காது, முழு ஓய்வு. அதன் உடல் முழுக்க மஞ்சள் தடவி கொம்புகளுக்கு வண்ணம் அடித்து, பலூன் கட்டி, ராஜ மரியாதையாக ஊரில் வலம்வரும். யாருடைய மாடுகள் நல்ல அலங்காரத்தில் இருக்கிறது என்று அவர்களுக்குள்

அறிவிக்கப்படாத போட்டி இருந்தது. சிலர் இதற்காகவே டவுனுக்குச் சென்று வண்ணங்கள் வாங்கி வந்து அதன் கொம்புகளில் அடித்து அமர்க்களப்படுத்துவார்கள்.

மைதீன் பாஷா தனது மாடுகளை ஆற்றுக்குக் கூட்டிப்போய் நாரை வைத்து மாடே கரைந்து போகுமளவு தேய்த்து எடுத்தார். மாடுகளை வீட்டுக்குக் கூட்டிவந்து அலங்காரம் செய்கையில் ஷாபியாவும் அவள் அண்ணன் அன்வரும் மைதீனுக்கு உதவி செய்தார்கள். காட்டுக்குச் சென்று பொங்கல்வைக்கத் தேவையான பொருள்களை ஆயிஷா தயார் செய்துகொண்டிருந்தாள். மைதீன் பாஷாவுக்கு எல்லாமே ஆயிஷாதான். நாட்டை மட்டுமே கட்டிக்கொண்டு இருந்தவருக்கு கொஞ்சம் வீடும் இருக்கிறது என்ற உணர்வு வந்தது அவள் மனைவியாக வந்தபின்புதான். ஆனால், பொதுக்காரியத்தில் ஒருநாளும் அவள் தலையிட்டதில்லை. சில தலைவர்களின் கூட்டத்துக்கு அவளையும் அழைத்துச் சென்றார். அவள் குடும்பத்தில் இப்படி பொதுக்கூட்டங்களுக்கு எல்லாம் அவளின் பாவா, அம்மாவைக் கூட்டிப்போனதில்லை. ஆனால் மைதீன் பாஷா அழைத்துப்போனது அவளுக்குப் புது அனுபவமாக இருந்தது.

சூரியன் உதிக்கும் நேரம் குடும்பம் சகிதமாக மாட்டைப் பிடித்துக்கொண்டு வயலுக்கு வந்தனர். அடுப்புக்கு சுள்ளிகளைப் பொறுக்க அன்வரும் ஷாபியாவும் கிளம்பினார்கள். பானையில் சந்தனம், மஞ்சள் தடவி குங்குமம் வைத்துக்கொண்டு இருந்தாள் ஆயிஷா. தனது வயலில் முன்னோர்கள் நட்டுவைத்த சாமிக்குத் தண்ணீர் ஊற்றிக் கழுவி மஞ்சள் தேய்த்துக்கொண்டு இருந்தார் மைதீன். சாமி, வடிவமற்ற கோணல் மாணலான கருங்கல்லாக இருந்தது. ஈரம் சொட்டும் தலையுடன் பொங்கலுக்காகப் புதுப்புடவை கட்டியிருந்த ஆயிஷாவை ஓரக் கண்ணால் பார்த்து ரசித்துக்கொண்டே அருகில் வந்தார். பிள்ளைகள் அருகில் இல்லை என்று தெரிந்தவுடன் மஞ்சளப்பிய கையில் மனைவியின் கையைப்பிடித்து இழுத்துக் கொஞ்சினார்.

"அய்யோ, சாமி முன்னாடி விடுங்க" என்று உதறினாள்.

"ஏய் புள்ள, பொண்டாட்டிய கொஞ்சலைனாதான் நம்ம சாமி கோவுச்சுக்கும், நீயெல்லாம் மனுஷனாடா? பொண்டாட்டிய கொஞ்சாம இருக்கேனு சாமி வருத்தப்படும்" என்று சொல்லிவிட்டு மீண்டும் சீண்டினார். அவள் வெட்கத்தில் சிணுங்கினாள்.

மைதீனுக்கும் ஆயிஷாவுக்கும் திருமணம் முடிந்து பத்து வருடங்கள் கழித்தே அன்வர் பிறந்தான். அடுத்த மூன்று ஆண்டுகள் கழித்து ஷாபியா பிறந்தாள். அவர்கள் வீட்டில் என்ன நல்லது கெட்டது நடந்தாலும் முதலில் இறக்கி வைப்பது சாமியிடம்தான். மைதீனின் வாபா அவருக்கு சொன்னதை அப்படியே மகனுக்கும் மகளுக்கும் சொல்வார். "டே மைதீனு, நாம அல்லாவத்தான் வணங்குறோம். ஆனா நம்ம காட்ட காக்குற சாமிக்கு காலங்காலமா செய்யற மரியாதைய எப்போதும் நிறுத்திடக் கூடாது. இது என் வாபா எனக்குச் சொன்னது, நான் உனக்குச் சொல்லுறேன். நான் இருக்க வர இந்த வழக்கத்தப் பார்த்துபேன். எனக்குப் பின்னாடி நீதான் பார்த்துக்கோணும்."

பிள்ளைகள் சுள்ளி பொறுக்கிவர ஆயிஷா பொங்கல் வைத்தாள். ஆறுமுகம் மாமா வயலில் வாங்கி வந்த கரும்பு பொங்கப்பானையைச் சுற்றி கூரை போல நெடுநெடுவென்று நின்றுகொண்டு இருந்தது. கிழக்கில் சூரியன் கொஞ்சம் ஏறி இருந்தது. அதன் கதிர்கள் வயலில் நீண்டுவிழ நெற்கதிர்கள் அதனை வரவேற்று தலையசைத்தன. கடலலை போல் கதிர்கள் காற்றில் அமுங்கி எழுந்தன.

பானையில் பொங்கல்பொங்கி வரும்போது "பொங்கலோ பொங்கல்" என்று எல்லோரும் சொல்ல, பால் பானையில் வழிந்தது. ஷாபியா வாயை அகலமாகத் திறந்து "பொங்கலோ பொங்கல்" என்று சொல்லும்போது அவளின் கீச்சுக் குரல் பக்கத்துக் காடுகளுக்கும் எதிரொலித்தது. அன்வரும் அவளோடு போட்டி போட்டுக் கத்தினான். அதேவேகத்தில் அருகேயிருந்த காடுகளிலும் சிறுவர்களின் குரல் வந்தது. முதலில் சாமிக்குப் படைத்துவிட்டு, நன்றாக ஆறவைத்து மாட்டுக்கு ஊட்டினார் மைதீன். வாழை இலையில் வைத்த பொங்கலை அன்வரும் ஷாபியாவும் சாப்பிடும் அழகைப் பார்த்து ரசித்துக்கொண்டிருந்தது சாமி.

தனது வயலில் வரும் முதல்படி நெல்லை சாமிக்கு சாட்டிவிட்டுதான் விற்பனைக்கும் வீட்டுக்கும். மைதீன் அவருடைய வயலில் விளைந்த நெல்லை தன்னுடன் பிறந்த இரண்டு தங்கைகளுக்கும் அண்ணன் வீட்டுக்கும் முறையாகக் கொடுத்து அனுப்பிவிடுவார். அண்ணன் அரசாங்க வேலையில் இருப்பதால் காட்டுவேலை தனக்குச் சரிப்பட்டு வராது என்று

சொன்னதினால் மைதீன்தான் தனது தகப்பனுக்குப் பிறகு காட்டை உழுது வந்தார்.

இரண்டு தங்கைகளில் ஒருவரை சேலம் பக்கமும் இன்னொருவரை ஈரோட்டுப் பக்கமும் திருமணம் செய்து கொடுத்திருந்தார்கள். காந்தியைத் தனது தலைவனாக ஏற்றுக்கொண்டதினால் தங்களது பூர்வீகச் சொத்தில் அவரவர்களுக்குச் சேர வேண்டிய பங்கைப் பிரித்துக்கொடுத்திருந்தாலும் ஒவ்வொரு அறுவடையின் போதும் அவர்களுக்குரிய நெல்லைச் சரியாகக் கொடுத்து அனுப்பிவிடுவார். ஊரில் மகள்களுக்குப் பங்கு பிரித்துக்கொடுக்கும் வழக்கம் இல்லாதபோது அவரின் புதிய நடவடிக்கை எல்லோருக்கும் புதிராக இருந்தது. கல்யாணம் செய்துகொடுத்து விட்டால் அத்தோடு வீட்டுக்கும் மகள்களுக்குமான உறவு அறுந்துபோய்விடும் என்ற வழக்கம் ஊரில் இருந்தபோது அதனை முதன்முதலில் மைதீன்தான் உடைத்தார். அவருடைய அண்ணன் முதலில் முகத்தைக் காட்டினாலும் பிறகு அவரும் ஒருவழியாக ஒத்துக்கொண்டார். மைதீன் மீது குடும்பத்துக்குள் பெரிய மரியாதை இருந்தது. இரண்டு தங்கைகள் வீட்டிலும் என்ன நல்லது நடந்தாலும் மைதீன் இல்லாமல் ஒன்றுமே முடிவாகாது. எல்லா குடும்ப நிகழ்விலும் மைதீன் பங்கேற்பது போல அவருடைய அண்ணன் இருக்கமாட்டார். ஒருவித கூச்ச சுபாவம் இருப்பதால் தயங்கிப் பின்வாங்குவார்.

வெயில் கொஞ்சம் தனிந்திருந்தது. மடியில் உருண்டுகொண்டிருந்த மகளை எழுப்பினாள் ஷாபியா.

“ஏ புள்ள எழுந்திடுமா பள்ளிக்குப் போகலாம்” என்று மகள் தலையைக் கோதிவிட்டு எழுப்பினாள் ஷாபியா. நடந்த அசதி அவள் முகத்தில் தெரிந்தது.

“அந்தா பாருபுள்ள டீக்கடை. வா சாயா குடிக்கலாம்” என்று எழுப்பினாள். அவளின் பையையும் எடுத்துக்கொண்டு அம்மாவின் கைப்பிடித்தே வந்தாள். அம்மாவின் அதே முகஜாடை மகளுக்கும். அம்மாவைவிட நிறம் கொஞ்சம் கூடுதல். டீக்கடை பெஞ்சில் உட்காரத் தயங்கினாள். பின்பு கடையின் ஓரத்தில் போய் நின்றுகொண்டு டீயைக் குடித்தாள். மகளுக்கு ஒரு ரொட்டியை வாங்கிக் கொடுத்தாள். மகள் அதை டீயில் முக்கி அது ஊறி சொட்டச் சொட்ட நனைய, ருசித்துச் சாப்பிட்டாள்.

4

“நாம இங்கே எதுக்குமா வந்திருக்கோம்?”

இந்தக் கேள்வி மகளிடமிருந்து வந்தால் எப்படி எதிர்கொள்வது என்பதுதான் அவளுக்கு கடந்த மூன்று நாட்களாக இருந்த பெரும் குழப்பம். என்ன சொல்வதென்று யோசித்துக் கொண்டிருந்தாள். மீண்டும் ஷாபியாவின் கையைத் தட்டி அவளை நிலைக்குக் கொண்டுவந்து மீண்டும் அதே கேள்வியைக் கேட்டாள்.

“நாம இங்கே எதுக்குமா வந்திருக்கோம்?”

“மதரஸாவுல சேர்ந்துட்டா உனக்கு குரான் ஓதக் கத்துக்கொடுப்பாங்க. நீ ஆலிமா ஆனா அது எப்பவுமே கை கொடுக்கும். பெருசாகி புள்ளைகளுக்கு குரான் ஓதச்சொல்லிக் கொடுத்தாவது பொழச்சுக்கலாம். அதான் உன்னை சேர்த்துவிடக் கூட்டி வந்தேன்” என்றாள்.

“ஓ, அப்போ தினமும் வந்து போகணுமா?” அடுத்தது இந்தக் கேள்விதான் வருமென்று அவளுக்குத் தெரியும். இதற்கான பதில் சொல்லத்தான் அவளுக்கு வார்த்தை கிடைக்கவில்லை. தனது மகளை விட்டுப் பிரிவதை தன்னுடைய வாயாலேயே எப்படிச் சொல்ல முடியும் என்று தடுமாறினாள்.

“இல்லடி ராசாத்தி, உன்னை இங்கதான் விட்டுப் போகணும். மாசம் ஒருவாட்டி வந்து பாக்குறேன்.”

இந்த வார்த்தை எட்டு வயதுக் குழந்தையின் நெஞ்சில் இடியாக இறங்கியது. தகப்பனில்லாத அவளுக்குத் தாயாகவும் தந்தையாகவும் இருந்தவளிடமிருந்து இப்படியான வார்த்தையை எதிர்கொள்ள முடியாமல் கண்களிலிருந்து நீர் ‘பொல பொலவென்று’ கொட்டியது. இவளுக்கும் அழுகை முட்டிக் கொண்டு வர மகளை அணைத்தாள்.

“நான் எது செஞ்சாலும் உன் நல்லதுக்குத்தான் செய்வேன் ராசாத்தி, என்னை புரிஞ்சுக்கோ” என்று மகளிடம் மன்றாடினாள்.

அவளுடைய மகள் வயதிருந்தபோது காட்டிலும் மேட்டிலும் ஓடியாடி விளையாடியவள் ஷாபியா. ஆனால் அந்தக் கொடுப்பினை மகளுக்கு இல்லாததை நினைக்கும்போது ஏக்கமாக இருந்தது. அதே ஏக்கம் மகளுக்கும் இருந்தது. ஊரில் புழுதி பறக்க விளையாடிய காட்சி அவளுக்கு அழுகையாய் முட்டிக்கொண்டு வந்தது. இரவானால் நானிமா[2] கதை சொல்வாள். அவளுக்கு மார்க்கக் கதைகளை விட அவள் பால்யத்தில் நடந்த கதைகளும் வெள்ளைக்காரன் கதைகளும்தான் அதிகம் தெரிந்திருந்தது.

மகிழ்ச்சியாக இருந்த ஷாபியாவின் வாழ்க்கையை ஒரு விபத்து புரட்டிப்போட்டது. சேலத்துக்கு ஒரு வளைகாப்புக்குக் குழந்தையை வீட்டில் விட்டுவிட்டு ஜோடியாகச் சென்றார்கள். தடுமாற்றத்தோடு வந்த சரக்கு வண்டியொன்று இவர்கள் மீது முட்டித் தள்ள ஆங்காங்கே சிறுகாயத்தோடு அவள் தப்பித்தாலும், கணவனுக்குப் பின்பக்க தலையில் அடிபட்டு, காதில் இரத்தம் வழிந்தோட மருத்துவமனைக்கு எடுத்துச் சென்றாள். சிகிச்சை பலன் இல்லாமல் இறந்து போனான் அவன். அதுமுதல் அவளது வாழ்க்கை இருளானது. அவளது கணவன் இறந்தபோது மகளின் வயது மூன்று.

கணவனின் இறப்புக்குப் பிறகு எத்தனையோ முறை மகளை வேறொரு திருமணம் செய்ய மைதீன் கேட்டாலும் வெவ்வேறு காரணங்களையும் பதிலையும் சொல்லி மறுத்துவிட்டாள். திருமணம் செய்ய நினைப்பவர்களும் குழந்தையோடு செய்ய விரும்பவில்லை.

"அம்மாவும் வாபாவும் இருக்கிற வர உனக்கு எந்தக் கஷ்டமும் இல்லாமா பார்த்துக்குவோம். அதுக்குப்பின்னாடி துணைக்கு ஆள் இல்லாம காலத்தை ஓட்ட முடியாது மகளே! கல்யாணம் பண்ணிக்கோ. குழந்தைய நாங்க பாத்துக்குறோம்" என்று ஆயிஷாவும் மகளிடம் பலமுறை கூறினாள். பிள்ளை பாசம் ஷாபியாவை வேறொரு நிக்காஹ் செய்யாதளவு தடுத்துவிட்டது.

ஆயிஷாவின் சொந்தத்தில் ஒரு மாப்பிள்ளை குழந்தையோடு நிக்காஹ் செய்வதற்கு சம்மதம் தெரிவித்தான். மைதீன் முதல் நிக்காஹ்-க்கு செய்ததைப்போல தடல்புடலாக செய்யாமல் வீட்டோடு செய்துவிடலாம் என்று முடிவு செய்தார். எப்படியோ மகளின் வாழ்க்கைக்கு ஒரு நல்ல வழியை 'ஆண்டவன்'

---

2. பாட்டி.

காண்பித்து விட்டான். இனி அவள் வாழ்க்கை எந்தத் தடங்களும் இல்லாமல் இருக்கும் என்று முடிவு செய்தார். எப்படியும் மகளுக்கு ஒரு பங்கு நிலத்தை எழுதிக் கொடுப்பதாக மகளிடம் மைதீன் வாக்கு கொடுத்தார். கல்யாண ஏற்பாடு நடந்துகொண்டிருந்த சமயத்தில் திடீரென "மாப்பிள்ளைக்கு இந்தக் கல்யாணத்தில இஷ்டம் இல்லையாம் வேண்டாம்னு சொல்லிட்டான்" என்ற தகவல் வந்தபோது இடி விழுந்ததுபோல வீடே அடங்கிப்போனது. அதன்பின்பு மகளிடம் மீண்டும் இன்னொரு கல்யாணப் பேச்சை யாரும் துவங்க முடியவில்லை.

'இந்த சின்ன வயதில் வாழ்க்கை முழுக்க மகள் தனித்தே இருக்க வேண்டுமா' என்று அதை நினைத்தே மைதீனும் சீக்கிரம் இறந்து போனார். தகப்பன் இல்லாத அந்த கிராமம் அவளுக்கு அந்நியமாகிப் போனது. பெரிய மாமி வீட்டுக்குப் போவதாக அம்மாவிடம் சொல்லிவிட்டு மகளோடு கிளம்பியவள் அதற்குப் பிறகு ஊருக்குத் திரும்பவில்லை. பத்து நாட்கள் நாகூர் ஆண்டவனிடம் உட்கார்ந்துகொண்டு, அங்கு கிடைத்த சின்னச் சின்ன வேலைகளைச் செய்துகொண்டு காலத்தை ஓட்டினாள்.

திரும்பவும் ஊருக்கே போகலாம் என்று நினைத்தாலும் அங்கு நடந்த அவமானத்தை அவளால் தாங்க முடியவில்லை. மகளை ஆளாக்கிட வேண்டுமென்று வைராக்கியம் மட்டுமே அவளுக்கு இருந்தது. இப்படியே தனித்து மகளை வைத்துக்கொண்டே இருக்கக்கூடாது என்று நினைத்துக் கொண்டிருந்தாள். நாகூர் ஆண்டவர் தனக்கு ஒரு நல்ல திசையைக் காட்டுவார், மகளை பாதுகாப்பான இடத்தில் ஒப்படைக்க வழி செய்வார் என்று நம்பிக்கொண்டு இருந்தவளுக்கு கோட்டைப் பள்ளி குறித்து தகவல் கிடைத்தது.

தன்னைப்போல இல்லாமல் மகள் படிக்க வேண்டும் என்று நினைத்துக்கொண்டிருந்தவளுக்கு ஒரு நல்ல வழி கிடைத்தது. ஆதரவற்ற குழந்தைகளுக்கு மூன்று நேரம் உணவு கொடுத்து மார்க்கக் கல்வியோடு தமிழும் சொல்லித் தருவதாக தர்காவுக்கு வந்த ஒருவர் சொன்னார். பெண் குழந்தைகளுக்குப் பாதுகாப்பான பாரம்பரிய மதரஸா என்றவுடன் நிம்மதி பெருமூச்சோடு கோட்டை மதரஸாவை நோக்கி தெளிந்த முகத்தோடு கிளம்பி வந்தாள்.

தலைவர் இன்னும் வரவில்லை. பள்ளிக்கு வெளியே உள்ள திட்டில் உட்கார்ந்து இருந்தார்கள். பள்ளிச்சுவற்றில் "காந்தி

மகான் பத்தாம் ஆண்டு அஞ்சலிதினக் கூட்டம், கோவில் திடலில் மாலை ஆறு மணிக்கு, அனைவரும் கலந்துகொள்ளவும்" என்று ஒரு பெரிய வெள்ளைத் தாளில் சிகப்புகோபி கொண்டு எழுதி ஒட்டப்பட்டிருந்த விளம்பரத்தை மைமூன் பார்த்தாள்.

"அங்கே என்னமா எழுதி இருக்கு" என்றாள். தலையை உயர்த்திப் பார்த்த ஷாபியா "காந்தி மகானுக்குக் கூட்டம் வச்சிருக்காங்க, எல்லோரையும் வர சொல்லுறாங்கே அதான்."

"நம்மளும் போலாமா?"

"ம்.. போலாம்.."

அந்தநாளை அவள் எப்போதும் மறந்ததில்லை. அன்று அந்திசாயும் நேரத்தில் ஆறுமுகம் மாமா கதவைத் தட்டினார். "மைதீனு... மைதீனு..." அவரின் குரலில் பதட்டம் இருந்தது. அவர் கதவைத் தட்டிய வேகத்தில் எல்லோரும் பதட்டத்தோடு வெளியே வந்த மைதீனிடம் "என்னாச்சு" என்றார்கள்.

"நம்ம காந்தியாரை கொன்னு போட்டாங்களாம்" என்று அவர் சொல்லி முடிக்கும்போது அவரின் வாய் குழறியது. மைதீனின் முகத்தில் அந்தக் குளிர் நேரத்திலும் வியர்த்து நெஞ்சு படபடத்தது. ஊரில் செய்தி பரவி மைதீன் வீட்டின் முன்பு கூட்டம் சேர ஆரம்பித்தது. காந்தியாரின் மரணம் ஊர் சாவாக அறிவிக்கப்பட்டது. காந்தியின் படத்தை மைதீன் வீட்டுத் திண்ணையில் வைத்து மலர் போட்டு எல்லோரும் அதன்முன்பு உட்கார்ந்தார்கள்.

எல்லோர் முகத்திலும் சோகம் அப்பிக்கிடந்தது. மைதீன் வீட்டு முன்பிருந்த வேம்பு மரத்திலிருந்த வேப்பம்பூக்கள் காற்றில் அலைந்துகொண்டிருந்தன. அது எல்லோரின் தலையிலும் விழுந்துகொண்டே இருந்தது. மைதீன் வீட்டில் இருந்த ரேடியோவில் காந்தி மகான் இறப்பு குறித்த செய்தியை வாசிப்பாளர் சொல்லிக்கொண்டே இருந்தார்.

"இந்த மனுஷனையும் கொல்ல மனசு வருமா... படுபாவிக நல்லா இருப்பானுகளா, அவன் குடும்பம் பாடையில போக." மூக்கை சிந்திக்கொண்டே பெரிய அம்மா அழுதுகொண்டிருந்தாள்.

அங்கிருந்த எல்லோருக்கும் நம்ப முடியாத செய்தி, "காந்தியைக் கொல்லுமளவு மோசமானவர்கள் நம் நாட்டில் இருக்கிறார்களா? அந்த முகத்தைப் பார்த்தால் எப்படிக் கொல்ல மனசு

வரும்." எல்லோருக்கும் அந்த கேள்வியே திரும்பத் திரும்ப மனதிற்குள் ஓடிக்கொண்டிருந்தது. "அவரைக் கொன்றது ஒரு இஸ்லாமியர். அவனது பெயர் கையில் பச்சைகுத்தி இருந்தது" என்ற செய்தி ஒருநொடி எல்லோரையும்போல அந்த ஊரையும் அதிர்ச்சிக்குள்ளாக்கியது. திட்டமிட்டு அப்படியொரு பொய்ப்பிரசாரத்தைக் கட்டவிழ்த்துவிட்டு நாடு முழுக்க இஸ்லாமியர்களைக் கொல்லும் திட்டம் தீட்டப்பட்டது குறித்து சிறிது நேரத்தில் ரேடியோவில் பிரதமர் நேரு அறிவித்தார். அவர், "இஸ்லாமியர்களுக்கும் காந்தியைக் கொன்றவர்களுக்கும் எந்த சம்மந்தமும் இல்லை" என்று சொன்னபோதுதான் நிம்மதி வந்தது. நேருவின் பேச்சைத் திரும்பத் திரும்ப ரேடியோவில் ஒலிபரப்பிக்கொண்டே இருந்தார்கள். அந்த பத்து நாட்கள் ஊரில் நடந்த பரபரப்பும் சோகமும் தனது வாபா சரியாகச் சாப்பிடாமல் கிடந்ததும் ஷாபியாவின் நினைவில் வந்து போனது. கடைசியில் அவள்தான் அவளுடைய வாபாவை சாப்பிடக் கூட்டிப்போனாள்.

தனது வாபாவை நினைக்கையில் அவளுக்கு கண்ணீர் அடக்கமுடியாமல் வந்தது. அன்று வீட்டில் காந்திக்கு பத்தாம் நாள் ஃபாத்தியா நடந்தது. மரணமானவர் வீட்டில் அவர் நினைவாக ஃபாத்தியா செய்வது இயல்பு. ஆனால் காந்தியையும் தங்கள் குடும்பத்தில் ஒருவராக நினைத்து ஒவ்வொரு வீட்டிலும் அவரவர் சடங்குப்படி நினைவு கூறப்பட்டது. படுதாதிமா சுபைதாவிடம் பேரன் மைதீன் வெகுநாட்களாய் கேட்ட, "நம்ம இந்த ஊருக்கு எப்படி வந்தோம்" என்ற பழம்பெரும் கதையை தாதி நினைவுபடுத்திப் பாட்டாகப் பாடினாள். அவளது அம்மாவும் நாணியும் எப்படியாவது இருகலூர் சென்றுவிட்டால் போதும் என்று மலைக் காடுகள் வழியாகப் பயணப்பட்டு வந்த கதையை மகள் சுபைதாவுக்கு அவளது அம்மா மைமூன் பாட்டாகச் சொல்லியதை அதே வரிசையில் துவங்கினாள்.

இந்த ஊருக்கு வரும்போது மைமூன் இளம் பெண். பார்க்க ஜன்னத்துல் ஹூருளி[3] பெண் போல அவ்வளவு அழகாக இருந்ததாக அவளே கூறியதாகச் சொல்லும்போது அவளது பொக்கை வாய் எதையோ நினைத்துச் சிரித்தது. பின் முகம் மாறி தனது மெல்லிய குரலில் துவங்கினாள்.

---

3. சொர்க்கத்தில் உள்ள அழகிய பெண்கள்.

5

மம்மது தம்பி, முகம்மது தம்பியும்,
மார்க்கமுள்ள சின்ன வரிசையும்
தர்மகுணவான் இப்ராஹிம் சாகிபும்
தம்பி பிசுமாலு ராவுத்தனும்
கட்டபொம்மு படைக்கு முன்வரிசை போனான்.
கிஸ்தி கேட்டவன் துரைமார் தலையைக்
கொய்து வந்தோம்....
உன் அப்பனும் பாட்டனும் பூட்டனும் மண்ணு நிலைக்க
தன்ன கொடுத்த தீரமக்கா...

அமைதி சூழ்ந்த அந்த அறையில் தாதியம்மாவின் குரல் மட்டுமே ஒரு மெல்லிய இசையைப் போல ஒலித்தது. வயது மூப்பின் குரலில் அவள் சொல்லும் நீண்ட பாடல் அவளின் பூர்வீகத்தையும், அப்போது நடந்த அவர்களின் இடப்பெயர்வையும் பேசியது. அவளின் பாடல் நெடுநாளாகப் பாடப்படாத ஏக்கப் பெருமூச்சில் மிதந்து வந்தது. பாடலின் வழியே கதை இருந்தது. அது அவளின் கதை, அவள் வம்சத்தின் கதை. இன்னும் அணையாமல் தகிக்கும் கங்கின் கதை.

அவளின் பூர்வீகம் சிவகங்கை மாவட்டம் என்று தொடரும் பாட்டிலேயே கம்மிய குரலில், "என்னுடைய படுநாணா[4] யார் தெரியுமா?" என்று சொல்லும்போது அவளின் சுருங்கிய கண்களை விரித்துச் சொன்னாள். அப்போது அவளின் முகத்தில் ஒரு கர்வம் இருந்தது. மருது படையில், படைத்தளபதி இச்சம்பட்டி அவில்தார் ஷேக் உசைனின் வலதுகரமாக இருந்த, வெள்ளை பரங்கியனுக்கு அஞ்சாத மகராசன் என் படுநாணா ஃபைரோஸ்கான் என்றாள். எப்போதும் இல்லாத பெருமை அவள் முகத்தில் அந்நேரத்தில் பரவசமாய்ப் படர்ந்தது.

தாதி சொல்லும் நீண்ட கதையைக் கேட்க குழந்தைகளைப்போல அவளைச் சுற்றி எல்லோரும் அமர்ந்திருந்தனர்.

---

4. அம்மாவின் தாத்தா.

"நம் நாட்டை அடிமைப்படுத்தி வைத்திருக்கும் பரங்கியருக்குப் பாடம் புகட்ட, என் வாப்பாவும் கலந்து கொண்ட ஒரு கூட்டத்தில்தான் நாள் குறிக்கப்பட்டது. பல நவீன ஆயுதங்களோடு இருக்கும் பலம் பொருந்திய வெள்ளையர் படையை மருது படையால் மட்டுமே எளிதில் தோற்கடிக்க முடியாது என்று முடிவு செய்தவர்கள், வெள்ளையருக்குச் சிம்ம சொப்பனமாக இருக்கும் திப்பு சுல்தானோடு இணைந்து போரிட அவருக்குத் தகவல் தந்தனர்.

29.4.1800-இல் திண்டுக்கல்லில் ரகசியக்கூட்டம் கூட்டப்பட்டது. கூட்டத்திற்கு மருது படையிலிருந்து சென்ற குழுவில் படுநாணாவும் இருந்தார். அதில் கோவையில் உள்ள லெப்டினன்ட் கர்னல் மாக்கலிஸ்டர் தலைமையிலுள்ள 5ஆவது படைப்பிரிவு இராணுவக் கோட்டையைத் தாக்குவது என்று முடிவு செய்யப்பட்டது. திப்புவின் படைத் தளபதி கனிஷ்கான் 4000 குதிரைப்படைகளோடு அங்கே வந்து விடுவது என்று முடிவு செய்யப்படுகிறது. ஏற்கனவே சங்ககிரி மலையில் உள்ள திப்புவின் ரகசியக் குகை வழியாக படைகளைக் கொண்டுவரவும், மருது படையில் இருந்த சேக் உசேன் தலைமையில் கெரில்லா தாக்குதல் நடத்தவும் முடிவானது.

தாக்குதலுக்காகக் குறிக்கப்பட்ட 3.6.1800க்கு முன்னதாக, ஏற்கனவே செய்யப்பட்ட முடிவின்படி பல்வேறு இடங்களில் வெள்ளையர்களின் முகாம்கள் குறிவைத்துத் தாக்கப்பட்டன. கெரில்லா தாக்குதலில் ஃபைரோஸ்கான் பல சூட்சமம் தெரிந்தவர் என்பதனால் அவர் தலைமையில் முதல் குழு கோவை நோக்கி நகர்ந்து வந்தது. ஏற்கனவே என் படுநாணியின் அம்மா வழி சொந்தங்கள் இருகலூரில் இருப்பதினால் இரவில் அங்கேயே தங்குவது என்று முடிவு செய்யப்பட்டது. என் நாணா குழு மலையில் பதுங்கியது. முகம்மது ஹசம் தலைமையில் வந்த மற்றொரு குழு தாராபுரத்தை நெருங்கியது." அவள் பேசும்போது மனனம் செய்ததைப் போல வருடங்களைத் துல்லியமாகச் சொன்னாள். அவளிடத்தில் இன்னும் திட்டத்தின் ஆவணம் இருப்பதைப்போலத் தெளிவாகச் சொன்னாள். அவள் மனதின் ஆழத்திலிருந்து பிசிறில்லாமல் வரலாற்றை பாடல் வழியாக எல்லோருக்கும் கடத்தினாள்.

"திட்டமிட்டதைப்போல பல்வேறு இடங்களில் தாக்குதல் நடத்தி வெள்ளையர் படைகள் சிதறடிக்கப்பட்டனர் என்ற நம்பிக்கைதரும் செய்தி வருமென்று எல்லோரும் மகிழ்ச்சியில்

இருந்தார்கள். ஒசூரைச் சேர்ந்த புத்தே முகம்மது படை தாராபுர கிழக்கு எல்லையில் தாக்குதல் நடத்தினார்கள். இச்சம்பட்டி முனனூல்லாகான் தலைமையில் காங்கேயத்தில் வெள்ளையர் படையைத் தாக்கினர்.

தாராபுரத்தில் சந்தேகப்படும்படி ஆட்கள் நடமாட்டம் இருப்பதாக ஒன்றுபட்ட கோவை மாவட்ட தலைமை தாசில்தாருக்குத் துப்பு கிடைத்தது. அதில் இராணுவ மையம் தாக்கப்படும் திட்டம் எப்படியோ ஊர்ஜிதம் செய்யப்பட்டது. அதனால்தான் திடீரென பல்வேறு இடங்களில் தாக்குதல் நடக்கிறது என்று கோவை கலெக்டர் முடிவுக்கு வருகிறார்.

அவர் உத்தரவுப்படி தாராபுரம் முழுக்க உளவாளிகளை விட்டு நோட்டம் விட்டதில் அங்கு பதுங்கி இருந்த முகம்மது ஹசம்மை போலீஸ் கைது செய்தது. அவரோடு இருந்த எல்லோரையும் சுட்டுக்கொல்ல முடிவு செய்யப்பட்டிருந்ததை, அவர்களது நடவடிக்கையில் புரிந்துகொண்ட ஹசம், கண்ணிமைக்கும் நேரத்தில் அவர்களின் பிடியிலிருந்து விலகி மேற்கு நோக்கி ஓட ஆரம்பித்தார். போலீஸ் சிதறாமல் தன் பின்னாலேயே வர "எல்லோரும் தலைமறைவு ஆகிடுங்க" என்று சொல்லிக்கொண்டே மலையை நோக்கி ஓடினார்.

ஒட்டுமொத்தப் புரட்சிப் படைகளும் மேற்கு மலையில்தான் இருக்கிறது என்று போலீஸ் படை அவரின் குரலைப் பின் தொடர்ந்தே ஓடியது. ஆனால் புரட்சிப் படை கிழக்குப் பக்கம் இருந்தது. விரிந்த மரத்தின் வேரடியில் பதுங்கி இருந்த ஹசம்மை பிடித்து மீண்டும் ஓடாமல் இருக்க முதலில் காலை உடைத்தனர். பின்பு மலை முழுக்க மூன்று நாட்கள் தேடியும் ஒருவரையும் காணவில்லை. திட்டமிட்டே ஹசம் வெள்ளையர் படையை மேற்கு நோக்கித் திருப்பிவிட்டதினால் துப்பாக்கிக் கட்டையை வைத்தே எல்லோரும் சேர்ந்து அந்த வீரவேங்கையை அடித்தார்கள். அப்போதும் முழுத் திட்டத்தையும் தெரிந்துகொள்ள முடியாமல் பிரிட்டிஷ் படை திணறியது." தாதி சொல்லும்போது அவளின் குரல் உடைந்து பம்மியது.

"ஹசமை பல கொடுமைகள் செய்தும் ஒரு வார்த்தைகூட அவரிடமிருந்து பெற முடியவில்லை. ஹசம், இருகலூர் மலையில் தங்கியிருந்த என் வாபாவுக்குத் தயாரித்து வைத்திருந்தத் திட்டத்தின் முழுவிபரத்தையும் ஏற்கனவே அனுப்பி வைத்திருந்தார். போலீசிடம் அகப்பட்டுத் தப்பி ஓடி,

மீதமிருந்த ஆவணங்களையும் அழித்துவிட்டு அதன்பிறகே மரப்பொந்தில் பதுங்கினார். ஹசமின் கையையும் காலையும் கட்டி மல துவாரத்தின் வழியாகக் குச்சியை நுழைத்து ஆட்டியும், அவரின் பிறப்புறுப்பில் சீமாறு குச்சியை நுழைத்தும் திட்டம் குறித்து முழுவிபரத்தைப் போலீஸ் கேட்டது. வலியில் 'அல்லாஹ்' என்று அலறினாரே தவிர வேறுவார்த்தைகள் எதையும் அவர் வெளியே விடவில்லை.

ஒருவேளை திட்டம் தோல்வி அடைந்தால், எப்படிக் கேட்டாலும் ஒரு துளித் தகவலைக்கூட வெளியேவிடாத நம்பிக்கையான ஆளே தேவை என்றுதான் முஹம்மது ஹசம் பெயர் கூட்டத்தில் முடிவு செய்யப்பட்டிருந்தது. திட்டத்தின் முழு விபரமும் அவருக்கே தெரியும். அதுவும் சூழல் கருதி முற்றுகைத் தன்மையை மாற்றும் அதிகாரமும் ஹசமுக்கு வழங்கப்பட்டிருந்தது. அவர் அதில் தேர்ந்த நபரும்கூட. கனிஷ்கானுக்கும், இச்சம்பட்டி ஷேக் உசைனுக்கும் நன்றாகத் தெரியும், வெள்ளையர்கள் எவ்வளவு கொடுமை செய்தாலும் அவரிடம் ஒரு வார்த்தை பெற முடியாது என்று. நாளுக்கு நாள் சித்திரவதை அதிகரிக்க ஒருவேளை வலி தாங்காமல் சொல்லிவிடுவோமோ என்று பயந்தார் ஹசம். தேச விடுதலைக்காகப் போராடும் கிளர்ச்சிக் குழுக்கள் என் மீது வைத்திருக்கும் நம்பிக்கையை ஒருபோதும் நான் தகர்த்திடக் கூடாது, நாளை அல்லாவிடம் பதில் சொல்ல வேண்டும். அதற்கு தற்கொலை ஒன்றுதான் தீர்வு. ஆனால் அது மார்க்கத்துக்கு ஹராம் ஆயிற்றே! மார்க்கமா? தேச நலனா? எனும்போது, மார்க்கத்தை விட தேசமே முக்கியம் என்று தனது கழுத்தைத் தானே வெட்டி மரணித்து விழுந்தார் எங்கள் சொக்கத் தங்கம் முஹம்மது ஹசம்." தாதியின் கண்ணில் பூமியைப் பிளந்துவரும் ஊற்றைப்போல கண்ணீர் நில்லாமல் கொட்டியது.

ஒருமுறை தாதி, "முஹம்மது ஹசம் மாதிரி நம்பிக்கைய கெடுக்காத மனுசனா வாழோணும் பேரப்புள்ள" என்று மைதீனுக்கு சொன்ன வார்த்தை இப்போது அவரது நினைவுக்கு வந்தது. அது ஏதோ மார்க்கக் கதைகளின் பெயர் என்று கடந்து போனார் மைதீன். ஹசமின் கதையைக் கேட்ட எல்லோருக்குள்ளும் ஒரு பெரும் பாரம் இறங்கியதுபோல இருந்தது. இருட்டுக்குள் பலரின் விசும்பல் மட்டுமே கேட்டது. விளக்கு ஒளியில் தாதியைச் சுற்றியே வெளிச்சம் இருந்தது.

6

முஹம்மது ஹசம் கதையை தாதி சொல்லி முடிக்கும்போது வீட்டில் எல்லோரும் எதுவும் பேசமுடியாமல் மௌனமாக உட்கார்ந்திருந்தனர். ஃபாத்தியாவுக்கு வந்த ஆறுமுகம் தனது வெள்ளைத் துண்டால் கண்களைத் துடைத்தபடியே அங்கிருந்த மரத்தூணில் தலைசாய்த்தார். அங்குமிங்கும் ஓடிக்கொண்டிருக்கும் வெள்ளைப் பூனை, ஜன்னல் மீது உட்கார்ந்து எந்த சத்தமும் கொடுக்காமல் கண்களை மட்டும் உருட்டிக்கொண்டு அமைதியாக இருந்தது. அதன் பிறகு இராணுவ முகாம் தாக்கப்பட்டதா, மற்ற படைகள் என்ன ஆனார்கள், அவர்களின் நிலை என்னானது என்ற பதட்டமும் வீட்டில் சூழ்ந்திருந்தது. பதட்டத்தை மைதீன்தான் உடைத்தார். அவரின் அருகில் உட்கார்ந்து கொண்டிருந்த ஷாபியா, வாப்பாவின் முகத்தைப் பார்த்து அவரின் கையை அவள் நெஞ்சில் கோர்த்துக் கட்டிகொண்டாள்.

“தாதி அதுக்கு அப்புறம் என்னாச்சு?”

அவளது நினைவு, ரயில்பூச்சியைப்போல பின்னோக்கி மெல்லமாய் ஊர்ந்தது.

“அப்புறம் முஹம்மது ஹசம் பிடிபட்டவுடன் அவரது படையில் இருந்த வீரர்கள், ஒருவேளை இப்படியான சூழல் வந்தால் மாறுவேடத்தில் கலைந்துவிட வேண்டும் என்றும் மீண்டும் அடுத்த தாக்குதலுக்கான அறிவிப்பு வரும்வரை பதுங்கி இருக்க வேண்டும் என்றும் ஏற்கனவே திட்டமிடப்பட்டிருந்தது.

கனிஷ்கானுக்கு சங்ககிரி மலையில் இருந்து தற்காலிகமாகத் திரும்பக் கோரி உத்தரவு வந்தது. திட்டம் தெரிந்ததால் எப்படியும் ஆங்கிலேயர்கள் தங்களது படைபலத்தை அதிகப்படுத்தி இருப்பார்கள். நவீன ஆயுதங்களும் அவர்களிடம் ஏராளமாக இருப்பதினால் நமது பக்கம் உயிர் இழப்புகள் அதிகமாகும் என்றும் வீம்புக்குச் சென்று வீரர்களைப் பலி கொடுக்கக் கூடாது என்றும் முடிவானது. அதனை நாணாவும் ஏற்றார்.

அந்த முடிவு எடுப்பதற்கு இன்னொரு முக்கியக் காரணம் இராணுவ முகாமைத் தாக்குவதற்கு முன்பாக பிரிட்டிஷ் படையைச் சிதறடிக்க பல்வேறு இடங்களில் தாக்குதல் நடத்தியதால், இராணுவ முகாமைத் தாக்குவதே திட்டம் என்பதை ஊர்ஜிதம் செய்த வெள்ளையர்கள், மாவட்டத்தின் எல்லையிலேயே அவர்களை எதிர்த்துப் போரிடுவது என்று எல்லா இடங்களுக்கும் வீரர்களை அனுப்பிய தகவல் வாப்பாவுக்கும் வந்து சேர்ந்தது. அதிலும் சத்தியமங்கலத்தில் புரட்சிப்படைக்கும் கேப்டன் ஜோன்ஸ் தலைமையில் இருந்த படைக்கும் 30.5.1800இல் நடந்த மோதலில், புரட்சிப்படை வீரர்கள் அரிப்பாளையம் மலைக்குப் பின்வாங்கினார்கள் என்ற செய்தி வந்தவுடன், அடுத்த திட்டத்துக்காகத் தற்காலிகமாக இராணுவ முகாம் தகர்ப்பு ஒத்தி வைக்கப்பட்டது.

இராணுவ முகாமைத் தகர்க்க முடியவில்லையே என்று விசனத்துடன் சிவகங்கை திரும்பிய நாணாவுக்கு, ஊமைத்துரையைப் புரட்சிப் படையினர் பாளையம்கோட்டை சிறையை உடைத்து மீட்டார்கள் என்ற மகிழ்ச்சியான செய்தி கிடைத்தது. அப்போது தாதியின் முகமும் மகிழ்ச்சி அடைந்தது.

இராணுவத் தலைமை முகாமையே தகர்க்கப் போட்ட சதித் திட்டம், ஊமைத்துரை மீட்பு, பல்வேறு இடங்களில் தாக்குதல் என்று அடுத்தடுத்து அதிர்ச்சி கொடுத்த கிளர்ச்சியாளர்கள் மீது வெள்ளையர்கள் பெரும் கோபம்கொண்டனர். இதுகுறித்து விசாரித்துக் கடும் நடவடிக்கை எடுக்க, திட்டத்துக்குப் பின்னால் உள்ள கிளர்ச்சியாளர்களின் விபரங்களைச் சேகரித்து எல்லோரையும் கைது செய்ய இரவு பகலாகத் தேடுதல் வேட்டை நடந்தது. மொத்தம் 42பேர் கைது செய்யப்பட்டார்கள். அதில் ஐந்து பேரைத் தவிர அனைவரும் இஸ்லாமியர்கள் என்ற செய்தி வெள்ளையர்களுக்கு அதிர்ச்சியாக இருந்தது. சேலம் கலெக்டர் மாக்லியோட் எல்லோரையும் இராணுவ கோர்ட்டில் விசாரிக்க உத்தரவிட்டார்.

பிரிட்டீஷ் அரசுக்கு எதிராக ஒரு பெரிய குழு செயல்படுவதாகவும் ராஜதுரோகக் குற்றம் செய்ததாகவும் எல்லோரையும் பொதுஇடத்தில் தூக்கிலிட இராணுவ கோர்ட் தீர்ப்பு கொடுத்தது. 'அவர்கள் எங்கெல்லாம் புரட்சி செய்தார்களோ அந்த இடத்தில் பொதுமக்கள் பார்வையில் தூக்கிலிடுங்கள்; அப்போதுதான் இந்திய நாய்கள் எல்லோருக்கும் புத்தி

வரும்' என்று தாராபுரத்தில் 8 பேரையும் சந்தியமங்கலத்தில் 7 பேரையும் கோயம்புத்தூரில் 6 பேரையும் மற்ற 21 பேரை எங்கெல்லாம் பொதுஇடத்தில் தூக்கிலிடத் தோன்றுகிறதோ அங்கெல்லாம் தூக்கிலிடுங்கள் என்று தீர்ப்பு கூறினார். தீர்ப்புப்படி சுதந்திர எழுச்சி இனி தென் பகுதியில் எப்போதும் வரக்கூடாது என்று பொது இடத்தில் தேச வீரர்கள் எல்லோரும் தூக்கிலிடப்பட்டனர்."

இதைச் சொல்லும்போது தாதியின் தொண்டை நடுங்கியது. அவரால் பேச முடியவில்லை. அவளின் உடம்பு நடுங்கியதைப் பார்த்த ஆயிஷா சுக்கு போட்ட பால் கலக்காத தேனீரை எடுத்து வந்தாள். இதற்கு மேல் அவள் பேசுவதை யாருமே விரும்பவில்லை.

"தாதி நீங்க போய்ப் படுங்க. இன்னொரு நாள் மத்ததைப் பேசிக்கலாம்" என்றார் மைதீன். ஆறுமுகமும் "ஆத்தா போய் தூங்குங்க, இன்னொருநாள் சாவகாசமா சொல்லுங்க, எதுக்கு உடம்ப கஷ்டப்படுதீறீங்க" என்றார். ஆனால் உள்ளூர எல்லோருக்கும் மீதியைக் கேட்க வேண்டும் என்ற ஆவல் இருந்தது.

7

ஓய்வு எடுங்கள் என்று அனைவரும் கூறியதால் படுக்கச் செல்வதற்காக தாதி எழுந்தாள். ஆறுமுகத்திற்கு அவரது அப்புச்சி அவர் குழந்தையாக இருக்கும்போது சில கதைகளைச் சொல்லியுள்ளார். "சுலைமான் குடும்பம் லேசுப்பட்டது அல்ல. அவுங்க பாட்டன் எல்லாம் வெள்ளை துரைமாருகள ஓடஓட வெரட்டிய கூட்டம். இந்த ஊருக்கு அவுங்க வந்ததுக்கு நம்ம மண்ணு புண்ணியம் பண்ணிருக்கணும். அவுங்க பூர்வீகம் இங்கதான், பொழப்பு தேடி பலபேரு முன்னால போனதுல இவுங்க குடும்பத்திலேயும் கொஞ்ச பேரு போனாங்க, மீதப்பேரு இங்கனயே இருந்துட்டாங்க. வெள்ளைக்காரன் வெரட்டி வந்ததால மீண்டும் சொந்த ஊருக்கே போனாத்தான் பாதுகாப்புன்னு இங்கயே வந்துட்டாங்க" என்று அப்புச்சி சொன்ன கதை இன்னும் அவர் நினைவில் இருந்தது. மைதீனுக்கும் இப்படித் துண்டு துண்டாகத்தான் தன் குடும்ப வரலாறு தெரியும். இப்போதுதான் ஒரு நீண்ட அறுபடாத கண்ணி கிடைக்கிறது.

தாதி சொன்ன கதையைக் கேட்டதும் ஆறுமுகத்துக்கு மூச்சு வாங்கியது. ஆறுமுகம், "மைதீனு நான் போய் காலை பொழுதுக்கு காட்டுக்கு போக வரேன்" என்று தானும் கிளம்ப ஆயத்தமானார்.

தாதிக்கு ஒரே மூச்சில் சொல்லிவிட்டால் ஆண்டுகளாய் தூக்கிச் சுமந்த கதையை இறக்கிவைத்த நிம்மதி வருமென்று தோன்றியது. "காலை வரேன் என்று சொல்லிவிட்டுப் போகிறான் ஆறுமுகப் பேரப்புள்ள. காலை யாருக்கு நிச்சயம். எழுந்தால்தான் அன்றைய பொழுதுண்டு" என எண்ணியவள், "ஆறுமுகம் கொஞ்சம் நில்லு, ஜோலி எதுவும் இல்லையில்ல, கொஞ்சம் உட்காரு போவோம்" என்று நிறுத்தினாள்.

"அதுதான் சுதந்திரம் கிடச்சாச்சே, இனி எல்லாத்தையும் மனசுக்குள்ள வச்சு என்ன செய்யப்போறேன். இறக்கி வச்சுட்டு தூங்கப்போறேன்" என்றவளை பேசவைக்க யாருக்கும் விருப்பம்

இல்லாதபோதும் வெகுநாளைக்குப் பிறகு இன்றுதான் தாதி பழைய கதையைப் பேசுகிறாள். அவளுக்குள் நூற்றாண்டு தாண்டி புதைந்துபோன, இதுவரை யாரும் கேட்டிராத இந்த உண்மைக் கதையை அவள் சொல்லும்போதே கேட்டுவிட வேண்டும் என்ற ஆவல் எல்லோருக்கும் மேலிட்டது. விட்ட இடத்திலிருந்து மீண்டும் தொடங்கினாள்.

“நாணா ஃபைரோஸ்கான், மருது படையில் மறைந்திருந்து தாக்கும் படைப்பிரிவின் பொறுப்பாளர். பலமுறை சிவகங்கை கோட்டையைக் கைப்பற்ற நடந்த போரில் ஷேக் அகமது கொடுத்த வியூகத்தை அப்படியே நிறைவேற்றி ஆங்கிலேயனை ஓடஓட விரட்டி அடித்தார். மருது சகோதர்களின் நம்பிக்கை நாயகனான இச்சம்பட்டி அமிர்தார் ஷேக் உசைன் போர்க் கலையில் அபாரமாக இருந்தார். அவருடைய படையின் வலிமையால் மருது கோட்டையை எதிர்கொள்ள முடியாமல் வெள்ளையர் படை திணறியது. அவரின் போர் செய்யும் ஆற்றல் ஆங்கிலேயருக்குப் பெரும் நெருக்கடியைக் கொடுத்தது. மருது சகோதரர்கள் மீது இருக்கும் அதே கோபம் ஷேக் உசைன் மீதும் இருந்தது.

எல்லையைத் தகர்த்தால்தான் சிவகங்கை கோட்டையை நெருங்க முடியும். ஆனால் எல்லையைக் கடப்பதே பெரிய சவாலாக இருந்தது. எப்படி நுழைந்தாலும் எங்கிருந்தாவது ஒரு தாக்குதல் மறைமுகமாக வருவது எப்படி என்ற வெள்ளையர்களின் குழப்பத்திற்கு, கெரில்லா போர் முறையில் சிறந்து விளங்கும் ஷேக் உசைனின் நண்பன் நாணா ஃபைரோஸ்கான் எல்லைப் பொறுப்பில் உள்ளான் என்ற விடை கிடைத்தது. வளரியை வீசுவதில் சின்னமருது அய்யா பெரிய கெட்டிக்காரர். அவரிடமிருந்து அந்த வித்தையை நாணாவும் கற்றிருந்தார்” என்று சொன்னவள், ஆயிஷாவிடம் வீட்டின் பரண்மேல் வளரி இருப்பதை நினைவூட்டினாள். அது பாதி பிறையைப் போல இருப்பது வீட்டில் எல்லோருக்கும் தெரியும். அவ்வப்போது தாதி அதனை எடுத்துப் பார்த்து முத்தம் கொடுத்து மீண்டும் பரணில் வைப்பாள்.

“கோயம்புத்தூர் இராணுவக் கோட்டை முற்றுகைக்கு வாப்பாவின் படை மலைக் குகையில் காத்திருந்த செய்தி வெள்ளையர்களுக்கு இன்னும் அதிர்ச்சியாக இருந்தது. ஒருவேளை அவர்கள் நுழைந்திருந்தால் அரசுக்கு எவ்வளவு

பெரிய இழப்பு ஏற்பட்டு இருக்கும். பெரும் ஆயுத முகமை எதிரிகளின் கைக்குள் போயிருக்கும். ஓ மை காட்" என்று ஜெனரல் அக்னு சொல்லியதை தாதி பெருமையோடு சொன்னாள். அப்போது அவளின் பேச்சில் ஒரு நகைப்பு இருந்தது.

"ஏற்கனவே, கட்டபொம்மன் தூக்கிலிடப்பட்ட பின்னர் அவரது தம்பி ஊமைத்துரைக்கு அடைக்கலம் கொடுத்த கோபத்தில் வெள்ளையர் படை இருந்தது. இதில் கோயமுத்தூர் இராணுவ முகாம் திட்டத்திலும் மருது படை இருப்பதைத் தெரிந்து கொண்ட பிரிட்டிஷ் கம்பெனி சிவகங்கை கோட்டையை எப்படியேனும் தகர்ப்பது என்று முடிவு செய்து பெரும் படையை இறக்கியது.

மறைந்து தாக்கும் கெரில்லா சுவரைத் தகர்த்துவிட்டால் எளிதாக மருது கோட்டையைக் கைப்பற்றி விடலாமென்று ஆங்கிலேயர்கள் திட்டம் போட்டதில் அவர்களுக்குத் தடையாக இருந்தது நாணாவின் படைதான். முதலில் ஃபைரோசை கொல்ல வேண்டுமென்று முடிவெடுத்து மூன்றுமுறை வாப்பாவை கொல்வதற்காகப் போட்ட திட்டம் அனைத்தும் நொறுங்கிப் போனது. அவர்களின் திட்டத்தை முன்னமே தெரிந்துகொண்ட நம்ம மருது படை அதை முறியடித்தாங்க" என்று சொல்லி நிறுத்திய தாதி அருகிலிருந்த தண்ணீரை எடுத்துக் குடித்து திரும்பவும் துவங்கினாள்.

"வெள்ளையர்கள் அவர்களின் அனைத்துப் படைகளையும் காளையார் கோவில் நோக்கிக் கொண்டுவந்து குவித்தனர். இம்முறை பல வியூகங்களை வகுத்துப் போர் தொடுத்தனர். வெள்ளையர்கள் மூன்று கர்னல்களோடு மூன்று பகுதிகளிலிருந்து தாக்கினார்கள். அப்போது மறைந்திருந்து தாக்கும் பிரிவுக்குப் பொறுப்பாக இருந்த நாணாவும் அவரது பெரிய மகனும் மருமகன்களும் யாரோ ஒருவரின் துப்பு மூலம் மர்மமான முறையில் கொல்லப்பட்டார்கள் என்ற செய்தி எங்கள் நாணிக்கும் கம்பெனிக்கும் வந்தது.

வெகு நாட்களாக கட்டுப்படுத்த முடியாத பகுதியாக சிவகங்கை இருந்ததினால் இந்தமுறை பெரும் படையை எல்லை முழுக்க வெள்ளையர் குவித்து வைத்திருந்தனர். தொடர்ச்சியான தாக்குதல்களினாலும் வெளியே இருந்து எந்த உதவியும் பெற முடியாதளவு எல்லைகள் பிரிட்டிஷ் போலீஸால் சுற்றி

வளைக்கப்பட்டதாலும் தொடர்ந்து போரிட முடியாதளவு மருதின் படை பலம் குன்றி வந்தது. அடுத்த ஒருசில நாட்களில் மருதுவின் உதவியாளன் கருத்தானால் காட்டிக்கொடுக்கப்பட்டு சின்ன மருது சுடப்பட்ட பின்னர் மருது சகோதரர்கள் இருவரையும் கைது செய்து தூக்கிலிட்டார்கள். மருது அய்யாவின் உடலைத் திருப்பத்தூரிலும், தலையைக் காளையார் கோவிலிலும் அடக்கம் செய்தனர். ஆங்கிலேயர்களைப் பகைத்துக்கொண்டால் அதன் விளைவு படுமோசமாக இருக்கும் என்று சொல்லவே தலைவேறு உடல் வேறாகப் புதைக்கப்பட்டது" என்று தாதி சொல்லி முடிக்கும்போது ஆங்கிலேயன் எப்படியெல்லாம் நமது முன்னோர்களை வதைத்துள்ளான் என்று எல்லோரும் அந்த நிகழ்வைத் தங்களுக்குள் ஒரு காட்சியாக நகர்த்திப்பார்த்தார்கள்.

"வெள்ளையர்கள் மருது சகோதரர்களின் குடும்பத்தைச் சேர்ந்த அனைவரையும் கூண்டோடு அழிக்க முடிவு செய்தார்கள். ஆனால், அதில் ஒருவரை மட்டும் விட்டுவைத்தார்கள். அது சின்னமருதுவின் மகன் துரைசாமி. அவனையும் போரில் சிம்ம சொப்பனமாக இருந்த ஷேக் உசைனையும் சேர்த்து மொத்தம் 72 பேர் 'பினாங்' தீவுக்கு நாடு கடத்தப்பட்டார்கள்.

"மருது படைப்பிரிவைச் சேர்ந்த எல்லாக் குடும்பத்தினரையும் வெள்ளையர்கள் தேடித் தேடி வேட்டையாடினார்கள். அப்போது அவர்களுக்கு மிகத் தாமதமாக ஒரு குறிப்பு கிடைத்தது. நாணா ஃபைரோஸ்கானின் பாதுகாப்பில் சில ஆவணங்கள் இருப்பதாகவும், அதில் இராணுவ முகாமைத் தாக்கும் சில திட்ட ஆவணங்கள் முஹம்மது ஹசம் மூலம் வாப்பாவின் கைகளுக்கு வந்ததாகவும், அடுத்த முற்றுகைத் தேதி, எங்கிருந்தெல்லாம் படைகள் வருகின்றன போன்ற அனைத்து விபரங்களும் அந்த ஆவணத்தில்தான் உள்ளன என்றும் மருது படையில் இருந்த ஒற்றன் மூலம் ஆங்கிலேயர்கள் தெரிந்து கொண்டார்கள்." தாதி சொல்லச் சொல்ல "ம்ம்" என்ற சத்தம் மட்டுமே பதட்டத்துடன் அங்கே எழுந்தது.

"நாணாவும் அவரின் பெரிய மகனும் அவரின் அக்கா மகன்களான இரு மருமகன்களும் கொல்லப்பட்டு விட்டார்கள் என்று உறுதி செய்யப்பட்ட தகவல் வந்ததுள்ளது. நாணாவிடம் இருந்த ஆவணங்களைக் கைப்பற்றும் நோக்கத்தோடு வெள்ளையர்கள் எப்போது வேண்டுமென்றாலும் எங்கள்

குடும்பத்தை தேடி வரலாமென்றும் உடனே வேறு ஊருக்குக் கிளம்புமாறும் நாணாவின் நண்பர் பக்கிரிசாமி சொல்லியுள்ளார். நேர் பாதையில் போகவேண்டாம் என்று மருது படையில் இருந்த சில வீரர்களை மாறுவேடத்தில் துணைக்கு அனுப்பி வைத்தார். அவர்களிடம் அகப்பட்டால் கொலை செய்யப்படவோ அல்லது பினாங்கு தீவுக்கு நாடு கடத்தப்படவோ வாய்ப்பு உள்ளதாகப் பேசிக்கொள்கிறார்கள் என்று அவர் சொன்ன செய்திதான் என் அம்மாவுக்கும் நாணிக்கும் கவலையாகவும் அதிர்ச்சியாகவும் இருந்தது.

வெள்ளையர் படைகள் தங்களது ஒற்றர்களை வைத்து எங்கள் குடும்பம் எங்கே இருக்கிறது என்று கண்காணிக்க உத்திரவிட்டது. அவர்களின் நோக்கமே நாடு கடத்துவதாக இருந்தது. இறந்தால் இந்த மண்ணிலேயே இறப்போம்; நாடு கடத்த அனுமதிக்க மாட்டோம் என்று எனது அம்மாவும் நாணியும் சிறுவனாக இருந்த அம்மாவின் தம்பியும் காட்டு வழியே வந்தார்கள். காட்டுப் பயணத்தில் ஏதோ பூச்சி கடித்து தம்பி இறந்துபோனான். அவனை எப்படியாவது காப்பாற்றி விடலாம் என்று முயன்ற மருது படை ஆட்கள், மூலிகைகளைக் கொண்டு வைத்தியம் பார்த்தபோதும் தம்பியைக் காப்பாற்ற முடியவில்லை என்று அம்மா அழுத குரல் இன்னும் என் காதில் கேட்கிறது" என்று தாதி சொல்லும்போது, தாதிக்கும் தனது அம்மாவின் முகம் நினைவில் வந்து போனது. அம்மா மைமூனின் நினைவு ஏக்கமாக இருந்தது.

"பல கொடுமைகளைத் தாண்டி, பல ஊர்களில் தலைமறைவாகத் தங்கியிருந்து கடைசியாக இங்கே வந்து சேர்ந்தோம்" என்று தாதி பேசி முடிக்கும்போது மூச்சை இழுத்து விட்டாள். அவளின் மூச்சுக் காற்றில் தாதியின், அம்மாவின், தனது என்று மூன்று பேர்களின் வெப்பம் இருந்தது.

கெரில்லா போர்த் தந்திரம், வெள்ளையர்களுக்கு எதிராக வியூகம் அமைத்த குறிப்பின் ஆவணங்கள் மற்றும் மூன்று பாதாள ஆயுதக்கிடங்குகள் பற்றியக் குறிப்புகள் அனைத்தும் ஃபைரோஸ்கான் வசம் இருந்தன. பல ஆண்டுகளுக்குப் பிறகு, ஊரில் சிலர் அப்போது அதனைப் பார்த்ததாகவும் அதனைக் கைப்பற்றவே வெள்ளையர்கள் படை, ஃபைரோஸ்கான் குடும்பத்தை விரட்டி உள்ளனர் என்ற பேச்சும் இன்னும் அந்த கிராமத்தில் உலவிக்கொண்டு இருக்கிறது. எவ்வளவு ஆண்டுகள்

ஆனாலும் அழிந்து போகாதவாறு பத்திரமாக மலையில் புதைத்து வைக்கப்பட்டுள்ளதாகவும், அது கூடவந்த மருது படை வீரர்களுக்கும் நாணாவுக்கும் மைமூனுக்கும் மட்டுமே தெரிந்த ரகசியம் என்றும், அது பாதுகாப்பாக இன்னும் இருக்கிறதா? என்று மைமூன் இரண்டுமுறை நம்பிக்கையான இரண்டு ஆட்களோடு போய்ப் பார்த்துவந்ததாக வேறொரு கதையும் தாதியின் வசம் இருந்தது. அவள் நினைவில் இருப்பதைச் சொல்லி முடிக்கும்போது மீண்டும் குரல் தளர்ந்து அழுதாள்.

"ஏன் தாதி என்னாச்சு, அழுவாதீங்க" என்றார் மைதீன்.

"ஒன்னுமில்ல என் அம்மா, பாவா நினைப்பு வந்துச்சு. இங்க வந்துதான் என் அம்மாவுக்கு கல்யாணம் நடத்துச்சு. நான் பொறந்தேன், இப்போ போய்ச் சேரர காலமும் ஆச்சு. நம்ம குடும்பமே நாட்டுக்காகப் போராடுன குடும்பம். உன்னோட பாட்டன், பூட்டன், வாபா, நாணா வரை எல்லோரும் இந்த நாட்டுக்காக வாழ்ந்து மௌத்தானவங்க. அதை எப்போதும் மறந்திடாதே" என்று முடித்தாள்.

சுலைமான் தன் பெரிய படுதாதியை நினைவுபடுத்தியே அப்பெயரைத் தனது மகனுக்கு வைத்தார். நீண்ட வரலாற்றை இவ்வளவு ஆண்டுகள் பத்திரமாகத் தூக்கிச் சுமந்து வந்துள்ளார் தாதி. இவ்வளவு காலம் அவள் இதனைச் சொல்லியதே இல்லை. இன்று அவளுக்குச் சொல்லத் தோன்றியதே எல்லோருக்கும் ஆச்சரியமாக இருந்தது. தூங்க எழுந்து போனவளை, "பெரிய ஆத்தா ஒரு நிமிஷம், என்னை ஆசீர்வதீங்க" என்று அவளது காலைத் தொட்டுக் கும்பிட்டார் ஆறுமுகம். அவர் தலையைத் தடவி "நல்ல இருப்பா" என்றுசொல்லி புன்னகைத்துவிட்டுப் போனாள்.

தாதி கையில் எப்போதும் உருட்டிக் கொண்டிருக்கும் பச்சை வண்ண தஸ்பீஸ் மணிகளை வைத்து "அல்லாஹ் அக்பர்" சொல்லிக்கொண்டு இருந்தாரா...? இல்லை இந்த வரலாற்றுப் பாடலைத் திரும்பத்திரும்பச் சொல்லி மனனம் செய்து கொண்டு இருந்தாரா? இவ்வளவு நேர்த்தியாகத் தனது ஆழ்மனதிலிருந்து பிசகாமல் சொல்லியது மைதீனுக்கு ஆச்சரியமாக இருந்தது. அவர் அம்மா சொல்லியதை அடுத்த தலைமுறைக்குப் புனைவு இல்லாமல் கடத்துகிறார் என்று ஆயிஷா நினைத்துக் கொண்டாள்.

காலைப்பொழுது எல்லோருக்கும் விடிந்தபோதும் தாதிக்கு மட்டும் விடியவில்லை. ஊரே மைதீன் வீட்டு முன்பு கூடியிருந்தது. "கலிமா சகாதத்" சொல்லியபடி தாதியின் மையத், ஊர்த் தோளின் மீது புதைகாடு நோக்கிப் போனது. ஆயிஷாவை பிடித்து ஷாபியா அழுது கொண்டிருந்தாள். ஷாபியாவை அணைத்து ஆயிஷா அழுதாள். அன்று தாதியின் மௌத், அவர் வீட்டைத் தாண்டி ஊரில் எல்லோரையும் கலங்கடித்திருந்தது. மௌத் செய்தி கேள்விப்பட்டு பல கட்சிக்காரர்கள் வந்தார்கள். காங்கிரசு கட்சியிலிருந்து சில தலைவர்களும் வந்தார்கள். போலீஸ் தாக்குதலில் அடிபட்டிருந்தபோது சுலைமானைப் பார்க்க வந்திருந்த பழைய ஈரோட்டுச் சேர்மன் ராமசாமி, அதன்பிறகு இன்றுதான் தாதியின் மௌத் செய்தி கேட்டு வந்திருந்தார்.

ஷாபியாவுக்குத் தாதியின் மௌத்தும் தொடர்ந்து வந்த மைதீன் மௌத்தும் நினைவில் நிழலாடியது. 'எப்படியிருந்த குடும்பம்! நாம இப்படி இங்க வந்து கிடக்க வேண்டியதாயிடுச்சே' என்று விசனப்பட்டாள். வெயில் மேற்கில் நன்றாக இறங்கிக்கொண்டிருந்தது. பள்ளியின் தலைவர் சைக்கிளில் வந்தார். வெள்ளை ஜிப்பா, அடர்ந்த தாடியுடன் மாநிறத்தில் இருந்தார். அவரைப்பார்த்தவுடன் ஒரு தயக்கத்தோடு ஷாபியா எழுந்து நின்றாள். அவர்களைப் பார்த்தபோதே தலைவருக்குத் தெரிந்துவிட்டது பள்ளியில் குழந்தையைச் சேர்க்க வந்துள்ளார்களென்று. ஷாபியாவின் குடும்ப விபரங்களைக் கேட்ட தலைவர் அதன்பின்பு எதையும் கேட்காமல் பள்ளியில் இருந்த பல்வேறு நடைமுறைகளையும் ஷாபியாவுக்காகத் தளர்த்தி மதரஸாவில் சேர்த்தார். பெண் குழந்தைகளைப் பார்த்துக்கொள்ள ஆலிமாகவும் அம்மாவாகவும் கம்ரூண்ணிஷா இருந்தாள்.

சுதந்திரத்துக்காகப் போராடிய பல முசல்மான் குடும்பங்கள் போல இவர்களும் அந்த ஊரில் முக்கியமான குடும்பம், ஏதோ நெருக்கடியில் வந்துள்ளார்கள் என்று புரிந்துகொண்டார் தலைவர். அதற்காகத்தான் நடைமுறைகளையும் தளர்த்தினார். ஷாபியாவைப் பார்க்கையில் தலைவருக்குப் பெரும் சங்கடமாக இருந்தது. ஷாபியா சொல்லும் விபரங்களை மட்டும் கேட்டு எழுதிக்கொண்டார். கூடுதலாக எதையும் கேட்கவில்லை. கேட்டுச் சங்கடப்படுத்த அவர் விரும்பவில்லை.

குழந்தையின் பெயரை எழுத அவரின் தலையை உயர்த்தி "குட்டி உன் பேரென்ன" என்றார். அவள் திரும்பி அம்மாவைப் பார்த்தாள். "கேட்கிறாங்ள சொல்லுமா" என்றாள் ஷாபியா.

குழந்தை தலைவரின் முகம் பார்த்து "என் பேரு மைமூன்" என்று சொன்னாள். ஷாபியா தனது பெரிய தாதியின் நினைவாகவும், அவளது வாப்பா மைதீனின் நினைவாகவும் அந்தப் பெயரைக் குழந்தைக்கு வைத்திருந்தாள். வாப்பாவின் பெயரை வைப்பதாக அவரிடமே சொல்லவில்லை. வாயில் மெக்காவின் ஜம்ஜம் தண்ணீர் ஊற்ற வந்த ஹஜ்ரத்திடம்தான் முதன்முதலில் வாயைத் திறந்தாள். அதுவரை மகளுக்கு என்ன பெயர் வைக்கப் போகிறாய் என்று யார் கேட்டும் சொல்லவில்லை. அப்போது அவளது வாப்பா மைதீனுக்கு உச்ச சந்தோசம். ஆனால் வெளிக்காட்டவில்லை. மௌனமாகச் சிரித்துக் கடந்துபோனார்.

8

மாலைநேர மக்ரீப் தொழுகைக்கான பாங்கொலி பள்ளியின் மினாரில் கட்டப்பட்டிருந்த ஒலிப்பெருக்கியில் அப்பகுதி முழுக்க எதிரொலித்தது. மினாரில் குடும்பம் நடத்திவந்த ஆயிரக்கணக்கான புறாக்கள் பாங்கோசை கேட்ட மாத்திரத்தில் ஒருசேரப் பறந்தன. ஒரு சுற்றுச் சுற்றி பாங்கொலி நின்றவுடன் மீண்டும் வந்து மினாரில் அமர்ந்தன.

புறாக்களின் ஓயாத சத்தமும் தாய்ப் புறாக்கள் குஞ்சுகளைக் கொஞ்சும் அழகும் எப்போதும் கோட்டைப் பள்ளியில் இருந்துகொண்டேயிருக்கும். மைமூனுக்குப் பொழுது போகவில்லை என்றால் புறாக்களைப் பார்ப்பது வாடிக்கை. பள்ளிக்கு வந்த முதல் நாளில் மதரஸாவின் முற்றத்திலிருந்த மாமர நிழலில் உட்கார்ந்திருந்தபோது அம்மாவிடம் "நாமும் ஊரில் புறா வளர்க்கலாம் அம்மா, எவ்வளவு நல்லா இருக்கு, படப்படானு அடிச்சி பறக்குது" என்று சொன்னாள். அவளும் "ஆகட்டும் ராசாத்தி" என்று மட்டும் தலையாட்டினாள்.

வெகுநேரம் புறாக்களையே பார்த்துக்கொண்டிருந்தவளுக்குத் தனது அம்மாவிடம் பேசிக்கொண்டிருந்த ஞாபகம்வர அழ ஆரம்பித்தாள். கூடப் படிக்கும் சக பிள்ளைகள்தான் அவளை சமாதானம் செய்தார்கள்.

பெரும்பாலும் பிள்ளைகளின் படிப்புக் காலம் முடிந்தவுடன் அவர்களது குடும்பத்தினர் வந்து அழைத்துப் போனார்கள். சிலர் பிள்ளைகளை அவ்வப்போது வந்து பார்ப்பதும் பின்னர் வராமல் போவதும் வாடிக்கை. அது பள்ளிக்கும் தெரியும். அவர்கள் குடும்பத்தினர் வரவில்லை என்றால் அதனைப்பற்றி பள்ளி கவலைப்பட்டது இல்லை.

தாய், தகப்பன் இல்லாத பிள்ளைகள் அல்லது குடும்பச்சூழல் காரணமாக வளர்க்கமுடியாத பிள்ளைகளே பள்ளியில் இருந்தனர். குடியானவர்கள் "அது தாய் தகப்பன் இல்லாத பிள்ளைகளின் அனாதை மடம்" என்ற ஒரு வார்த்தையில்

சொல்லிவிடுவார்கள். பிள்ளைகள் படித்து முடித்த பின்பு அவளது பருவ வயதுவரை பிள்ளையின் குடும்பத்தினர் யாராவது வருகிறார்களா என்று பள்ளி நிர்வாகம் காத்திருக்கும். இல்லை என்றால் அவர்களின் எதிர்கால வாழ்வைக் கருத்தில்கொண்டு பிள்ளைகளுக்கு நல்ல மாப்பிள்ளை பார்த்து பள்ளியே நிக்காஹ் செய்து கொடுத்துவிடும். பள்ளி ஆதரவற்ற குழந்தைகளுக்கான மதரஸாவாக இருப்பது அந்தப் பகுதியில் எல்லோருக்கும் தெரியும்.

ஷாபியா, மைமூனை மதரஸாவில் விட்டுச் சென்றபின்பு மாதாமாதம் வந்து பார்த்தாள். அவள் வரும்போது மகளுக்கு இனிப்பும் புதுத் துணிகளும் வாங்கி வந்தாள். அம்மா வந்த நாட்களில் அவள் முகம் தெளிந்த நிலவைப் போல பற்கள் தெரிய விரிந்து இருக்கும். அம்மா போன மறுநொடியே முகம் காற்றுப்போன பலுனாய்ச் சுருங்கிப் போகும். அங்குள்ள பலரையும் யாரும் பார்க்க வராதபோது அவளது அம்மா மட்டும் வந்துபோனது பெரும் ஆறுதலாக இருந்தது.

எல்லோருக்கும் சேர்த்தே தின்பண்டங்களை ஷாபியா வாங்கி வந்தாள். ஷாபியா வந்தால் அங்குள்ள பிள்ளைகளுக்கும் தின்பண்டங்கள் கிடைக்கும். ஷாபியா வந்த நொடியே பிள்ளைகள் எல்லாம் அவளைச் சூழ்ந்துவிடுவார்கள். பிள்ளைகளை ஒருநாளும் ஷாபியா ஏமாற்றியதில்லை. எல்லோரிடமும் கதைபேசுவாள். வாங்கிவந்த தின்பண்டங்களை ஆசையாக மகளுக்கு ஊட்டிவிடுவாள். “அம்மா நம்ம எப்போ வீட்டுக்குப் போவோம்?” என்று வரும்போதெல்லாம் இந்தக் கேள்வியை மைமூன் கேட்டுக்கொண்டே இருந்தாள். “சீக்கிரம் போலாம் ராசாத்தி. இன்னும் கொஞ்ச நாள்ல. நமக்கு ஆண்டவன் சீக்கிரம் வழிபண்ணுவான், நீயும் படிப்ப முடிச்சுடுவே, அதையே நெனச்சு கலங்கி உட்காராதே. நீ மைதீன் பாஷா பேத்தி, வெள்ளகாரனையே கேள்வி கேட்ட, வெரட்டிய குடும்பம். எப்போதும் தைரியமா இருக்கணும்.” மைமூனின் குட்டித் தலையை வருடியபடியே சொன்னாள். அவளின் கனிவுப் பேச்சே அவளுக்கும் போதுமானதாக இருந்தது.

மகளுக்குத் தலைசீவி, பவுடர்போட்டுவிட்டு அழகாய் எடுத்த இரண்டு புகைப்படங்களில் ஒன்றை மகளுக்காக வாங்கிவந்த புதுப்பெட்டியில் ஷாபியா வைத்தாள்.

மதரஸாவின் கொய்யா மரத்தில் ஓடிக்கொண்டிருக்கும் அணில், கிளை உச்சியில் உட்கார்ந்து எப்போதெல்லாம் வாலைத் தூக்கி "கீச்..கீச்.." ஒலியை எழுப்புகிறதோ அப்போதெல்லாம் அம்மா வருவதாக மைமூன் நினைத்தாள். அந்த "கீச்" சத்தம் அம்மா வருவதற்கான சமிக்ஞையாக இருந்தது. அன்று அவளுக்கு கொண்டாட்ட மனநிலை தொற்றிக்கொள்ளும். மாதாமாதம் வந்தவளது வருகை இரண்டு மாதத்திற்கு ஒருமுறையானது, பின்னர் மூன்று மாதத்திற்கு ஒருமுறையானது. கீச்கீச் ஒலிக்கும் அம்மாவின் வருகைக்கும் சம்மந்தம் இல்லாமல் போனது. அவள் வரும் ஒவ்வொரு மாதமும் அவளின் உடல் சுருங்கிக் கொண்டே இருந்தது. பின்னர் ஷாபியாவின் வருகை அப்படியே நின்று போனது. அணிலின் சத்தம் மட்டுமே இருந்தது.

மைமூனுக்கு, ஷாபியாவின் முகம் கொஞ்சம் கொஞ்சமாக மங்கலானது. காற்றில் மறைந்து விடும் கோலம்போல அம்மாவின் முகம் மைமூனுக்குக் கரைய ஆரம்பித்தது. அது மைமூனுக்குத் தாங்கமுடியாத ரணமானது. தனது அம்மாவுக்கு என்னவானது என்று நினைத்து தனியாக அழுதாள். சில நேரம் தனியாகத் தவிக்கவிட்டுப் போனதை நினைத்து கோபமும் வந்து போனது.

மார்க்கக் கல்விக்கான காலம் முடிந்தபின்பும் யாரும் கூட்டிப்போகாத சில குழந்தைகளைப்போல மைமூனைக் கூட்டிப்போக ஷாபியா வரவில்லை. அங்கேயே இருந்தவளுக்கு மதரஸாவே வீடானது. அம்மாவின் முகம் மங்கலாகவே இருந்தது. தனது உறவுகளைப் பற்றியோ ஊரைப் பற்றியோ எதுவும் தெரியாது. தனது அம்மா திட்டமிட்டு அனாதையாக்கி விட்டாள் என்று புலம்பினாள். "அம்மாவின் பெயர் ஷாபியா, அவள் அடிக்கடி சொல்லும் மைதீன் பாஷா பேத்தி, வெள்ளைக்காரனை விரட்டிய குடும்பம்." அவளுடைய குடும்பத்தைப் பற்றி அவளுக்குத் தெரிந்ததெல்லாம் இவ்வளவு மட்டுமேதான்.

9

மருத்துவமனையில் கேன்சர் முற்றிய நிலையில் உடல் மெலிந்து போய் உட்கார்ந்து இருந்தாள் ஷாபியா. வெள்ளைக்காரன் கட்டிய பழைய கட்டடம் என்பதற்கான எல்லா அடையாளங்களும் அங்கே இருந்தது. தொடர்ச்சியாக அவள் சிகிச்சை எடுத்தும் இந்த நோய்க்கான போதிய மருந்து இல்லாததினால் நோய் முற்றிய நிலையில் இருந்தாள். மைமூனைப் பற்றிய கவலை அவளுக்கு அதிகமாக இருந்தது. மகளை மதரஸாவில் விட்டுவந்து மூன்று வருடங்கள் கடந்திருந்தன.

மூன்றரை வருடங்களில் பத்துப் பன்னிரெண்டு முறைக்கும் குறைவாகவே மகளைப் பார்க்க மதரஸா போயிருந்தாள். கடைசியாகச் சென்று ஒருவருடத்துக்கும் மேலாகிப்போனது. மகளின் எதிர்காலம் குறித்த கவலை அவளுக்கு அதிகமிருந்தது. நாளுக்குநாள் நோய் முற்ற, மகளைப் பார்ப்பதைத் தவிர்த்து வந்தாள். ஒருவேளை தொற்றுநோய் போல மகளுக்கும் பரவி விட்டால் என்ன செய்வது என்ற கவலையில் மதரஸா போவதை அப்படியே நிறுத்திக் கொண்டாள். ஆனால் அவள் மனம் முழுக்க மகளின் நினைவே நிறைந்திருந்தது.

எல்லாம் சரியானபின்பு அவளை அழைத்துக்கொண்டு ஊருக்கே போகலாம், எது நடந்தாலும் அங்கேயே நடக்கட்டும் என்று முடிவு செய்திருந்தாள். மதரஸா செல்லும் ஒவ்வொரு முறையும் ஊருக்குப் போவது குறித்துக் கேட்டுக்கொண்டே இருந்த மகளின் கேள்வி அவள் நெஞ்சுக்குழிக்குள் திணறிக்கொண்டிருந்தது. முதல் முறையாகத் தனது ஊரை விட்டு வந்ததற்காக வருந்தினாள்.

“காலகாலமா பொட்ட புள்ளைகளுக்கு சொத்து கொடுக்கிற பழக்கம் இல்ல, நல்லபடியா வேற ஒரு கல்யாணம் பண்ணிக் கொடுக்க தயாராகத்தானே இருக்கேன். காடெல்லாம் கொடுக்க முடியாது” என்று மைமூனின் அண்ணன் அன்வர், அம்மாவிடம் பேசியது அன்று அவளுக்கும் கேட்டது. தனது வாப்பா

இல்லாததை நினைத்து அழுதாள். அவர் மட்டும் உயிரோடு இருந்திருந்தால் இப்படிக் கூனிக்குறுகி நிற்க வேண்டியதில்லை என்று வருந்தினாள்.

“ஒரு அம்மா, பாவாவுக்குப் பொறந்த குழந்தைங்க எல்லோரும் ஒண்ணுதானே. அதில என்ன பையன் பெருசு, புள்ள சிறுசுனு. அப்படியெல்லாம் பெத்ததை பிரிச்சு பார்த்தா நாளைக்கு மனசாட்சி முன்னாடியும் ஆண்டவன் முன்னாடியும் தலை குனிஞ்சு நிற்கணும்.” மைதீனின் கூடப் பிறந்த பெண்களுக்கு சொத்து கொடுக்க வேண்டியது இல்லை. அதுதான் முறை என்று உறவுக்காரர்கள் சொல்லியபோது மைதீன் பேசிய பதில் இன்னும் ஷாபியாவுக்கு நினைவில் உள்ளது.

சொத்தில் மகளுக்கும் சம உரிமை கொடுக்கவேண்டும் என்று அதனைச் செய்துகாட்டிய குடும்பத்தில் பொட்ட புள்ளைக்கு சொத்து கொடுக்க முடியாது என்று அன்வர் சொன்னதை ஊருக்குள் யாராலும் நம்ப முடியவில்லை.

சுலைமான் மௌத் ஆனபின்பு, யாருக்கும் சங்கடம் வராமல் பேசியபடி முறையாக, சொத்துக்களை தனது கூடப் பிறந்த எல்லோருக்கும் சமமாகப் பிரித்தார். அரசு வேலையில் இருப்பதால் தனக்கு எதுவும் வேண்டாமென்றும் மைதீனே வைத்துக்கொள்ளட்டும் என்றும் அவருடைய அண்ணன் சொன்னதினால் அவரைத் தவிர்த்து தங்கைகள் இருவருக்கும் சமமாகப் பிரித்தார். தனது தங்கைகள் பெயரில்தான் இன்னமும் அவர் பராமரிக்கும் காடு இருந்தது. தங்கைகளால் காட்டைப் பார்க்கமுடியாதென்று தானே பார்த்துக்கொள்வதாகக் கூறி மைதீன் உயிரோடு இருக்கும்வரை நிலத்தில் விளையும் நெல்லில் அவர்களின் பங்கை விற்றுக் காசு கொடுத்து அனுப்பிக்கொண்டிருந்தவர். அவரின் மகனா இப்படிப் பேசுவது? அன்வருக்கு எப்படி இந்த மாதிரி இபிளிஸ் புத்தி வந்தது என்று ஆயிஷாவுக்கு வருத்தமாய் இருந்தது.

அன்வரின் கூடச் சுற்றும் அவனது கூட்டாளிகள், “உங்கப்பன்தான் பொழைக்கத் தெரியாத மனுசன், காட்ட புள்ளைகளுக்குப் பிரிச்சுக் கொடுத்து ஏமாந்தாரு. நீயும் புத்தி கெட்டுத் தொலையாதே” என்று அவனை ஏற்றி விட்டார்கள். அதிலிருந்து மீசையை முறுக்கிக்கொண்டு வீட்டில் கிடந்தான். ஆயிஷாவுக்கு அவனுடைய திடீர் மாற்றத்தை நம்ப முடியவில்லை. ஆயிஷா, மகளுக்குத் தெரியாமல் அன்வரிடம்

பொறுமையாகப் பேசிப்பார்த்தாள். ஆனால் அவனின் பிடிவாதம் இதுவரை எப்போதும் இல்லாதளவு இருந்தது. அம்மா பேசுவது ஷாபியாவுக்கும் தெரியும். தெரியாதது போல எதையும் காட்டாமல் உள்ளயே வதங்கிக் கொண்டிருந்தாள்.

மைமூனுக்கு ஐந்து வயது ஆனது. தான் நல்ல நிலையில் இருக்கும்போதே மகளுக்கு எதாவது செய்திட வேண்டுமென்று ஆயிஷா துடித்துக்கொண்டிருந்தாள். ஆனால் எதற்கும் பிடிகொடுக்காமல் அன்வர் திமிறிக்கொண்டிருந்தான். அன்வரின் கூட்டாளிகள் அவனுக்குக் கள்ளு குடிக்கவும் பழக்கி விட்டிருந்தனர். ரங்கசாமி கவுண்டர் தோட்டத்தின் கள் அவனை முழுக் குடிகாரனாக மாற்றி இருந்தது. அவனது மனைவி நசீமாவையும் அடிக்கப் பழகியிருந்தான். மைதீன் மட்டும் உயிரோடு இருந்திருந்தால் நசீமாவை அடித்த கையை அங்கேயே ஒடித்து இருப்பார். ஆயிஷாவைத் திருமணம் முடித்து காலமாகும்வரை ஒருமுறைகூட அவளை அடித்தது இல்லை. நசீமா, அன்வருக்கு எதிராக பலமுறை பஞ்சாயத்தைக் கூட்டிவிட்டாள். ஆனால் அவன் திருந்தியது போல இல்லை. ஒருமுறை குடித்துவிட்டு வீட்டுக்கு வந்தவன் நசீமாவின் அண்ணன் வீட்டுக்குள் இருப்பதை அறியாமல் அவளை இடுப்போடு சேர்ந்து மிதித்துவிட்டான். சத்தம் கேட்டு வெளியே வந்தவன் இதுதான் வாய்ப்பு என்று அங்கு கிடந்த தென்னை மட்டையை எடுத்து விளாசிவிட்டான். விட்டால் போதுமென்று போனவன் இரண்டு நாள் கழித்துதான் வீட்டுக்கு வந்தான். அசலூருக்காரன் வந்து உள்ளூர்க்காரனை அடிக்கிறான் கேக்க ஒரு நாதியும் இல்லை என்று குடும்பச்சண்டையை இரண்டு ஊர் பஞ்சாயத்தாக மாற்றினான். பின்னர், என்னதான் இருந்தாலும் அடிச்சிருக்க கூடாது என்று ஊருக்காகவும் நசீமாவுக்காவும் அவளது அண்ணன் மன்னிப்புக் கேட்டான். “பார்த்தியா, உன் அண்ணனை பாவம்னு விட்டேன் இல்லாட்டி ஊர்காரர்கள விட்டு நொறுக்கி இருப்பேன்” என்று மீண்டும் நசீமாவை வம்புக்கு இழுத்தான். ஆனால் இம்முறை வாய் மட்டுமே பேசியது. அவளது அண்ணன் கொடுத்த வைத்தியம் அவன் உடம்பில் ரத்த வரிகளாக எரிந்தது.

பஞ்சாயத்துக் கூட்டியும் அவன் ஒழுக்கமாகவில்லை என்று அவனுக்குக் கெரகம் பிடித்து ஆட்டுவதாகவும் அதனால்தான் பைத்தியத்தைப்போல செய்துகொண்டு இருப்பதாகவும் சொல்லி ஆயிஷா, நசீமாவையும், ஷாபியாவையும் கூட்டிக்கொண்டு

சேலத்தில் உள்ள தர்காவுக்கு தாயத் வாங்கப் போனாள். வாங்கி வந்து கட்டியும் அவனுக்குப் பிடித்த கிறுக்குப்புத்தி சரியாகவில்லை. வீட்டில் எப்போதும் குடியும் பொருள் உடைப்பும் நடந்துகொண்டே இருந்தது.

இனி பொறுத்தது போதும் என்ற முடிவுக்கு வந்த ஷாபியா, நேராக பஞ்சாயத்தைக் கூட்டினாள். வீட்டுப் பிரச்சனை வீட்டோடு முடியவேண்டும் என்றுதான் ஆயிஷா மகளுக்காகப் பலமுறை மகனிடம் மன்றாடினாள். அவன் பித்துப் பிடித்ததைப்போல பிடிவாதமாக இருந்தான். சரிபட்டு வராது என்று ஷாபியா கூட்டிய பஞ்சாயத்து ஊர்ப் பெரியவர் ஆறுமுகம் முன்பு வந்தது. மைதீன் வீட்டுக் குடும்பம் பஞ்சாயத்து நோக்கி வந்ததை ஆறுமுகத்தால் ஜீரணிக்க முடியவில்லை. "எதுக்கு பஞ்சாயத்து, நேருல நான் பேசி சரி பண்ணித் தறேன் மகளே, ஒன்னும் கவலைப்படாதே" என்று சொல்லியபடி அன்வரிடம் ஆறுமுகமும் பேசினார். ஆனால் அவன் பிடித்த முயலுக்கு மூணு கால் என்பதைப்போல பேசியதையே திரும்பத் திரும்பப் பேசினான். கடுப்பானவர் அவரே ஷாபியா கொடுத்த பிராதுக்காக பஞ்சாயத்தைக் கூட்டிவிட்டார்.

"ஏன்பா அவளுக்குச் சேர வேண்டியதைத்தான கேக்குறா, கொடுத்துதானே ஆகணும்" என்று ஆறுமுகம் தொடங்கினார்.

"இந்த ஊர்ல அந்த வழக்கம் இல்லையில. அப்புறம் என்ன புதுசா, இப்பம் மட்டும் நான் கொடுக்கணும்."

"என்னப்பா இப்படி பேசுற. உங்கப்பா பொட்ட புள்ளைனாலும் என் கூட பொறந்ததுன்னு உங்க மாமிகளுக்குக் கொடுக்கலையா."

"அவரு புத்திகெட்டு செஞ்சாருணா நானும் அதையே செய்யணுமா."

அவன் மைதீனை புத்திகெட்டவர் என்று சொன்னது எல்லோருக்கும் அவன் மீது உச்சபட்ச கோபத்தை உண்டாக்கியது. "உங்கப்பன பத்தி பேச உனக்கென்ன தகுதி இருக்கு, அந்த மனுசன பத்தி ஒரு வார்த்தை பேசுன ஊருல இருந்து விலக்கி வச்சிடுவோம் ஜாக்கிரதை" என்று ஆறுமுகம் கடிந்த பிறகுதான் எல்லோரின் கோபமும் கொஞ்சம் தணிந்தது. மைதீன் இறந்து மூன்று வருடத்திலேயே அவரின் குடும்பம் பஞ்சாயத்துக்கு வந்தது பலருக்கும் பெரும் சங்கடத்தை உண்டாக்கியது. பஞ்சாயத்தில் கூடி இருந்த பலரும் பொட்டப்புள்ளைக்கு

சொத்துக் கொடுக்கக் கூடாது என்ற நிலைப்பாட்டில்தான் இருந்தார்கள். அங்குள்ள சாதி வழக்கப்படி பெண்களுக்கு சொத்து கொடுக்க ஆரம்பித்து விட்டால் அவ்வளவுதான், ஆண்களுக்கு எதுவும் மிஞ்சாது என்ற எண்ணம் புரையோடியிருந்தது. அந்த ஊரில் மைதீன், அவர் கூடப்பிறந்த அக்கா தங்கைகளுக்குக் கொடுத்ததை யாருமே விரும்பவில்லை. "தேவையில்லாத வேலை, நாளைக்கு பொட்டைக தங்களுக்கும் இந்த மாதிரி சொத்து வேணும்னு நிப்பாங்க" என்று அப்போதே மைதீன் காதுபடப் பேசினார்கள். ஆனாலும் அவரிடம் நேராகப் பேச எல்லோருக்கும் ஒருவிதத் தயக்கம் இருந்தது. இன்று ஷாபியா அதே பஞ்சாயத்தைக் கூட்டியபோது "நாங்கதான் அப்பமே சொன்னமே இது தேவை இல்லாத வேலை நாளைக்குப் பொட்டப் புள்ளைக கேள்வி கேக்க ஆரம்பிச்சுடுவாங்கணு இப்போ நடந்துச்சா" என்று அன்வருக்கு ஆதரவான குரல்களே வந்தன. இதைத்தான் அன்வரும் விரும்பினான். ஊரில் உள்ள ஆண்கள் எல்லோருக்கும் இருக்கும் பயத்தைத் தனக்குச் சாதகமாக்கினால் ஒரு குண்டுமணி அளவு கூட இடத்தைக் கொடுக்க வேண்டியது இல்லை என்ற திட்டம் அன்வருக்கு இருந்தது. குடிக்க வந்ததினாலதான் இப்போ தெளிவாகிருக்கே என்று கள்ளு குடிக்கும்போதே அவனுக்கு ஞானப்பால் ஊற்றிவிட்டார்கள்.

"எல்லாம் நீ பேசுல, தினமும் குடிக்கிற மூத்திரம்தான் இப்படி உன்ன பேசச் சொல்லுது" என்றார் ஆறுமுகம். மைதீன் மீது மரியாதை வைத்திருந்த சில பெரியவர்களுக்கு அன்வர் பேசுவதும் அவன் நடந்து கொள்வதும் புரியாத புதிர் போல இருந்தது. ரங்கசாமி காட்டுக்குக் கூலிக்கு வரும் பொன்னாத்தா தான் இவனை இப்படி ஆட்டி வைத்திருப்பதாக ஒரு பேச்சும் வந்து போனது. "இல்லயில்ல கவுண்டரோட ரெண்டாவது பொஞ்சாதிகூட பழக்கம் ஆகிடுச்சாம்" என்று எல்லோரும் அவரவர் வாய்க்கு வந்ததை அருகில் இருந்தவர்களின் காதில் கிசுகிசுத்தனர்.

"இப்போது என்ன பேசினாலும் சரிப்பட்டு வராது. சேலத்தில் இருக்கும் அவன் பெரியப்பா மைதீன்பாய் அண்ணனை வரவச்சு பிறகு பேசிக்கலாம்" என்று பஞ்சாயத்தை ஒத்தி வைத்தார்கள். மைதீனின் அண்ணன் சலாவூதீன் மனதில் எதுவும் வைக்காமல் நேரடியாகப் பேசுபவர். நேர்மையான மனுசன். தன் சொத்தையே தனக்கு வேண்டாம், தம்பி

வச்சுகுட்டும்னு சொன்னவரு. அவரோட பங்கும் மைதீன் சொத்துல இருக்கில்ல. அவரை வச்சே இதைப் பேசிக்குவோம்" என்ற ஆறுமுகத்தின் கருத்தை எல்லோரும் சரியென்று ஆமோதித்தார்கள்.

தனக்கான பங்கைக் கொடுத்தே ஆகவேண்டும் என்று ஷாபியா பிடிவாதமாக மூன்று நாள் நின்றாள். பஞ்சாயத்தில் ஷாபியா நிற்க வைத்தது அன்வருக்கு அவமானமாக இருந்தது. அதைவிட அவனுக்கு இருந்த பதட்டம் பாவா சலாவூதீன் வந்து என் பங்கை வேணா மகளுக்குக் கொடுத்திடுறேன் என்று சொல்லிவிட்டால் என்னாவது என்ற அங்கலாய்ப்புதான். எல்லாத்துக்கும் இந்த தாலியறுத்த முண்டதான் காரணம் என்று அன்று இரவு சாராயம் குடித்துவிட்டு வந்து ஷாபியாவை கண்மண் தெரியாமல் அடித்தான். தடுக்க வந்த மனைவிக்கும் அடி விழுந்தது. குழந்தைகள் எல்லோரும் அழுதார்கள். தடுக்க வந்த அம்மாவைப் பிடித்து தள்ளியதில் அவள் கதவின் மீதுபோய் விழுந்தாள். கொஞ்ச நேரத்தில் போர் நடந்தது போல வீடே களேபரமானது. மறுநாள் அம்மாவிடம் பெரியம்மா வீட்டுக்குப் போய் வருவதாகச் சொல்லி வீட்டிலிருந்து கிளம்பியவள்தான். நான்கு வருடம் முடிந்திருந்தது.

பொம்பள புள்ளைக்கும் சொத்து கொடுக்கணும் என்று புதியதாக வந்துள்ள இந்திய அரசாங்க சட்டத்தைப்பற்றி இந்த நகரத்துக்கு வந்த பின்புதான் கேள்விப்பட்டாள். நடைமுறையில் இல்லாத போதும் இப்படியொரு சட்டம் இருப்பது ஊரில் யாருக்கும் தெரியாமலா போகும் என்று இப்போது தோன்றியது. அரசாங்க வேலையிலிருந்த பெரிய பாவா வரும்வரைக்கும் கொஞ்சம் பொறுத்திருந்தா போதையில் இருக்கும் அன்வரிடம் புரியும்படி சொல்லி என்னையும் மகளையும் காப்பாற்றி இருப்பார் என யோசித்தாள். நிச்சயம் இந்தளவுக்கு நிலைமை போயிருக்காது என்று அவளுக்கு இப்போது தோன்றியது.

"பொம்பளை புள்ளைக்கு எந்த வெங்காய உரிமையும் தரமாட்டான், நம்மோடத நாமதான் போராடி வாங்கணும், சும்மாவே உட்கார்ந்துட்டு சுதந்திரம் கொடுனா வெள்ளைக்காரன் கொடுத்துடுவானா? உன் அப்பன், பாட்டன், பூட்டன் இப்படி நெறையா பேரு போரடுனாலத்தான் சுதந்திரம் கிடைச்சுது" என்று ஒருமுறை வீட்டுக்கு வந்த ஈரோட்டு பெரியப்பா சொல்லியது தாமதமாக அவளுக்கு உறைத்தது. ஆமாம்

போராடியிருந்தா அன்வர் தனக்கான பங்கை வாப்பாவை போல பிரித்துக் கொடுத்திருப்பான் என்று தனக்குள் முணுமுணுத்துக்கொண்டாள்.

குழந்தையோடு அன்று வீட்டிலிருந்து கிளம்பியவள் நாகூர் போனாள். நாகூர் ஆண்டவன் தனக்கு நன்மை செய்வான் என்று சென்று சேர்ந்தாள். அங்கே வந்தவர்கள்தான் ஆதரவற்றவர்களின் பிள்ளைகளை வளர்த்துக் கட்டிக்கொடுக்கும் கோட்டைப் பள்ளியைப் பற்றிய விபரம் கூறினார்கள். நேராகப் போய் மகளை பாதுகாப்பான இடத்தில் சேர்த்தாள்.

எங்கெங்கோ அலைந்து இறுதியில் கோவை வந்து மில்லில் வேலைக்குச் சேர்ந்தாள். அவ்வப்போது ஊருக்குச் செல்லும் ஆசை இருந்தாலும் ஏனோ செல்லத் தோன்றவில்லை. மில் சூப்பர்வைசர் மற்றும் அவளோடு வேலை செய்யும் ரங்கம்மாள் ஆகியோர் உதவியில் மில்லுக்கு அருகிலேயே சின்ன வீட்டில் வாடகைக்குத் தங்கினாள். எங்காவது போக வேண்டுமென்றால் ஒத்தாசைக்கு ரங்கம்மாள்தான் துணைக்கு வருவாள். ரங்கம்மாள் அவளைப்பற்றித் தெரிந்துகொள்ள பலமுறை விசாரித்துள்ளாள். அவளிடம் தனது குடும்ப விபரங்களைச் சொன்னால், நாளை அவளுக்குப் பழக்கமிருக்கும் மில் சங்கத் தலைவர்கள் யாரிடமாவது அவள் சொல்லிவிட்டால், வாப்பாவின் பெயரும் குடும்பப் பெயரும் கெட்டுப்போய்விடும் என்று உண்மையைத் தவிர்த்துவிட்டு, 'சொந்த ஊர் சேலம் பக்கம். பஞ்சம் பிழைக்க சின்ன வயசுல ஊர் ஊராப் போனோம். இங்க மில்லுல வேலை இருக்குனு கேள்விப்பட்டு நானும் தம்பியும் இங்க வந்தோம். அவன் இந்த வேல ஒத்து வாராதுன்னு காட்டு வேலை பார்க்க ஊருக்கே போய்ட்டான். கல்யாணமான மூணு மாசத்திலேயே புருஷன் கிணத்துல தவறி விழுந்து செத்துட்டார். மூணு மாசத்திலேயே எல்லாக் கொடுமையும் அனுபவிச்சாச்சு. அதுக்கு அப்புறம் கல்யாணம் பண்ண விருப்பம் இல்லை. தம்பி போனாலும் நான்தான் அங்க போக விருப்பம் இல்லாம இங்கயே இருந்துட்டேன்' என்று அவளைப்பற்றி சொல்லி வைத்திருந்தாள். ஆனாலும் ரங்கம்மாளுக்கு அவள் உண்மைதான் பேசுகிறாளா என்ற சந்தேகம் அடிக்கடி வந்து போனது.

இவளுக்கு உதவிக்கு இங்கே எந்த சொந்தபந்தமும் இல்லை என்று தெரிந்தவுடன் மில்லில் வேலை பார்க்கும் பலரும் அவளிடம் அவ்வப்போது ஆசை வார்த்தை பேசிப்பார்த்தார்கள்.

மில் வாட்சுமேன் கடை வீதியில் பார்த்தபோது, என்னோடு வா, வீட்டில் விடுகிறேன் என்று சைக்கிளை அவள் குறுக்கே நிறுத்தி பெரிய பிரச்சினையை செய்து விட்டான். அப்போதிருந்து ரங்கம்மாள் கடைவீதி போகும்போதுதான் அவளும் போவாள்.

ஒருமுறை திடீரென வீட்டிற்கு வந்த மிஷின் ஆப்பரேட்டர் "சும்மா இந்தப் பக்கம் வந்தேன். உன்னையும் பார்த்துட்டு போலாணு எட்டிப் பார்த்தேன்" என்று இளித்துக்கொண்டே ஆரம்பித்தவன், "எனக்கு அங்க ஒரு வீடு இருக்கு, ஊருல ரெண்டு ஏக்கர் வயல் இருக்கு, போன வாரம்கூட கோயிலுக்கு 25ரூபாய் மொய் செஞ்சனா பார்த்துக்கையேன், காசு பணம் நெறைய இருக்கு நிம்மதிதான் இல்லை" என்று சுத்திச்சுத்தி பேசிக்கொண்டு இருந்தவனை அனுப்புவதற்குள் ஒரு வழியாகிவிட்டது. அவன் போன பின்பு ரங்கம்மாளிடம் சொல்லி அழுதாள். "வாழவே பிடிக்கல, ஒரு உசுருக்காகத்தான் இழுத்து பிடிச்சு வாழ வேண்டி இருக்கு" என்று பீடிகை போட்டுப் போனாள்.

ஒவ்வொரு முறையும் ஊருக்குப் போய் வருவதாக ரங்கம்மாவிடம் சொல்லிவிட்டு மகளைப் பார்க்கப் போய் வந்தாள். கடந்த ஆறு மாதங்களாகத்தான் அவளது உடலில் பலவிதமான மாற்றங்களை உணர்ந்தாள். யாருக்கும் தெரியாமல் அரசு மருத்துவமனைக்குச் சென்று வைத்தியம் பார்த்து வந்தாள். இந்த ஒரு மாதத்தில் மருத்துவமனை வருவது மூன்றாவது முறை. எப்போதும் ரங்கம்மாளுக்குத் தெரியாமல் மருத்துவமனை வந்து போனவள், கடைசி இரண்டுமுறை கூட யாரவது வந்தால் தேவலை என்று ரங்கம்மாளை அழைத்து வந்தாள். என்ன பிரச்சனை என்று கேட்டபோது 'அவள் வயிற்றில் ஏதோ கட்டி, மருந்துலையே சரியாகிடும்ன்னு சொன்னாங்க' என்று சொல்லியிருந்தாள். ஷாபியாவுக்கும் அதனைச் சரியாகச் சொல்லத் தெரியவில்லை. இன்று மில் விடுமுறை என்பதால் மருத்துவமனை போக ரங்கம்மாவை அழைக்க வீட்டுக்குப் போனபோது "அவள் வீட்டில் இல்லை" என்று அவளது கணவன் சொல்லி அனுப்பிவிட்டான். அவளுக்கு அப்போது சுத்தமாக முடியாமல் இருந்ததை அவனும் பார்த்தான். வேறு வழி இல்லாமல் இன்று மருத்துவமனைக்குத் தனியாகவே ஷாபியா வந்திருந்தாள்.

“கூட யாரும் வரலையா” செவிலியர் கேட்டாள். இல்லை என்று தலையாட்டினாள்.

“ஏன்மா ஒவ்வொரு முறையும் உங்கிட்ட சொல்லி அனுப்பனுமா” என்று கடிந்து கொண்டாள். “போன வாட்டி ஒரு அம்மா வந்து வெளிய நின்னுசே அதுவும் வரலையா” என்று கேட்டவளிடம், இல்லை என்று தலையை மட்டும் ஆட்டினாள். ஷாபியாவின் தற்போதைய உடல் நிலைக்கு யாரவது கூட இருந்தால்தான் அவளை உள்சிகிச்சைக்கு அனுப்ப முடியும் என்ற படபடப்பு செவிலியருக்கு இருந்தது.

கேன்சர் முற்றிவிட்டது. இனி மருத்துவமனையில் வைத்து சிகிச்சை செய்தால்தான் கொஞ்சமாவது உடல் தேறுமென்று செவிலியர் சொன்னதினால் என்ன செய்வதென்று தெரியாமல் ஷாபியா தவித்தாள். ரங்கமாளைத் தவிர அவளுக்கு மருத்துவ உதவிகள் செய்ய வேறு யாரும் இங்கே இல்லை. ஆனால் அவளையும் அழைக்க முடியாது என்ன செய்வது என்று யோசித்தவள், ‘வேறு வழியே இல்லை. இப்படியே ஊருக்குப் போவோம். நடப்பது அங்கேயே நடக்கட்டுமென்று’ எழுந்து நடந்தாள்.

எதிரில் ரங்கம்மாள் கோவிந்தன் மாமாவோடு வந்து கொண்டிருந்தாள். அவளைப் பார்த்ததும் ஷாபியாவின் கண்ணில் கண்ணீர் பொலபொலவென்று கொட்டியது. என்னமோ சொல்ல வந்தவள் வாய் குழறியது.

“ஷாபி என்னாச்சு, டாக்டர் என்ன சொன்னாரு.”

“உனக்கெதுக்கு கஷ்டம், உன் வூட்டுக்காறு எதாவது சொல்லப் போறாரு” என்றாள். “அந்தாளூ கிடக்குறான் பைத்தியக்காரன், இந்த நேரம் இருக்கலைனா மனுசங்ககூட எப்பத்தான் இருக்கிறது’.’ அவளது கணவன் வீட்லிருந்து கிளம்பியவுடன் இவளும் கிளம்பி வந்து விட்டாள். அவன் ஏற்கனவே “அவளுக்கு மோசமான நோய், உனக்கும் பரவிடும் போய்தொலைக்காத” என்று மிரட்டி இருந்தான். ஆனால் அதைப்பற்றி அவள் எப்போதும் சட்டை செய்தது இல்லை.

அவள் அருகிலிருந்த தனது மாமாவைக் காட்டி “கோவிந்தன் மாமாவுக்கு எல்லா டாக்டரையும் நல்லாத் தெரியும். அதான் அழைச்சு வந்தேன். அவரு டாக்டருட்டே பேசிக்குவாறு” என்றாள். தனது வீட்டுச் சாவியை ரங்கம்மாளிடம் கொடுத்து

பெட்டியில் கொஞ்சம் பணம் இருப்பதாகச் சொன்னாள். "இப்ப எதுக்கு இது" என்றாள்.

"எதாவது அவசர செலவுக்கு என்ன பண்ணுவே, உன் கையில இருக்கட்டும்" என்று அவளிடம் நீட்டினாள். ஷாபியாவை உள்சிகிச்சைக்கு அனுமதித்தார்கள்.

"நர்சம்மா அவளுக்கு சாப்பிட என்ன கொடுக்கணும்," பவ்வியமாகக் கேட்டாள் ரங்கம்மாள்.

"அரிசி கஞ்சி கொடுமா."

"ஒண்ணும் பயப்படாதம்மா. டாக்டருட்டே சொல்லி நல்லபடியா வைத்தியம் பார்க்க சொல்லலாம்" என்றார் கோவிந்தன்.

"ஷாபியா மதியத்துக்கு கஞ்சி கொண்டுவர, படுத்துக்க" என்று சொல்லிவிட்டு கையில் கொண்டுவந்த பிளேக் மாரியம்மன் கோயில் திருநீரை நெற்றியில் இழுத்து, "ஒண்ணும் ஆகாது புள்ளே" என நம்பிக்கை கொடுத்தாள். திருநீரு வாசனை அவளது காட்டுச் சாமியை நினைவூட்டியதும் கண் கலங்கினாள். ஒருமுறை ப்ளேக் மாரியம்மன் கோயிலுக்கு இவளை ரங்கம்மாள் அழைத்துப் போயிருக்கிறாள்.

"மாமா நீ கொஞ்சம் டாக்டர பார்த்து சொல்லிட்டு போ" என்று கோவிந்தனிடன் சொன்னாள். "சரி" என்று அவரும் தலையை ஆட்டியபடியே உள்ளே சென்றார்.

10

கோவிந்தனைப் பார்த்தவுடன் ஷாபியாவுக்குக் கொஞ்சம் நம்பிக்கையாக இருந்தது. ரங்கம்மாள் அவளது மாமாவைப் பற்றி பலமுறை சொல்லி உள்ளாள். இருவரும் வேலை செய்யும் மில்லில்தான் அவரும் வேலை செய்து வந்தார். சங்கம் வைத்ததற்காக மில் முதலாளி பலரை கூண்டோடு வேலையில் இருந்து நீக்கி விட்டார். எப்போதும் கோவிந்தா மாமாவையும் ரமணி தலைவரையும் கண்டால் முதலாளிக்கு கையும் காலும் ஆடுவதை பலமுறை இவளே பார்த்துள்ளாள்.

பலமுறை கேட் கூட்டத்தில் அவர்கள் பேசுவதை ரங்கம்மாளோடு சேர்ந்து இவளும் கேட்டு இருக்கிறாள். ‘கேட் கூட்டத்தில்’ அவர்கள் சொல்லும் பலதையும் அவள் நம்பாமல் ரங்கம்மாளிடம் குறுக்கு விசாரணை செய்து கொள்வாள். அவளது ஊரில் காங்கிரசு கட்சிதான் பலம். அவளது வீட்டில்கூட எல்லோரும் அதில்தான் உள்ளார்கள். ஆனால் இங்கே கம்யூனிஸ்ட் கட்சி மில் சங்கம் எப்படி இவ்வளவு பலமாக இருக்கிறது என்று அடிக்கடி கேட்டு நச்சரிப்பாள். அப்படி ஷாபியா கேட்டுக்கொண்டே இருந்தபோதுதான் அவளை பிளேக் மாரியம்மன் கோயிலுக்கு அழைத்துப் போனாள்.

ஷாபியாவை கோயிலுக்கு அழைத்தபோது வருவதாகச் சொன்னதை ரங்கம்மாள் அதிசயத்துப் பார்த்தாள். ஷாபியா எந்தப் பாசாங்கும் இல்லாமல் பழகுவது ரங்கம்மாளுக்குப் பிடித்துப் போனது. தங்களது காட்டிலும் சாமி இருப்பதாகச் சொன்னாள். தனது ஊரைப்பற்றி எவ்வளவு சொன்னாலும் தனது சொந்த வாழ்க்கையைப் பற்றி ஒருபோதும் வாய் திறந்தது இல்லை. குறிப்பாக மைமூன் குறித்து. சரியான சமயம் வரும்போது சொல்லலாம் என்று தவிர்த்து வந்தாள்.

“இந்தக் கோயிலுக்கு பிளேக் மாரியம்மன்னு பேரு இருக்கு. ஏன் தெரியுமா புள்ள?”

"அம்மன் பிளாக்கா இருக்கிறதுனால பிளேக் மாரியம்மன்." இவள் சொன்ன போது அவள் விழுந்து விழுந்து சிரித்தாள். "நானும் ரெம்ப நாளா அப்படித்தான் நினைச்சுட்டு இருந்தேன். என் அம்மா சொல்லித்தான் விபரம் தெரியும்" என்று அவளுக்குத் தெரிந்ததையும் கேட் கூட்டத்தில் தலைவர்கள் அடிக்கடி பேசும் விபரங்களை எல்லாம் ஒரே நேர்கோட்டில் இணைத்துச் சொல்லிக்கொண்டிருந்தாள்.

நாடு முழுக்க பிளேக் நோய் தீவிரமாகப் பரவி வந்தபோது இந்த நகரத்திலும் அதன் தாக்கம் இருந்தது. மக்கள் கொத்துக் கொத்தாக செத்துக்கொண்டிருந்தனர். செத்துப் போன எலியின் மூலம் வந்த நுண்கிருமி மனிதர்களுக்கு தொற்றி, அது மனிதர்கள் மூலம் எல்லோருக்கும் பரவிக்கொண்டிருந்தது. பெரும்பாலும் குடிசை, ஓட்டு வீடாக இருப்பதினால் கூரையில் குடியிருக்கும் எலி கீழே விழுந்தாலே ஒட்டுமொத்தக் குடும்பமும் வீட்டிலிருந்து வெளியேறி விடுவார்கள். யாராவது தூக்கத்தில் ஒருசில மணிநேரங்கள் அசந்து தூங்கினாலே நிச்சயம் மரணம்தான் என்ற பதட்டமான நகரமாக இருந்தது. எங்கும் மரண ஓலம். சாவு இல்லாத தெருவே இல்லாதளவு நகரம் முழுக்க பிணக்குவியல். நோய்த் தொற்று காற்றில் பரவியதால் காடுகளுக்குள் சென்று தங்கினார்கள். எலியைப் பார்த்தாலே பீதியானது.

கோவை முழுக்க மக்கள் செத்துக்கொண்டிருந்தனர். இறந்தவர்களைப் பார்க்கவோ எடுக்கவோகூட யாரும் வரவில்லை. உறவினர்கள்கூட தொட்டால் தங்களுக்கும் பரவி விடுமென்று பிணங்களை ஆங்காங்கே அப்படியே விட்டுவிட்டுச் சென்றனர். எந்தத் தெருவில் நுழைந்தாலும் பத்து இருபது பிணங்கள் எடுக்கப்படாமல் அப்படியே கிடந்தன. நகராட்சியில் வேலை செய்யும் பணியாளர்களும் பயந்துகொண்டு எடுக்க வரவில்லை. "எல்லாப் பிணங்களையும் நாம் அப்புறப்படுத்துவோம், மக்களுக்காகத்தான் நாம் சங்கம் நடத்துகிறோம்" என்று உடல் முழுக்க மண்ணெண்ணெய் தடவி செங்கொடி கட்சியைச் சேர்ந்தவர்கள் அப்புறப்படுத்தினார்கள். அதைப் பார்த்த பின்புதான் முனிசிபாலிட்டி ஊழியர்களும் பயம் தெளிந்து அவர்களோடு சேர்ந்து எல்லாப் பிணங்களையும் அப்புறப்படுத்தினார்கள்.

இந்த வரலாற்றை ரங்கம்மாள் சொல்லிக்கொண்டு வந்தபோது ஷாபியா, "அவங்களுக்கு உசரப் பத்தி பயமே இல்லையா புள்ள" என்று கேட்டாள். "அது என்னானு தெரியல எப்பப் பார்த்தாலும் மாமனும்கூட, உசுரப்பத்தி கவலைப்பட்டா மக்களை யார் பாதுகாக்கிறது, அப்படின்னு சொல்லும்." அவள் சொன்னதை ஷாபியா ஆச்சரியமாகப் பார்த்தாள்.

"அந்த பிளேக் நோய்க்கு பயந்துதான் பிளேக் மாரியம்மன் வந்துச்சு, நம்ம ஊர்ல பல இடத்துல இந்தக் கோயில் இருக்கு, ரமணி தலைவரோட அம்மா, பாட்டி எல்லோரும் இந்த பிளேக்கும், காலராவும் சேர்ந்து வந்தபோதுதான் செத்துப் போனாங்க" என்று அவள் சொன்னபோது ரங்கம்மாள் குரல் உடைந்தது.

"இப்படி மில்லு பிரச்சனையிலிருந்து எல்லாத்துக்கும் ஓடிஓடி வரதுனாலதான் இங்கே செங்கொடி சங்கம் பலமா இருக்கு. யாரு நமக்கு வேல செய்யிறாங்களோ அவுங்க பின்னாடிதானே மக்களும் நிப்பாங்க." அதுவரை காங்கிரசு கொடியைப் பிடித்தவள் முதல் முறையாக கேட் கூட்டத்தில் செங்கொடியைப் பிடித்தாள். அப்போதுதான் பல மில்களிலிருந்து பெண்களை காரணம் சொல்லாமல் மில் முதலாளிகள் வெளியேற்றும் நடவடிக்கைகளை மேற்கொண்டதை எதிர்த்தும் மில் முதலாளிகளின் ஆட்கள் பெண்களை பாலியல் வல்லுறவு செய்வதைக் கண்டித்தும் பெரும் போராட்டம் நகரத்தில் நடந்துகொண்டிருந்தது. தலைவர்கள் எல்லோரும் அதில் தான் தீவிரமாக வேலை செய்துகொண்டிருந்தார்கள். அந்த வேலைகளுக்கு நடுவில்தான் கோவிந்தன் வந்திருந்தார். எந்த உபகாரமும் எதிர்பார்க்காமலும் எந்த உதவியும் கேட்காமலும் வந்து நின்ற கோவிந்தன் மாமாவைப் பார்க்கும்போது அவளுக்கும் நம்பிக்கையாக இருந்தது.

"ஷாபியா, நான் டாக்டருட்டே பேசிட்டேன். ஒன்னும் பயமில்ல, தைரியாமா இரு" என்றார் கோவிந்தன். "நான் மில் சங்கம் வரைக்கும் போயிட்டு வரேன், ஒரு சின்ன வேலை இருக்கு. வந்திறேன்..." என்று சொல்லிவிட்டு நகர்ந்தவர், "ஒரு நிமிஷம் இருமா" என்று அருகிலிருந்த கடையிலிருந்து இரண்டு பன்னும் டீயும் வாங்கிவந்து கொடுத்தார். "தெம்பா இருக்க சாப்பிடுமா" என்று நீட்டினார். அந்தத் தேநீரின் சூடு அவளுக்கு

இதமாக இறங்கியது. டாக்டரிடம் பேசிவிட்டுத் திரும்பியவரின் முகம் கொஞ்சம் வாடி இருந்தது.

"நல்லபடியா வைத்தியம் பார்க்க தலைவர்ட்ட ஒரு கடுதாசி வாங்கிட்டு வந்தறேன். உடனேயே வந்துடுவேன் இரு பொண்ணு" என்று சொல்லிவிட்டுக் கிளம்பினார். அவரின் நடையில் அவசரத்தின் வேகம் இருந்தது. ஷாபியாவுக்கு நல்ல சிகிச்சை கொடுத்து தேத்த வேண்டுமென்ற பரபரப்பும் இருந்தது. அவளது உடல்நிலை மிக மோசமாக இருப்பதாக மருத்துவர் அவரிடம் கூறியிருந்தார். இந்த நோயை சரிசெய்ய இன்னும் சரியான மருந்து கண்டுபிடிக்க முடியாததினால் பிழைக்க வைக்கவே பெரும் போராட்டம் நடத்த வேண்டுமென்றும், மெட்ராசுக்குக் கூட்டிப்போனால் இன்னும் நல்ல வைத்தியம் கிடைக்கும் என்றும் மருத்துவர் ஆலோசனை தந்தார். மெட்ராசுக்கு ஷாபியாவை எப்படி அனுப்பி வைக்கலாம் என்று ஆலோசனை கேட்கவே அவரது கட்சி அலுவலகத்துக்குச் சென்றார் கோவிந்தன். பார்வதி கிருஷ்ணன் நாடாளுமன்ற உறுப்பினராக இருப்பதினால் சட்டென எல்லா வேலைகளும் முடியும் என்று வேகமெடுத்தார் கோவிந்தன்.

மிதமான சூட்டில் கஞ்சியைத் தூக்கு வாளியில் ரங்கம்மாள் ஊற்றினாள். பையில் அதனை வைத்துவிட்டு ஷாபியாவின் வீட்டுக்குச் சென்று பெட்டியைத் திறந்தாள். நோட்டுப் புத்தகம் ஒன்றில் பழைய அழுக்கேறிய சிங்கப்படம் இருக்கும் அசோகச் சின்னம் பொறிக்கப்பட்ட ஒரு ரூபாய் நோட்டுகள் சிலது இருந்தன. மூடிபோட்ட சில்வர் கிண்ணத்தில் சில்லறைகள் இருந்தன. அது ஐம்பது ரூபாய் வரை தேறியது. "இவ்வளவு காசு இருக்கில்ல. இன்னும் கொஞ்சம் கடன் வாங்கி ஒரு இடம் கிடம் வாங்கி வூட்டக் கட்டியிருந்தா ராணி மாதிரி இந்த ஷாபியா புள்ள இருந்திருக்கலாம்" என்று மனதுக்குள் அங்கலாய்த்துக்கொண்டாள். "சரி அவளுக்கு என்ன புள்ள குட்டியா இருக்கு எல்லாத்தையும் அனுபவிக்க. அதான் எதுவும் வாங்கல போல" என்று நினைத்துக்கொண்டாள்.

அந்த நோட்டுப் புத்தகத்தில் இரண்டு புகைப்படங்கள் இருந்தன. அதிலொன்றில் காமராஜர் இருப்பதை மட்டும் கண்டுபிடித்தாள், மற்றவர்களை ரங்கம்மாளுக்கு அடையாளம் தெரியவில்லை. அதில் மைதீனும் ஆயிஷாவும், குழந்தைகள் அன்வரும், ஷாபியாவும், தாதி சுபைதாவும் இருந்தனர்.

வெகுநேரம் அந்தப் படத்தையே பார்த்துக் கொண்டிருந்தவள் அதிலிருந்த குழந்தையின் முகஜாடை ஷாபியாவின் சின்ன வயதைப்போல இருப்பதைக் கண்டுகொண்டாள். இன்னொரு படத்தில் ஷாபியாவும் ஐந்து வயதுக் குழந்தையும் இருப்பதைப் பார்த்தாள். குழந்தை அதே முகஜாடையில் கொஞ்சம் விரிந்த கண்களோடு இருந்தது. ஷாபியாவுக்கு குடும்பம், குழந்தை இருப்பதை ரங்கம்மாவால் நம்ப முடியவில்லை. புகைப்படத்தின் பின்னால் அவள் ஊரின் முகவரியும் இருந்தது. இவளின் குடும்பம் காமராஜரோடு சமமாக உட்காரும் குடும்பமா என்று அதிர்ச்சியானவள், தனது கணவன் கணேசனை அழைத்தாள். புகைப்படத்தைப் பார்த்து அவனும் வாயடைத்துப் போனான். “இரு புள்ள நானும் ஆஸ்பத்திரி வரேன்” என்று இருவரும் வேகமாகச் சென்றார்கள். ரங்கம்மாளின் கணவருக்கு அவன் அவ்வப்போது அவளிடம் முகம்காட்டி நடந்துகொண்ட முறை அவமானமாக இருந்தது.

மருத்துவமனையில் கூட்டம் கொஞ்சம் குறைந்திருந்தது. ரங்கம்மாளைப் பார்த்த செவிலியர் “எங்கம்மா போய் தொலஞ்ச, நான் தான் உதவி செய்ய கூட ஒரு ஆளு இருக்கோணும்னு சொன்னேன் இல்ல” என்றாள்.

“கஞ்சி எடுக்கப் போயிருந்தேன்” என்றாள்.

“இவரு யாரு.”

“என் ஊட்டுக்காரருங்க” என்றாள்.

“இந்தம்மா வீட்டுக்காரு எங்க?”

“அந்த புள்ளைக்கு புருஷன் இல்ல நர்சம்மா.”

“இல்லையா! அந்தம்மா இறந்திடுச்சு கையெழுத்து வாங்கணும்” என்றாள். தினமும் பல இறப்புகளைப் பார்க்கும் செவிலியருக்கு இப்படிச் சொல்வதில் எந்த அதிர்வும் இல்லை. ஆனால் ரங்கம்மாளுக்குக் கண்ணீரை அடக்க முடியவில்லை. பொல பொலவென்று கண்ணீர் சிந்திக் கதறினாள். “கடைசியா அந்தம்மா, தன் புள்ள மைமூன பார்க்கணும்னு சொல்லுச்சு. தகவல் சொல்லிடுங்க.” இது அவளுக்குப் பேரதிர்ச்சியாக இருந்தது.

11

மூன்றாம் நாள் ஜியாரத் ஃபாத்தியா முடிந்து வீடே அமைதியாக இருந்தது. ரங்கம்மாளை ஜியாரத் முடிந்து போகச் சொல்லி அன்வர் சொன்னதினால் அவளும் அவளது கணவன் கணேசனும் அங்கேயே தங்கினார்கள். "ஷாபியாவுக்கு தான் இறந்து விடுவோம் என்று உள்மனம் சமிக்ஞை காட்டியதினால்தான் வீட்டின் சாவியைக் கொடுத்துப் பெட்டியைத் திறக்க வைத்துள்ளாள்" என்று ரங்கம்மாள் தீர்க்கமாக நம்பினாள். அவளின் பெட்டியை மட்டும் திறக்காமல் போயிருந்தால் ஷாபியாவைப் பற்றிய எதுவுமே தெரியாமல் போயிருக்கும். அவர்கள் வீட்டில் மாட்டப்பட்டிருந்த நான்கைந்து புகைப்படங்கள் பெரிய பெரிய தலைவர்களின் படங்களாக இருந்ததைப் பார்த்து கணேசன் வாயடைத்துப் போனான்.

ஷாபியாவின் குடும்பத்தின் மீது ஊரே வைத்திருக்கும் மரியாதை ரங்கம்மாளை என்னமோ செய்தது. அவளின் குடும்ப விபரங்களைப் பலமுறை கேட்டும் அவள் சரியாகச் சொல்லவில்லை என்ற வருத்தம் ரங்கம்மாளுக்கு இருந்தது. ஒருவேளை முன்னரே தெரிந்திருந்தால் அவளை நோயிலிருந்து காப்பாற்றி இருக்கலாமென்று அங்கலாயிப்பு மட்டும் தொற்றிக்கொண்டிருந்தது. நல்ல வேளையாக முகவரி இருந்தது. இல்லையென்றால் நமக்கு என்ன செய்வது என்று தெரியாமல் தவித்துப் போயிருப்போம். அநாதையாக அடக்கம் செய்யப்பட்டு இருப்பாள் என்று நினைத்துக் கொண்டாள்.

எப்படியும் மருத்துவமனையிலிருந்து உடல் கிடைக்க நேரம் ஆகுமென தெரிந்த ரங்கம்மாள், தனது அண்ணன் மகனிடம் ஷாபியாவின் முகவரியையும் அவள் பெட்டிக்குள்ளிருந்து எடுத்த புகைப்படத்தையும் கொடுத்து அனுப்பி வைத்தாள். கோவிந்தன் மாமா பெரிய டாக்டரிடம் பேசி விரைவாக உடலை வாங்கிக் கொடுத்தார். அவர் ஏற்கனவே மருத்தவரிடம் பேசியபோது இன்னும் கொஞ்ச நாள்தான் அவளால் உயிரோடு

இருக்க முடியும், மெட்ராஸ் போனால் முயற்சி செய்யலாம் என்று சொல்லி இருந்தார். அதனால்தான் வேகம் காட்டினார். கொஞ்ச நாள் என்பது கொஞ்ச நேரமானதை அவரால் நம்ப முடியவில்லை. அவளது உடலை எடுத்துச் செல்ல சங்கத்திலிருந்து ரமணியும் கோவிந்தனும் ஏற்பாடு செய்தார்கள்.

பிணவண்டி ஊருக்குள் வரும்போது ஊரே "மகளே ஷாபியா" என்று நெஞ்சிலடித்து அழுதார்கள். தங்கையைப் பார்த்தவுடன் அன்வர் மயக்கமாகி அங்கேயே விழுந்தான். ஆயிஷாவின் அக்கா வீட்டுக்குப் போவதாக சொல்லிச் சென்றவள் அங்கே இல்லை என்று தெரிந்த கொஞ்ச நாட்களிலேயே, ஆயிஷா தன் ஒரே மகள் என்ன ஆனாள் என்று தெரியாமல் விசனத்தில் விழுந்து ஒரு மாதத்தில் மௌத்தானாள். அவனது மூத்த மகன் திடீரென படுக்கையில் விழுந்தான். ஒருவர் பின் ஒருவராக குடும்பத்தில் படுக்கையில் விழுவதும் பின் இறப்பதும் அவனுக்கு "ஒட்டுமொத்த குடும்பமே அழிந்துவிடுமோ" என்ற பயத்தை முதல்முறையாக ஏற்படுத்தியது. நல்லா இருந்த குடும்பத்தைக் கெடுத்து நாசமாக்கிய மனுசனோடு வாழ மாட்டேன் என்று நசீமாவும் குழந்தைகளைக் கூட்டிக்கொண்டு அவளது அம்மா வீட்டுக்குச் சென்று விட்டாள். ஊரில் இருந்த பலரும் அவனை புழுவைப்போலப் பார்த்ததை அப்போதுதான் உணர்ந்தான். தயவுசெய்து என் வீட்டு பக்கம் வராதே என்று ஆறுமுகமும் அவனோடு உறவை முறித்துக்கொண்டார். வீட்டுக்கு வந்த பெரிய பாவா சலாவுதீன் "காலகாலமா குடும்பத்துக்கு இருந்த மரியாதைய இப்படி குழி தோண்டி புதைச்சுட்டையே படுபாவி. வெறும் சொத்தை மட்டும் கட்டிக்கிட்டு நீ நல்லா இருப்பையா, உருப்பட மாட்ட" என்று திட்டிவிட்டு கோபத்தோடு போய்விட்டார்.

வீட்டில் தனியாக இருந்ததால் ஒரு மாதத்தில் பைத்தியம் பிடித்தவனை போலானவன், நசீமாவின் அம்மா - பாவாவிடம் மன்னிப்புக் கேட்டு கெஞ்சி அவளை வீட்டுக்கு அழைத்து வந்தான். கவுண்டர் காட்டுக்குப் போவதை நிறுத்திவிட்டு ஷாபியாவைத் தேட ஆரம்பித்தான். தான் ஒரு மிகப்பெரிய தவறைச் செய்து விட்டதாக வருந்தி தனியாகப் புலம்ப ஆரம்பித்தான்.

பெரியம்மா வீட்டுக்குப் போவதாகச் சொன்னவள் அங்கே செல்லவில்லை. எங்கே சென்றிருப்பாள் என்று அவனுக்குத்

தெரிந்த உறவுக்காரர்கள் எங்கெல்லாம் உள்ளார்களோ அங்கெல்லாம் ஆட்களை அனுப்பினான். தென்காசி, ஈரோடு, சேலம், சங்ககிரி ஆகிய இடங்களுக்கு ஆட்களை விட்டும் தானும் அவளைத்தேடி அலைந்தான். சின்னப் பிள்ளையோடு போனவள் என்னவானாளோ என்ற பதட்டம் எப்போதும் அவனுக்கு இருந்தது. ஒருவேளை மகளோடு தற்கொலை செய்து கொண்டிருப்பாளோ என்று நினைத்து பலநாள் இரவில் எழுந்து பதறியுள்ளான்.

அவர்கள் குடும்பத்தின் மீது காலங்காலமாக இருந்த மரியாதையை ஒரு வார்த்தையால் நொறுக்கி விட்டோமென்று நினைக்கும்போதெல்லாம் அவனுக்கு அவமானமாக இருந்தது. இப்படி பிணமாக வருவாள் என்று ஒருநொடி கூட நினைக்கவில்லை. ஆசை மகள் எங்கே போனாளோ என்ற கவலையில் ஆயிஷாவும் இறந்து போனது அவனுக்குப் பெரும் சங்கடமாக இருந்தது. அவன் உடல் நடுங்கியது. தான் ஷாபியாவிடம் நடந்து கொண்டதற்காக வெட்கப்பட்டான். எப்படியும் ஒருநாள் அவள் இருக்கும் இடம் தெரிந்து தேடிக் கண்டுபிடித்து சமாதானம் சொல்லி அழைத்து வந்திட முடியும் என்று நம்பிக்கையோடு இருந்தவன் முன்பு உயிரற்ற உடலாகக் கிடந்தாள் ஷாபியா.

தனக்கு முன்னால் 'மையத்தாக' கிடத்தப்பட்டு இருக்கும் அவளிடம் எப்படி மன்னிப்புக் கேட்பது என்று தெரியவில்லையே என்று அழுது புலம்பினான். அவனோடு சேர்ந்து ஊரே அழுதது. ஊர்ப் பெரியவர்கள் எல்லோருக்கும் தகவல் சொல்ல ஆட்களை அனுப்பிக்கொண்டிருந்தார்.

மைதீன் பாஷா மகள் இறந்துவிட்டாள் என்ற செய்தி கிடைத்தவுடன் பக்கத்து ஊர்களிலிருந்தும் ஜனங்கள் வந்துகொண்டே இருந்தனர். "பெரியவூட்டு சாவு, சுத்து பட்டிக்கும் தகவல் போயிடணும்" என்று ஊர்ப் பெரியவர் கத்திக்கொண்டிருந்தார். ஊரே மைதீன் வீட்டு முன்பு கூடிக்கிடந்தது.

பெரிய அம்மாச்சி கடந்து போன வாழ்வைச் சொல்லி ஒப்பாரி வைத்துக்கொண்டிருந்தாள். அவளின் ஒப்பாரி மைதீன் குடும்பத்தின் வாழ்வைச் சொன்னது.

ஊரு கண்ணு பட்டுச்சோ
உறவு கண்ணு பட்டுச்சோ
யாரு கண்ணு பட்டுச்சோ
என் தம்பி மைதீன் குடும்பம்
பாடாப் படுதே....
என்னையே சுத்தி சுத்தி வருவா
என் மடி மீதே கிடப்பா
என்ன பெத்தா ஆத்தா
கண் மூடி போயிடுச்சே....
என் ராசாத்தி கண் மூடி போயிடுச்சே....

பெரிய அம்மாச்சி அவளின் நா தழுதழுத்த குரலில் பாடியது காற்றில் மிதந்துகொண்டே இருந்தது. அன்வரும் ஷாபியாவும் காட்டில் ஓடிப்பிடித்து விளையாடியதைச் சொல்லும்போது அன்வரினால் அழுகையை அடக்க முடியவில்லை.

அண்ணன் கைபிடுச்சு நடந்தையே
அவன் மேல பச்ச குதிர ஏறுனையே
அவனோட பள்ளிக்கூடம் போனையே
ஒரு வார்த்தை சொன்னதுக்கு
ஊரு விட்டு போனவளே
உசர விட்டுப் போலாமா...

அவளின் ஒப்பாரியால் ஷாபியாவின் ஒட்டுமொத்த வாழ்வையும் ரங்கம்மாள் தெரிந்து கொண்டாள். அவளோடு பழகியதும், பேசியதும் நினைவில் வந்து போக, தனது சேலையை வாய்க்குக் கொடுத்து உட்கார்ந்துகொண்டிருந்தாள்.

மாலை மக்ரீப் நேரத்தில் அவள் உடல் அடக்கம் செய்யப்பட்டது. கபர்ஸ்தான் சென்று எல்லோரும் திரும்ப இரவானது. இந்நேரத்துக்கு ரங்கம்மாளையும் அவனது கணவனையும் போக வேண்டாம், மூன்றாம் நாள் 'ஜியாரத்' ஃபாத்தியா முடித்து போகும்படி அன்வர் கேட்டுக்கொண்டதினால் அவர்களிருவரும் அங்கேயே தங்கிவிட்டனர்.

மூன்றாம்நாள் காலையில் ஆண்கள் எல்லோரும் அவள் அடக்கம் செய்திருக்கும் மையத்தாங்கரை சென்று வீட்டுக்குத் திரும்பிக் கொண்டிருந்தனர். மூன்றாம் நபர் வீட்டில் இருப்பதான உணர்வே இல்லாத வகையில் ரங்கம்மாளையும் கணேசனையும் பார்த்துக்கொண்டனர் மைதீன் குடும்பத்தினர். அன்வரின்

இரண்டு மகன்களும் மையத்தாங்கரை போய்த் திரும்பி வந்து வேப்பமரத்தின் கீழ் விளையாடிக் கொண்டிருந்தனர்.

ஜியாரத்துக்கு வந்த எல்லோருக்கும் காலையிலேயே உணவு தயார் செய்து வைத்திருந்தனர். எல்லோரும் சாப்பிட்டுவிட்டுப் போகும்போது அன்வரிடம் சமாதனம் சொல்லிவிட்டுப் போனார்கள். அன்வரின் முகம் சுருங்கிப் போயிருந்தது. சுவற்றில் மாட்டப்பட்டு இருந்த படத்தில் காமராஜர் மடியில் உட்கார்ந்து கொண்டிருந்த ஷாபியா, தெத்துப் பல்தெரிய அழகாகச் சிரித்துக் கொண்டிருந்தாள்.

ஜியாரத்துக்கு வந்த எல்லோரும் கிளம்பினார்கள். ரங்கம்மாளும் கணேசனும் ஊருக்குக் கிளம்புவதாக அன்வரிடம் சொன்னபோது "இந்த பக்கம் அடிக்கடி வந்து போங்க" என்று உரிமையுடன் சொன்னான். சரியென்று அவர்கள் தலையாட்டினார்கள். "நான் கேக்குறேன்னு தப்பா எடுத்துக்காதீங்க, என் தங்கச்சி மகளைப் பார்க்கணும். மைமூன் எங்கே...?"

இந்தக் கேள்விக்கு பதில் தெரியாமல் மூவரும் தவித்தனர்.

12

மதரஸாவில் அன்று குஸ்கா வாசம் மணக்க மணக்க வீசியது. வாரத்துக்கு ஒருநாள் கண்டிப்பாக அசைவம் இருக்கும். சிலநேரம் ஊரில் யாராவது வீட்டில் நடக்கும் நல்ல காரியத்துக்காக மதரஸா குழந்தைகளுக்கு ஒருநேர உணவுப் பொறுப்பை எடுத்துக்கொண்டு வாய்க்கு ருசியாக சமைத்துப் போடுவார்கள். மதரஸாவில் எவ்வளவு நெருக்கடி இருந்தாலும் நிர்வாகம் குழந்தைகளைப் பட்டினி போட்டதில்லை. ஓதும் நேரம் தவிர்த்து பிற நேரங்களில் எல்லோரும் இணைந்தே அனைத்து வேலைகளையும் செய்ய வேண்டும்.

அன்றைய விருந்துக்குக் காரணம் மைமூன் ஆளாகியிருந்தாள். பெண் குழந்தைகளுக்குப் பொறுப்பாக இருக்கும் ஆலிம் கம்ரூன்னிஷா மைமூனுக்குத் தேவையான ஏற்பாடுகளைச் செய்ய ஆரம்பித்தாள். தன் மகள் வயதுக்கு வந்தது போலத்தான் அவள் ஒவ்வொரு பிள்ளைகளையும் பார்ப்பாள். அவளுக்கு ஐம்பது வயது இருக்கும். மாநிறம் என்று சொல்ல முடியாத நிறம், தடித்த உடம்பு, தோராயமாக நாலரையடி உயரத்தில் இருந்தாள். பள்ளிக்குச் சொந்தமான குடியிருப்பில்தான் குடும்பத்துடன் வசித்து வருகிறாள். மதரஸாவில் இருக்கும் பெரும்பாலான குழந்தைகள் ஆதரவு இல்லாதவர்கள் என்று அவளுக்கு நன்றாகவே தெரியும். ஆதரவும் உறவும் இருக்கும் குழந்தைகளின் வீடுகளுக்கு தகவல் சொல்லி அனுப்புவார்கள். அப்படி சில குழந்தைகளுக்கு அவர்களது வீடு அல்லது அவர்களுக்கு வசதி இல்லையென்றால் மதரஸாவில் சீர் செய்வது வழக்கம். எந்த ஆதரவும் இல்லாத குழந்தைகள் அவர்களின் அம்மாவின் நினைவு வந்து ஏங்கிடக்கூடாது என்று கம்ரூன்னிஷா என்கிற கம்ரூனே அம்மாவாக இருந்து அனைத்தையும் பார்த்துக்கொள்வாள்.

கம்ரூன்னிஷா ஆலிமாக பள்ளிக்கு வேலைக்கு வந்த புதிதில் இருந்த கண்டிப்பும், இளம் வயது துடுக்கும் வயதாகாக குறைந்து பக்குவமாகிப் போனாள். கம்ரூனின் கணவர் பஜாரிலுள்ள

ஒரு கடையில் வேலை செய்து வருகிறான். கம்ரூன்னிஷா ஆலிம் படிப்பை முடித்துவர்களுக்கு அவர்கள் இருக்கும்வரை இதர மார்க்கக் கல்வியைக் கற்றுக்கொடுத்தாள். அவள் மார்க்கக்கல்வியை அத்துப்படியாக வைத்திருந்தாள்.

“ஆலிம்னா கம்ரூன் போலத்தான் இருக்கணும், என்ன தெளிந்த புத்தி” என்று எல்லோரும் சொல்லுமளவுக்கு குரானில், ஹதீஸில், மார்க்கப் பழக்க வழக்கங்களில் புலமையாக இருந்தாள். அவளிடம் சந்தேகம் கேட்க ஆண்களுக்கு எப்போதும் ஒரு தயக்கம் இருந்தது. “பொம்பளைட்ட கேட்டா நமக்கு கௌரத இருக்கில அது போகிடுமே, யாராவது ஹஜூரத்தா பார்த்துக் கேப்போம்” என்று தவிர்த்துவிடுவார்கள். தேவைப்படும்போது வீட்டில் உள்ள பெண்களை வைத்து கம்ரூனிடம் கேட்டுக் கொள்வார்கள். அவளது அம்மா இதே பள்ளியில் ஆலிமாக வேலை பார்த்து வந்தபோது ஊரிலிருந்து அவ்வப்போது கம்ரூன் வருவாள். சொர்க்கத்தில் இருக்கும் ‘ஹூருளிப்’ பெண்போல அவ்வளவு அம்சமாக இருப்பதை ஊரில் உள்ள எல்லா இளம்தாரிகளின் கண்களும் சொல்லும். யார் அவளை நிக்காஹ் செய்வது என்று அவர்களுக்குள் எப்போதும் ஒரு போர் மூளும். அவர்கள் தன்னை ரசிப்பதை கம்ரூனும் ரசித்தாள். அவளின் வெட்கம் விழும் கன்னத்தோடு தெருவில் நடந்து போகையில் இளசுகள் சொக்கிக் கிடப்பார்கள். அவளுக்கு அந்த வயதுக்கே இருந்த சேட்டைகள் எல்லாம் நிக்காஹ்-க்குப் பிறகு அப்படியே மாறிப்போனது.

அம்மாவுக்கு உதவி செய்து வந்தவள், அம்மாவைப் போலவே குரான் ஓத பிள்ளைகளுக்குக் கற்றுக்கொடுத்து வந்தாள். அவளது அம்மா மௌத் ஆனபின் அந்த மதரஸாவின் ஆலிமாக கம்ரூன்னிஷா இருக்கலாம் என்று பள்ளி முடிவு செய்ததினால் முப்பது வருடங்களாக எல்லாப் பிள்ளைகளுக்கும் ஆசிரியராகவும் அம்மாவாகவும் அங்கயே குடும்பத்தோடு தங்கிவிட்டாள். அவள் மதரஸாவின் பொறுப்புக்கு வந்த பின்பு இருபதுக்கும் மேற்பட்ட குழந்தைகளுக்கு வயதுக்கு வந்த சீர் செய்துள்ளாள். ஆறு பேருக்குத் திருமணமும் நடந்து முடிந்துள்ளது.

கம்ரூன், மைமூனுக்கு புட்டும் ஆப்பமும் சுடச்சுடக் கொண்டு வந்து கொடுத்தாள். தினமும் அவளுக்கு மட்டும் முட்டை வந்தது. மைமூனுக்கு தனது அம்மாவைப் பார்க்க வேண்டும்

போல இருந்தது. அவளின் வாடிய முகத்தை வைத்து கம்ரூனும் அதைக் கண்டுகொண்டாள். “உனக்கு என்ன இங்க இல்லாமப் போச்சு, அதுதான் சொந்தமா இத்தனை பேரு இருக்கோமில்ல. உங்கம்மா வந்திட்டுருந்தவங்க தானே. அவங்களுக்கு என்ன சூழலோ எதுவோ, என் புள்ளைய மாதிரி உன்ன பார்த்துப்பேன். தைரியமா இரு புள்ள” என்றாள். கம்ரூன் பேசுவது அவளுக்கு பெரிய ஆறுதலாக இருந்தது.

கம்ரூனுக்கு மைமூனின் மீது எப்போதும் ஒரு பாசம் இருந்தது. அவளை மகளைப்போலத்தான் எப்போதும் கவனித்துக்கொள்வாள். பலநேரம் “என் பக்கத்தில் வந்து தூங்கிக்கோ... வா புள்ள...” என்று அருகில் வரவழைத்து அணைத்துக் கொள்வாள். அது மைமூனுக்கு பெரிய ஆறுதலாக இருக்கும். தனது அம்மாவின் கூட்டில் இருப்பதைப்போல ஒரு பாதுகாப்பு மனநிலை அவளுக்கு இருந்தது.

13

கால ஓட்டத்தில் பள்ளியின் கொய்யா மரத்தில் பல குட்டி அணில்கள் வந்து போனபின்பும் அம்மாவைப் பற்றிய எந்தத் தகவலும் மைமூனுக்குத் தெரியவில்லை. அவளின் முகம் நன்றாகவே மறைந்து போயிருந்தது. முன்பெல்லாம் மங்கலாகத் தெரிந்த ஷாபியா முகமும் இப்போது சரியாகத் தெரியவில்லை.

மைமூன் படிப்பதில் கெட்டிக்காரியாக மாறியிருந்தாள். அவளது அறிவால் மார்க்கக் கல்வியை மற்ற குழந்தைகளைக் காட்டிலும் நன்றாகத் தெரிந்து வைத்திருந்தாள். அவள் பள்ளிக்கு வந்தபோது அவள் உயரத்திலிருந்த தென்னைமரம் மினார் அளவு வளர்ந்திருந்தது. மைமூன் பதினெட்டு வயதைக் கடந்திருந்தாள். திருமணம் செய்து கொள்ளும் ஆர்வம் அவளுக்கு வரவில்லை. அதில் ஏதோ ஒரு வெறுமை இருந்ததைப்போல உணர்ந்தாள். நிக்காஹ் வயதைத் தொட்டு சில ஆண்டுகள் ஆனபின்பும் அவள் அதனைத் தவிர்ப்பது கம்ரூனுக்கு கவலையாக இருந்தது.

கம்ரூன் தனக்குப் பிறந்த இரண்டு மகள்களுக்கு நிக்காஹ் செய்துகொடுத்திருந்தாள். மைமூனிடமும் பலமுறை நிக்காஹ் செய்யக் கேட்டிருந்தாள். ஆனால் அவள் பிடி கொடுக்கவில்லை. அவளின் மகள் வயதையொத்த மைமூன் கல்யாணம் வேண்டாம் என்று சொல்லுவது அவளுடைய நெஞ்சில் பாரமாக அழுத்தியது.

பலமுறை கம்ரூனும் ஹஜ்ரத்தும் சொல்லியும்கூட அவள் கேட்கவில்லை. "இன்னும் எவ்வளவு நாள் இப்படியே வேண்டான்னு சொல்லுவே, எல்லாத்துக்கும் ஒரு எல்லை இருக்கில்ல" என்று ஒருமுறை கம்ரூன் கடுமையாக கோபித்துக்கொண்டாள். மைமூன் பார்ப்பதற்கு அப்போது சினிமாவில் புதுமுகமாக நடித்துக்கொண்டு இருக்கும் ரதியைப் போல இருந்தாள்.

கம்ரூனைப் பார்ப்பதற்காக பள்ளிக்கு வந்துபோன அவளது அண்ணன் மகன் இப்ராஹிமுக்கு மைமூனைப் பார்த்ததும் அவ்வளவு பிடித்துப் போயிருந்தது. இருபத்தைந்து வயதைத் தொட்டும் திருமணம் நடக்காமல் இருப்பது இவளுக்காகத்தானோ என்று மைமூனை நினைத்துக் கனவு காண ஆரம்பித்தான். தனது மாமியிடம் சொல்லத் தயக்கம் இருந்தது. பள்ளிக்கு வந்து பெண் குழந்தைகளைப் பார்ப்பது அவளுக்குப் பிடிக்காத ஒன்று.

பலநாள் தயக்கத்துக்குப் பிறகு கம்ரூனிடம், இப்ராஹிம் சொன்னான். தன் மகளைப்போல உள்ள மைமூனுக்கு ஏற்ற மணமகன் என்று மனதுக்குள் நினைத்துக் கொண்டாலும் மைமூனிடம் கேட்க சிறிது தயக்கம் இருந்தது. பலமுறை நிக்காஹ்-க்காக கேட்டும் அவள் மறுத்திருந்ததுதான் அவளின் தயக்கம். “சரி போ... நான் அவள்ட்ட கேட்டு சொல்றேன்” என்று முடித்துக் கொண்டாள்.

“இப்படியே தனி ஆளா இருக்க முடியாது மைமூனு. உன் அம்மாவைத் தாண்டி நிறைய உறவு இங்கே இருக்கு. வாழுற வயசு. நீ நல்ல புத்தியுல்ல பொண்ணு, பொழச்சுக்குவே சரின்னு சொல்லுமா” என்று கம்ரூன் கேட்டாள். மைமூன் யாரென்றே தெரியாத ஒரு குடும்பத்தில் திருமணம் செய்துகொண்டு எப்படி வாழ்வது என்று தெரியாமல்தான் தயங்கினாள். அதனை புரிந்து கொண்டே கம்ரூன்,

“தெரியாத இடத்துக்கு கல்யாணம் செஞ்சு போக வேண்டாம். என் அண்ணன் மகன கட்டிகிறயா” என்று போட்டு உடைத்தாள்.

“உண்மையாகவே நல்ல பையன். என்ன அடிக்கடி பள்ளியில் பார்க்க வந்தவன் உன்னப் பார்த்ததும் பிடிச்சிருக்குன்னு சொல்றான். பேசட்டுமா ராசாத்தி” என்றாள். அவள் ‘ராசாத்தி’ என்று சொல்லும்போது முழுவதுமாக மறந்துபோன, ஆனால் தனது அம்மா அடிக்கடி செல்லமாகச் சொல்லும் வார்த்தை அம்மாவை நியாபகப்படுத்தியது. யோசித்து யோசித்துப் பார்த்தும் தனது அம்மாவின் முகம் நினைவிற்குள் வரவில்லை. ஆனால் தனது அம்மாவே சொல்லுவதுபோல அவளுக்குப்பட்டதும் “சரி” என்று தலையாட்டினாள்.

பத்து நாட்களில் நிக்காஹ்-க்கான எல்லா ஏற்பாடும் பள்ளி சார்பாக நடைபெற்றது. அவளோடு படித்த பிள்ளைகள்

எல்லோரும் நிக்காஹ்-க்கு வந்திருந்தார்கள். கல்யாணப் புடவையில் பார்த்த கம்ரூன் "என் கண்ணே பட்டிடும் போல ராசாத்தி" என்று விரல்களை முகத்துக்கு முன் சுற்றி நெட்டி முறித்தாள். அவளின் முகம் மலர்ந்திருந்தது. அவளைப்பார்த்து இவளும் வெட்கத்தில் முகம் மலர்ந்தாள்.

இப்ராஹிமோடு மைமூனுக்கு நிக்காஹ் நல்லபடியாக நடந்து முடிந்தது.

"நாட்டு விடுதலைக்கு முன்னரும் பின்னரும் எந்தப் பதிவுகளும் சலுகைகளும் இல்லாத அடிமைகளுக்குச் சமமாக வாழ்ந்து வந்த இலட்சக்கணக்கான மக்கள் இருக்கிறார்கள். நிலப்பிரபுக்களின் விளைநிலங்களில் கடுமையாக உழைத்தும் ஒரு துக்காணி நிலம்கூட இல்லாத ஏழைகளிடம் அவர்களின் முன்னோர்களது சான்றுகளைக் கேட்டால் அவர்களால் எப்படி அளிக்க முடியும்? இதனால் எல்லா மதத்தையும் சேர்ந்த அப்பாவிகளான ஏழைகளே துன்பப்படுவார்கள்."

- பேராசிரியர் ஷிஜூ கான்

ஷாகிரா

14

ஷாகிராவைச் சுற்றி அமர்ந்து அவள் தோழிகள் கிண்டல் செய்து கொண்டிருந்தார்கள். அவளுக்கு அடக்கமுடியாதளவு வெட்கம் வந்தது. விடிந்தால் அவளுக்குக் நிக்காஹ். நிக்காஹ்க்கு முதல்நாள் இருக்கும் 'மைலாஞ்சிக்கு' அவளின் வாப்பா ஊரையே அழைத்திருந்தார். கூட்டம் நின்றபாடில்லை. நெய்ச்சோறு வாசம் மண்டபம் எங்கும் பரவி இருந்தது.

மண்டப முன் வாசலிலிருந்து மேடை வரைக்கும் பிரமாண்டப்படுத்தியிருந்தார் முகமதலி. மைலாஞ்சிக்கு வந்தவர்கள் ஷாகிராவின் அம்மாவையும் வாப்பாவையும் பார்த்து 'வந்துட்டோம்' என்கிற வகையில் ஸலாம் சொல்லி ஒரு சிரிப்புச் சிரித்துவிட்டு பந்தியை நோக்கி நகர்ந்தார்கள். எவ்வளவுதான் சிறப்பாக நிக்காஹ் செய்தாலும் பிரியாணி ருசியாக இல்லையென்றால் 'ம்க்கும்' என்று சொல்லிப் போய்விடுவார்கள் என்ற ஜாக்கிரதையில்தான் சமையலுக்கு தாராபுரம் நூருவை, முகமதலி புக் செய்திருந்தார். திருநங்கை நூருவின் சமையல் கைப்பக்குவத்திற்கு ஊரே மயங்கிக் கிடக்கும். மண்டபத்தின் தேதியைக் கூட வாங்கிடலாம், ஆனால் நூருவின் தேதி கிடைப்பது கஷ்டம். ஆறு மாதத்திற்கு அவளிடம் அட்வான்ஸ் புக்கிங் கைவசம் இருக்கும். "நல்ல மணமா இருக்கே, ஓ! நூருதான் சமையலா? வாசனை தூக்கும்போதே நினைச்சேன்" என்று கேட்டுவிட்டு அப்படியே பந்திக்குப் போனார்கள். மண்டபத்தின் விளக்கொளி பகலைப்போல வெளிச்சத்தைக் கூட்டியது. எல்லோரின் முகத்திலும் மகிழ்ச்சி இருந்தது. பெண்கள் பெரும்பாலும் ஜமிக்கி (ஜிகினா புடவை) வைத்த புடவையை அணிந்திருந்ததால் விளக்கு வெளிச்சத்தில் மின்னிக்கொண்டே இருந்தது மண்டபம்.

"என்னடி நாளைக்குத்தானே மொத ராத்திரி இப்பவே வெட்கப்படுறே." வேண்டுமென்றே ஷாகிராவை, ஜானகி கிண்டல் செய்தாள். ஜானகியின் வம்புக்குத் துணை செய்ய மொஹல்லாவில் வசிக்கும் அவளது சோட்டுப்

பிள்ளைகளும் கூடி வம்பு இழுத்துக்கொண்டே இருந்தார்கள். இவர்களே கேள்வியைத் தொடுப்பதும் இவர்களே பதிலைக் கொடுப்பதுமாக ஷாகிராவை கொஞ்சம்கூட பேச விடவில்லை. அவள், "ச்சீ போங்கடி" என்று ஒரு வார்த்தையை மட்டுமே சொல்லிக்கொண்டிருந்தாள்.

"என்னடி எதாவது ஹெல்ப் பண்ணனுமா, கூச்சப்படாம கேளு" என்றாள் ஹசினா.

"கொஞ்சம் எல்லோரும் எழுந்து போங்கடி, அதுதான் ஹெல்ப்" வெட்கப்பட்டுக்கொண்டே சொன்னாள். அவள் வெட்கப்படும்போது கன்னத்தில் குழி விழுந்தது.

"என்னடி நீ வெட்கமெல்லாம் படுற, இன்னைக்குத்தாண்டி உன் கூட இருப்போம், நாளையிலிருந்து நீ ரொம்ப பிஸி ஆகிடுவே" என்றாள் ஜானகி.

"கேட்டுக்க புள்ள, புதுசா கல்யாணமான அனுபவம் பேசுது. கல்யாணம் ஆனதிலிருந்தே ஜானகி ஒரே பிஸிதான்பா" என்றாள் ஹசினா. சொன்னவுடன் அங்கே சிரிப்புச் சத்தம் மீண்டும் எழுந்தது. "ரபிக் மச்சானைப் பார்த்து பதமா டீல் பண்ணச் சொல்லுடி, காஞ்ச மாடு கம்பகோள பார்த்த மாதிரி பாஞ்சிட போறாரு, அப்புறம் அவசரத்துல ஒன்னும் நடக்காது" என்று ஹசினா சொல்ல அவளைக் குழுமியிருந்த இளசுகள் எல்லோரும் விழுந்து விழுந்து சிரித்தார்கள்.

"மச்சானுக்கு எதுவும் தெரியாட்டி சொல்லிக்குடுடி" என்று ஜானகி ஒன்றைவிட, "நீயே அதையும் சொல்லிக்கொடுத்துடு, இல்லாட்டி நேரம் கெட்ட நேரத்துல வந்து உன்னை எழுப்பி கேக்கப்போறா, நீ வேற பிஸியா இருப்பே..." என்று சமீம் சொல்ல அந்த இடத்தில் சிரிப்பை அடக்க முடியவில்லை.

"ஏ புள்ளைகளா, எதுக்குடி இப்படி சிரிக்கிறீங்க மண்டபத்துல எல்லோரும் பார்க்கிறாங்க" என்று ஷாகிராவின் அம்மா ஜைதூன் கத்தினாள்.

"மாமி உங்க மகளுக்கு ஏதோ சந்தேகமாம் அதான் சொல்லித் தந்திட்டிருக்கோம்" என்று ஹசினாவும் சத்தமாகச் சொல்ல மண்டபமே விழுந்து விழுந்து சிரித்தது.

"தப்புத் தப்பா சொல்லி கொடுத்திடாதிங்கடி, அப்புறம் அங்கபோய் பேந்த பேந்த முழிக்கப் போறா" என்று இளசுகளுக்கு

இணையாய் ரெஜியா பெருமா சொல்ல சிரிப்பலையில் மண்டபமே பொங்கியது.

வாசலில் ஷாகிராவின் அத்தா முகமதலி எல்லோரையும் கையைப்பிடித்து வரவேற்றுக் கொண்டிருந்தார். மார்க்கெட்டில் இரும்பு வியாபாரம் செய்து வருவதால் அவரின் நட்பு வட்டாரம் பெரியது. எல்லோரையும் கடந்த இரண்டு மாதமாகத் தேடித்தேடி பத்திரிக்கை வைத்து அழைத்திருந்தார். வரவேற்பு வாசலில் ஜமிஷாவும் முகமதலியோடு சேர்ந்து எல்லோருக்கும் 'சலாம்' சொல்லி வரவேற்றுக்கொண்டிருந்தார். அவருக்கும் அவரது மனைவி ராபியாவுக்கும் 'சீர்' போல முறை செய்து முகமதலி அழைத்திருந்தார். அவர்களுக்கும் அவர்களின் இரண்டு மகள்களுக்கும் புது உடையை எடுத்துக் கொடுத்திருந்தார். ஜமிஷாவுக்கும் முகமதலி மீது பெரிய மரியாதை இருந்தது. புது உடையில் ஜொலிக்கும் ஜமிஷாவுக்கும் ஒரு மிதப்பு இருந்தது.

மைலாஞ்சிக்கே இவ்வளவு கூட்டம் என்றால் நாளை நிக்காஹ்-க்கு எவ்வளவு கூட்டமிருக்குமோ என்று எல்லோரும் கணக்குப் போட்டுக்கொண்டிருந்தனர். முகமதலியின் ஒட்டுமொத்த சொத்துக்கும் ஷாகிராவே வாரிசு. ஒரே மகள். அவளின் திருமணத்தை மொஹல்லாவில் யாரும் செய்யாதவாறு செய்திட வேண்டுமென்று ஒவ்வொன்றையும் பார்த்துப் பார்த்துச் செய்து வந்தார் முகமதலி. தாராபுரம் நூரு சமையலிலிருந்து நிக்காஹ் செய்யும் ஆயிஷா மண்டபம் வரை எல்லாமுமே ஊரே மெச்சுமளவு செய்திருந்தார்.

உள்ளூர் கட்சிக்காரர்கள் முதல் அனைத்து ஜமாஅத் நிர்வாகிகள் வரை எல்லோரும் வந்து போனார்கள். முகமதலியின் முகம் முழுக்கப் பெருமை. தனது மகளுக்கு பல மாப்பிள்ளைகளைத் தேடி, அதிலிருந்து "இந்தப் பையன்தான் நமது குடும்பத்துக்கு ஏத்த மருமகன்" என்று முடிவு செய்து ரபிக்கை முடிவு செய்தார். ரபிக், இஞ்சினியர் படிப்பை முடித்துவிட்டு மார்க்கெட்டில் அவனின் அத்தாவின் அரிசி மண்டியை நிர்வகித்து வருகிறான். நல்ல வசதியான குடும்பம். மார்க்கெட்டில் ரபிக்கின் அத்தா சையதுக்கு நல்ல மரியாதை இருந்தது. ஜமாஅத் நிர்வாகிகளும் அவர்களது குடும்பத்தைப் பற்றி நல்ல விதமாகச் சொன்னதாலும், பையனைப் பற்றி எந்தப் புகாரும் இல்லாததாலும் அவரின் நம்பிக்கையைப் பெற்ற மருமகன் ஆனான்.

ஷாகிராவின் அம்மா ஜைதூன் அனைவரையும் வரவேற்று உபசரித்துக் கொண்டிருந்தாள். “புள்ளைக்கு வீட்டுப் பக்கத்திலேயே அவரு வாப்பா இடம் வாங்கிப் போட்டிருக்காரு, நிக்காஹ் முடுஞ்சவுடனையே வீடு கட்டிற வேலைய ஆரம்பிச்சிடுவாரு, புள்ள மேல மனுஷன் உசுரயே வச்சிருக்காரு.” தனது கணவரைப் பற்றி எல்லோரிடமும் பெருமை பொங்கச் சொல்லிக் கொண்டிருந்தாள். அவள் சொல்லித்தான் என்றில்லை மொஹல்லாவுக்கே தெரியும் மகள் மீது முகமதலி வைத்திருக்கும் பாசம்.

“ஏங்க எல்லாத்துக்கும் சோறு போதுமான்னு அடுப்பங்கரையும் கொஞ்சம் போய் எட்டி பாருங்க,” என்றாள் ராபியா. “சரி சரியென்று” மண்டையாட்டிக்கொண்டு அடுப்படிக்கு ஓடினார் ஜமிஷா. ராபியாவும் ஜைதூனும் அக்கா தங்கை. எல்லோரிடமும் ‘சாப்டாச்சா, மொதல்ல சாப்பிடப் போங்க’ என்று விரட்டிக்கொண்டிருந்தனர்.

மண்டபத்திற்குப் பின்னால் விடியற் காலையில் வெட்டப்படும் ஐந்து கிடாய்களும் பருப்புக் கீரையை வயிறு முட்ட மென்றுகொண்டிருந்தன. கைகழுவப் போகிறவர்கள் ஒருவருக்கொருவர் கண்களாலேயே ஜாடை காட்டிக் கொண்டனர். நாளைக்கு பிரியாணியை விட கறிதான் அதிகமிருக்கும் போல என்ற பாவனை அதில் இருந்தது.

“ஷாகிரா புள்ள எங்கிருந்தாலும் நல்லா இருக்கணும், அவர் அத்தா என்னமா புள்ளைய தாங்குறாரு, கொடுத்து வச்ச மகராசி” என்று கை கழுவும் இடத்தில் ஷாகிராவைப் பற்றி மெச்சிக் கொண்டு இருந்தனர்.

“பெத்த புள்ளையாட்டம் அந்த மனுஷன் தாங்குறாரு., அவள் சொந்த அத்தாகூட இப்படிப் பார்த்திருக்க முடியாது” என்று சொன்னவள் வாயைச் சட்டென மூடினாள் ஜம்ரூத்.

“நீ பேசுனது மட்டும் ஜைதூன் காதுல விழுந்திருச்சுனா, அவ்வளவு தான். உன்ன கிழிச்சு தொங்க விட்டிடுவா, ஜாக்கிரத” என்றாள் ரஹமத்.

மொஹல்லாவில் சிலருக்கு மட்டுமே தெரிந்த ரகசியத்தை யாரும் வெளியே சொன்னதில்லை.

15

திருமணமாகி ஏழு ஆண்டுகள் கடந்தும் முகமதலிக்கும் ஜைதூனுக்கும் குழந்தை பிறக்கவில்லை. அவர்கள் போகாத தர்காவும் மருத்துவமனையும் இல்லை. முகமதலி கை நிறைய சம்பாதித்தாலும் குழந்தை இல்லாத குறை இருவருக்குமே இருந்தது. அவர்களுக்கு ஆறுதல் சொல்லுபவர்களைக் கண்டால் கோபமாக வந்தது. ஆறுதல் சொல்லுதல் என்றபேரில் குடும்பத்தில் குழப்பம் உண்டாக்குவது போலவே அவர்களின் பேச்சும் பல நேரம் இருந்தது. அந்தப் பேச்சின் நீட்சி, "பேசாம முகமதலி இன்னொரு கல்யாணம் பண்ணிக்கிலாமில்ல, நம்மதில் தேவைனா ரெண்டு மூணு கட்டிக்க மார்க்கமே சொல்லுதல்ல" என்று முடியும். அதனாலேயே யாரிடமும் இதுகுறித்து முகமதலி பேசியதில்லை. குழந்தை தாமதத்திற்கு அவள் மட்டுமே பொறுப்பாக முடியாது, நானும்கூட இருக்கலாம் என்று முகமதலி நம்பிக்கொண்டிருந்தார்.

முகமதலி குடும்பத்தில் பலருக்கும் தாமதமாகவே குழந்தை பிறந்ததை பலரும் சொல்லி ஆறுதல் படுத்தினாலும், திருமணம் முடிந்து ஏழு ஆண்டுகள் ஆனபின்பும் கூட குழந்தைப் பேரு இல்லையென்றால் என்ன செய்வது என்ற கவலையே அதிகமாகி இருந்தது. தனது நண்பன் பழனிக்கும் மூன்று வருடம் கழித்துதான் குழந்தை பிறந்தது என்றாலும் தனக்கு ஏழாண்டு ஆனதை அவனால் ஜீரணிக்க முடியவில்லை. ஆனாலும் அதனை வெளியே காட்டிக்கொள்ளாமல் தனக்குள்ளயே வைத்துக்கொண்டான். ஜைதூன் எல்லாவற்றையும் ஆண்டவன் தீர்த்து வைப்பார் என்று திடமாக நம்பிக்கொண்டிருந்தாள்.

தனக்குப் பின்னால் திருமணம் செய்த தனது தங்கை ராபியா கடந்த ஐந்து ஆண்டுகளில் இரண்டு குழந்தைகளைப் பெற்றுக்கொண்டு, இரண்டுமே பெண் குழந்தைகளாகப் பிறந்ததினால், ஒரு பையனுக்காக அடுத்த குழந்தையையும் வயிற்றில் சுமந்து கொண்டிருந்தாள். அவளுக்கு மட்டும் ஊத்துப்போல வந்துகொண்டே இருக்கிறது. நாம் என்ன

பாவம் செய்தோம் என்ற ஏக்கமும் உள்ளூர இருந்தது. இத்தனைக்கும் தன்னைவிட குறைவான வசதியோடு தங்கை வாழ்ந்தாலும் அவளுக்கு இருக்கும் நிம்மதி தனக்கு இல்லை என்று புழுங்கினாள்.

ஜமிஷா மார்க்கெட்டில் உள்ள பழமண்டியில் கணக்குப் பார்க்கும் வேலை செய்து வருகிறான். அவனுடைய வசதிக்கு இரண்டு குழந்தைகளை வளர்க்கவே பெரும்பாடு படவேண்டியிருக்கும். இதில் இன்னொரு குழந்தை என்றால் எப்படித்தான் சமாளிப்பது என்று ஜைதூன், முகமதலியிடம் பேசும்போது அவளுக்கு ஒரு யோசனை பட்டது. பேசாமல் மீண்டும் பெண் குழந்தையாக இருந்தால் தனக்குத் தர கேட்கலாமாவென்று தயங்கியபடி முகமதலியிடம் சொன்னபோது, "போ புள்ள போய் பொழப்பப் பாரு" என்று கூறிவிட்டுப் போய்விட்டார். "அப்படி என்னத்த கேட்டுட்டேன், கேட்கக் கூடாததையா கேட்டுவிட்டோம். இந்த மனுஷன் இப்படி முகம் காட்டிட்டு போறார்" என்று ஜைதூன் சொன்னாலும் அவளுக்கும் கேட்க தயக்கமாகத்தான் இருந்தது. ஆனாலும் முகமதலி பிடி கொடுக்காமல் பேசுவது அவளுக்கு வேதனையாக இருந்தது.

ஊருக்குள் பலரும் குழந்தைக்காக வேறு ஒரு கல்யாணத்தை செய்யச் சொல்லி அவரைப் பல வழிகளில் வற்புறுத்திக்கொண்டே இருந்தனர். அவர் அப்படிச் செய்ய மாட்டார் என்று தெரிந்தாலும் மனசுக்குள் சொல்ல முடியாத பயம் இருந்தது. ஒரு குழந்தை மட்டும் எப்படியாவது கிடைத்துவிட்டால் கொஞ்சம் நிம்மதியாக இருக்கலாம்.

ராபியாவுக்கு மருத்துவமனை போக வேண்டுமென்றால் ஜைதூனோ அல்லது அவளது அம்மாவோ கூடப் போவார்கள். ராபியாவோடு அவளது அம்மா மருத்துவமனை போகும்போது இரண்டு குழந்தைகளும் ஜைதூன் வீட்டிலேயே இருப்பார்கள். குழந்தைகளின் சிரிப்புச் சத்தம் அவளுக்கு ஒரு இனிய கீதம்போல் இருந்தது. மூன்றாவது பிரசவத்துக்காக ராபியா மருத்துவமனைக்குச் சென்றாள். அவள் போனதிலிருந்து ஜைதூனுக்கு நெஞ்சில் என்னமோ ஒரு படபடப்பு. அது ஏக்கத்தின் வெளிப்பாடாக இருக்கலாம் என்று அவளுக்குத் தோன்றியது.

ராபியாவுக்கு மூன்றாவதும் பெண் குழந்தை பிறந்ததாக தகவல் வந்து மருத்துவமனைக்குப் போனாள். இரண்டாம்

குழந்தை பெண்ணாகப் பிறந்தபோதே மூஞ்சியைத் தூக்கிக் கொண்டிருந்த ஜமிஷா மூன்றாவதும் பெண்குழந்தை என்று தெரிய வந்ததும் அன்று முகம் விடியாமல் உட்கார்ந்துகொண்டு இருந்தான். அவன் முகத்தைப் பார்த்தபோதே ஜைதூனுக்குப் புரிந்துவிட்டது. அவன் ஏமாற்றத்தோடு இருக்கிறானென்று.

குழந்தை லட்டு போல இருப்பதாக ஜைதூன் முகமதலியிடம் சொல்லிக் காட்டினாள். அவன் ஆசையோடு எடுத்துக் கொஞ்சினான். வீட்டுக்கு வந்ததும் அவள் மனதில்பட்ட யோசனையைத் தயங்கியபடி முகமதலியிடம் சொன்னபோது, எந்தப் பதிலும் சொல்லாமல் அவன் முகம் திருப்பிப் போனான். "என்ன மனுஷன் இப்படி இருக்காரு" என்று நினைத்தவள், முகமதலியிடம் இனிப் பேசி எந்தப் பயனும் இல்லை என்ற முடிவுக்கு வந்து, அவனிடம் கேட்பதை அப்படியே நிறுத்திக் கொண்டாள்.

தினமும் இரண்டு குவளை கற்றாழைச்சாற்றைக் குடித்ததைப் போல ஜமிஷா முகம் சுருக்கி சுற்றிக்கொண்டிருந்தான். அவனது லட்சிய நோக்கம் நிறைவேறாததினால் வேண்டா வெறுப்பாக வீட்டுக்கு வந்து போய்க்கொண்டிருந்தான். மூன்று மாதம் கடந்த பின்பும்கூட அவனுக்கு மனம் ஒப்புக்கொள்ளவில்லை. அவனது நடவடிக்கை ராபியாவுக்கு என்னமோபோல இருந்தது. தான் செய்யாத தவறை செய்துவிட்டதைப் போல இந்த மனுஷன் தன்னிடம் கேவலமாக நடந்து கொள்வதாக அவள் அம்மாவிடம் சொல்லி அழுதாள் ராபியா.

முகமதலியும் ஜைதூனும் வீட்டில் இருக்கும்போதே ஜமிஷா வேண்டா வெறுப்பாக ராபியாவிடம் பேசினான். இரண்டு ஜீவன்கள் குழந்தைப்பேறு இல்லை என்று உள்ளுக்குள்ளேயே புழுங்கிக்கொண்டு இருக்கும் நிலையில் ஒருவன் குழந்தை பிறந்ததுக்காக வெறுப்போடு பேசுவதைப் பார்த்த முகமதலி,

"என்ன சகல பழமண்டியில எதாச்சும் பிரச்சனையா?"

"இல்லை" என்பதைப் போல தலையாட்டினான். அவனுக்கு மூன்று பெண் குழந்தைகளுக்கும் கல்யாணம் செய்து சீர் செய்வதற்குள் ஒரு வழியாகி விடுவோம் என்ற கவலை இருந்தது.

"அந்த மனுசனுக்கு என்ன கேடு மச்சான், எல்லாம் இந்தப் புள்ள பிறந்த நேரம், மூஞ்சத் தூக்கிவச்சு சுத்திட்டு இருக்கு" என்றாள் ராபியா. பேசாமல் நாமே இந்த குழந்தையை வாங்கினால்

என்ன என்று ஜைதூனுக்குத் தோன்றியது. ஆனால், ஏற்கனவே இரண்டுமுறை கேட்டதற்கு கணவன் முகம் திருப்பியதை நினைத்து அமைதியாக இருந்துவிட்டாள்.

“அக்கா பேசாம நீயே இந்தக் குழந்தைய வச்சுக்கிறையா” என்று ராபியா திடீரெனக் கேட்டதை ஜைதூன் கொஞ்சம்கூட எதிர்பார்க்கவில்லை. ஜைதூன் உடலில் ஓர் உஷ்ண அலை ஏறி இறங்கியது. அதில் சொல்லமுடியாத மகிழ்ச்சியின் ரேகை தனக்குள் ஓடியதை அவள் உணர்ந்தாள். வார்த்தைகள் எதுவும் வராமல் திக்கினாள். நெஞ்சு திக்கு திக்கென்று அடித்தது. ஏற்கனவே இதைக் கணவனிடம் கேட்டு அவன் ஒத்துக்கொள்ளாததை நினைத்து ஏங்கினாள். அவள் முகம் கணவனின் முகம் நோக்கித் திரும்பியது. முகமதலி முகத்தில் எந்த சலனமும் இல்லாமல் ஏதோ யோசனையில் மூழ்கியதைப் போல இருப்பதைப் பார்த்தாள். கணவன் ஒத்துக்கொள்ள மாட்டார் என்று நன்றாகத் தெரிந்தும் ஜைதூனின் கண்கள் ஒருநொடி ஏங்கி அமைதிகொண்டது. எதுவும் பேச முடியாமல் அப்படியே உட்கார்ந்தாள்.

ராபியா அப்படிக் கேட்டதை ஜமிஷாவும் கொஞ்சமும் எதிர்பார்க்கவில்லை. ராபியாவின் முகத்தையும் ஜைதூன் முகத்தையும் ஒருசேரப் பார்த்தான். எந்தச் சொற்களையும் இருவரும் பரிமாறிக்கொள்ளாமல் மௌனமாக இருப்பதை வைத்த கண் வாங்காமல் பார்த்துக்கொண்டிருந்தான்.

“இப்பவே கொடுத்தாலும் வாங்கிக்கிறோம், கொடுக்கிறீங்களா சகல” என்று முகமதலியிடமிருந்து வந்த எதிர்பாராத வார்த்தை ஜமிஷாவுக்கும் ராபியாவுக்கும் ஏற்படுத்திய அதிர்ச்சியைவிட ஜைதூனுக்கு அதிகமாக இருந்தது. இந்த ஒரு வார்த்தைக்குதான் பல நாட்கள் இவனுக்கே தெரியாமல் தலையனைக்குள் முகம் புதைத்து அழுதிருந்தாள். பல இரவுகளில் நெஞ்சில் பால் கட்டியதுபோல கனவு வந்து எழுந்து அவளது மார்பைத் தொட்டுப் பார்த்திருக்கிறாள். கனவு என்று தெரிந்தபோது ஏமாந்து துடித்திருக்கிறாள். அவளின் நீண்டநாள் ஆசை குழந்தையை அவள் நெஞ்சில் போட்டுத் தாலாட்ட வேண்டும் என்பதே. அவளின் ஏக்கம் முகமதலிக்கும் தெரியும். அவனும் வேண்டாத தெய்வம் இல்லை. இப்போது முகமதலி பேசிய வார்த்தைகளால் அவள் கண்களில் நீர் திரண்டது. ஜைதூன், ஜமிஷாவைப் பார்த்தாள்.

"சகல எனக்கு ராபியா மேலயோ, குழந்தை மேலயோ எந்த வெறுப்பும் இல்ல. மூணு பொட்டப் புள்ளைகள வச்சு இந்த காலத்துல எப்படி கரை சேர்த்த முடியும். அந்தக் கவலைதான் தூக்கம் வராம போச்சு. இந்த புள்ள உங்களுக்குதானு ஆண்டவன் எழுதி இருந்தா அத யாராலும் தடுக்க முடியாது, வச்சுக்குங்க சகல" என்று அவன் சொல்லும்போது ஜைதூன் முகம் முழுக்க பரவசம் ததும்பியது. கண்களில் நிற்காமல் கண்ணீர் வந்துகொண்டே இருந்தது.

கட்டிலில் படுத்திருந்த குழந்தையை ராபியா எடுத்தாள். கைகாலை ஆட்டிக்கொண்டிருந்த மகளை ஜைதூன் வாங்கும்போது அவள் நெஞ்சில் பால் கசிந்த ஈரஉணர்வு வந்தது. பொக்கை வாய் காட்டிக்கொண்டிருந்த குழந்தையின் மீது ராபியா உடல் முழுக்க முத்தத்தால் அலங்கரித்தாள். அப்போது அவள் கண்ணில் திரண்ட கண்ணீரை தனது முந்தானையால் துடைத்துக் கொண்டே குழந்தையைப் பார்த்து "என்னோட மயிலே! என்னவிட என் அக்காவும் மச்சானும் உன்ன மகாராணி கணக்கா பார்த்துகிடுவாங்க, ஒரு குறையும் எப்போதும் உனக்கு வரது. என் மயிலே மயிலே" என்று அழுத்தி மாறி மாறி முத்தம் பதித்துக் கொடுத்தாள். முகமதலி முகத்தில் வெகு நாட்களுக்குப் பிறகு இயல்பான சிரிப்பு வந்தது. அவன் கண்களில் ஆனந்தக் கண்ணீர் வெளியே வருவதற்குத் தயாராக நின்றுகொண்டிருந்தது.

வாப்பாவையும் அம்மாவையும் பார்த்து பொக்கைவாய் காட்டி மயிலு சிரித்தது.

16

தினமும் வியாபாரம் முடித்து, கணக்குப் பார்த்து, கடையைப் பூட்டி வீடு வந்து சேர இரவு பதினோரு ஆகும் முகமதலிக்கு. ஆனால் வீட்டில் குழந்தையின் வாசம் வந்ததற்குப்பின்பு ஏழு மணிக்கே வர ஆரம்பித்தான். அவன் குழந்தையிடம் கொஞ்சி விளையாடியது ஜைதூனுக்கு அவ்வளவு நிறைவாக இருந்தது. இந்த நொடிகளுக்காகத்தான் அவள் ஏழு வருடம் தவமாய்த் தவமிருந்தாள். முகமதலியின் சிரிப்பில் அவளுக்கு சொல்லமுடியாத மனநிறைவு இருந்தது. அவன் குழந்தையைக் கொஞ்சும்போது அவனது ஏக்கத்தை அவள் புரிந்துகொண்டாள். பொம்மைகள் இல்லாத வீடு இப்போது பொம்மைகளின் வீடானது. எப்போது கடைதெருவுக்கு போனாலும் கண்ணில் படும் பொம்மைகளை வாங்கி அடுக்கிக்கொண்டே இருந்தான். பெரியவர்களுக்கு குழந்தைதான் பொம்மை, குழந்தைகளுக்கு பொம்மைதான் குழந்தை.

ராபியா சொன்னதைப்போல ஷாகிரா ராணியைப் போல வீட்டில் வலம் வந்தாள். அவளுக்கு என்னென்ன தேவையோ எல்லாம் வீட்டில் இருக்கும். வீட்டுக்கு வந்தவுடன் குழந்தையின் கழுத்தில் ஒரு பவுனுக்கு தங்க செயின் போட்டான். ஷாகிரா மட்டும் ராணியைப் போல இருக்கும்போது அவளோடு பிறந்த இரண்டு குழந்தைகளும் அதே மகிழ்வோடிருக்க அவர்களுக்குத் தேவையானதையும் முகமதலி செய்தான். அதற்கு முன்பே எப்போதும் விருப்பத்தோடு செய்து வந்தாலும் இப்போது கூடுதல் பொறுப்போடு செய்து வந்தான்.

ஷாகிராவின் வருகைக்குப் பிறகு வீடே கொண்டாட்டமாக மாறியது. முகமதலி வருமானம் முன்னைக் காட்டிலும் சூடுபிடித்ததற்கு மகளின் ராசிதான் காரணம் என்று யாரைப் பார்த்தாலும் மகிழ்ச்சியோடு சொன்னான். அப்போது நானும் ஒரு புள்ளைக்கு அப்பன்தான் என்ற பூரிப்பு இருந்தது. மகளைப் பள்ளிக்கூடத்தில் சேர்ப்பதற்கு முன்பாகவே அவளது திருமணம்வரை முகமதலி திட்டமிட்டு வைத்திருந்தான்.

எங்காவது தூரமாகக் கட்டிக்கொடுத்து மகளைப் பார்க்காமல் போகக் கூடாது. உள்ளூரிலேயே நல்ல பையனுக்குக் கட்டிக்கொடுத்திட வேண்டும்.

அவனது எல்லா சங்கடங்களையும் தீர்த்த மகள், எப்போதும் அவளைப் பார்த்துக்கொண்டே இருக்க வேண்டுமென்று, அவளது பத்து வயதிலேயே அவள் திருமணத்துக்குப் பின்பு இங்கேயே வீடு கட்டிக்கொள்ள, வசிக்கும் தெருவிலேயே காலி இடம் ஒன்றையும் வாங்கிப்போட்டார். அப்பன், மகளை தலையில் வைத்துக் கொண்டாடுவது கண்திருஷ்டி பட்டிடக்கூடாதென்று எப்போது பார்த்தாலும் அப்பனுக்கும் மகளுக்கும் சேர்த்து வரமிளகாயும், உப்பையும் வைத்துக் கண்ணடியை ஜைதூண் கழித்துக்கொண்டே இருந்தாள். எந்தக் கவலையும் இல்லாமல் மகளோடும் ஜைதூனோடும் கொண்டாட்டமாக இருந்த அவனுக்கு பெரும் இடையூறு வந்தது குழந்தையைப் பள்ளியில் சேர்க்கும்போதுதான். அப்போது பெரும் நெருக்கடிக்கு உள்ளானான்.

பள்ளிக்கூடத்தில் சேர்க்கும்போது பிறப்புச் சான்றிதழை இணைக்கச் சொல்லி பள்ளிக்கூட நிர்வாகம் கேட்டது. அதுவரை மகளின் பிறப்புச்சான்றிதழைப் பற்றிய பிரக்ஞையே இல்லை. அப்போதுதான் ராபியாவிடமிருந்து வாங்காதது நினைவுக்கு வந்தது. அவள் எங்கே வைத்திருக்கிறாள் தெரியவில்லையே? என்ற குழப்பமும், முதலில் பிறப்பு சான்றிதழ் வாங்கினாளா? இல்லை அன்று நடந்த குழப்பத்தில் அப்படியே இருந்துவிட்டாளா என்ற குழப்பமும் மாறி மாறி முகமதலிக்கு வந்தது. பழைய நினைவை திரும்பத் திரும்ப கவனப்படுத்தினாலும் அவனுக்கு நினைவில்லை. ஜைதூனும் நினைவுபடுத்திப் பார்த்தாள் ஒன்றும் பிடிபடவில்லை.

பெரிய மெட்ரிக்குலேஷன் பள்ளிக்கூடம் என்பதால் அவர்களிடம் வெகுநாளைக்குத் தவணை சொல்லி சமாளிக்க முடியாது. ஒருவாரம் நேரம் கேட்டு வாங்கிக்கொள்வோம் பிறகு ராபியா வீட்டில் தேடி எடுத்துக் கொள்ளலாமென்று பள்ளியில் ஒருவார காலம் நேரம் வாங்கினான்.

ராபியா, ஜமிஷா, ஜைதூன் என எல்லோரும் வீட்டிலிருந்த எல்லாக் காகிதங்களையும் எடுத்துப் பார்த்தனர். நேரம் கிடைக்கும்பொழுதெல்லாம் முகமதலியும் தேடுவதற்காக வந்து விடுவான். ஐந்து நாட்கள் தேடுதலுக்குப் பின்னர்

ஜைதூன்னின் அம்மா தன் வீட்டில் இருப்பதாக தகவல் சொல்லி அனுப்பினாள். 'பெருமூச்சை' விட்டான் முகமதலி. அவனும் ஜைதூனும் அங்கே போனார்கள். குழந்தை பிறந்த அன்று மருத்துவமனையில் செவிலியர் வீட்டு விலாசம் பூர்த்தி செய்து கொடுக்கும்படி கேட்டபோது தனது அம்மாவின் வீட்டு முகவரி தந்த நியாபகம் இப்போது ராபியாவுக்கு வந்தது. தபாலில் அப்போதே அனுப்பியிருந்ததை நினைவுபடுத்திக்கொண்டாள். அப்போது நடந்த பல்வேறு சங்கடங்களில் எல்லோரும் பிறப்பு சான்றிதழ் வந்ததை மறந்து போயிருந்தார்கள்.

ஜைதூனின் அம்மா தயங்கியபடியே அதனை நீட்டினாள். முகமதலிக்கு அதனைப் புரிந்துகொள்ள முடியவில்லை. சான்றிதழைத் திறந்து பார்த்தபோதுதான் அப்பா, அம்மா பெயரில் ஜமிஷாவின் பெயரும், ராபியாவின் பெயரும் இருப்பதைப் பார்த்து கலங்கி உட்கார்ந்தான். இதை அவன் கொஞ்சம்கூட எதிர்பார்க்கவில்லை. இதனைப் பெரியவளாகி ஷாகிரா பார்த்துவிட்டாள் தன்னை விட்டுப் போய் விடுவாளோ என்ற பயமும் ஒருவேளை போகாமல் இருந்தாலும் இயல்பான பாசம் அவளுக்கு வருமா... இல்லை அதிர்ச்சியில் அவள் உடைந்து உட்கார்ந்தால் என்ன செய்வது என பல குழப்பமும் கவலையும் நெஞ்சம் முழுக்கப் படற ஆரம்பித்தது. ஜைதூன் அதனைப் புரிந்துகொண்டாள். ஜைதூனுக்கும் பெரும் கவலையாக இருந்தது. ஐந்து நாட்களுக்கு முன்புதான் குழந்தையின் பள்ளி விண்ணப்பத்தில் அப்பா, அம்மா பெயரில் தனது பெயரையும் ஜைதூன் பெயரையும் எழுதிய ஞாபகம் அவருக்கு வந்து போனது.

மகளும் மருமகனும் இடி விழுந்ததைப் போல உட்கார்ந்திருப்பது ஜைதூன் அம்மாவுக்குப் பெரும் துயரமாக இருந்தது. வேறு வழி இல்லாமல் அந்த மௌனத்தை அவள்தான் கலைத்தாள். "மருமவனே இப்படி உட்கார்ந்து இருந்தா என்ன செய்ய முடியும், இதத் தீர்க்க அல்லா ஒரு வழி வைக்காமலயா ஒரு முடுச்சு போடுவான். மேற்கொண்டு ஏதாவது ஒரு வழி இருக்கும். நல்லா யோசிங்க, இப்பவாவது தெரிஞ்சதேனு நிம்மதி கொண்டுட்டு அடுத்த காரியத்தப் பாருங்க" என்று சொன்னாள். மாமியின் பேச்சிலும் ஒரு உண்மை இருப்பதை முகமதலி உணர்ந்தான்.

“ஒருவேளை மகளைப் பள்ளியில் சேர்க்கப் போகாமல் இருந்திருந்தால் நமக்கு இந்த சான்றிதழ் குழப்பம் கடைசிவரை தெரியாமலேயே போயிருக்கும். நல்லவேளை இப்போதாவது தெரிந்ததே” என்று கொஞ்சம் ஆறுதலும் இருந்தது. அவனது காலத்தில் பள்ளிக்கூட சேர்க்கைக்குக் காதை, தலையைச் சுற்றித் தொட வேண்டும். அந்தப் பழைய பழக்கம் இப்போது இருந்திருந்தால் கடைசிவரை இந்த ரகசியம் தெரியாமலேயே போயிருக்கும்” என்று அவனுக்குத் தோன்றியது.

கடையில் உட்கார்ந்து இதுகுறித்து மண்டையைக் குழப்பிக்கொண்டிருந்தான். இதனை எப்படித் தீர்ப்பது என்று மூளையைப் போட்டு அலசியபோதும் ஒண்ணும் புரியவில்லை. இதனை வெளியே யாரிடமாவது கேட்டு அது பரவிவிட்டால்? நாளை மகள் பெரியவளாகியபின்பு யாராவது சொல்லிவிட்டால்? அது பெரும் சங்கடமாகிவிடும் என்ற கவலையும் அவனுக்குள் இருந்தது. அதனால் யாரிடமும் கலந்து கொள்ளாமல் அவனாகவே மனதுக்குள் போட்டு தலையை உடைத்துக்கொண்டு இருந்தான். ஒருவாரம் கடந்ததினால் பள்ளிக்கூடமும் பிறப்பு சான்றிதழை சீக்கிரம் கொண்டுவந்து கொடுக்கும்படி கூறியது. பள்ளிக்கூடம் அழுத்தம் கொடுத்தது அவனை இன்னும் வாட்டியது.

கடையில் வேலை பார்க்கும் கந்தசாமி, ஓனரின் மூன்றுநாள் நடவடிக்கைகளைப் பார்த்து ‘என்னமோ பிரச்சனை’ என்று முடிவுக்கு வந்து அவனே கேட்டுவிட்டான். “அண்ணே எதாவது பிரச்சனையா? மூணு நாளா ஒரே குழப்பாமாவே இருக்கீங்க” என்றான். “அது ஒண்ணுமில்ல உன் வேலையப் பாரு” என்று அவனோடு பேசுவதைத் தவிர்த்தான்.

“அண்ணே உங்க தம்பி மாதிரிதானே பத்து வருசமா கடையில இருக்கேன், பிரச்னையச் சொன்னாதானே. ஒருவேள எனக்குத் தீர்வு தெருஞ்சா சொல்லுவனில்ல” என்று வார்த்தைகளை விழுங்கிக்கொண்டே சொன்னான். அவனிடம் கலந்துபேச முகமதலிக்கு மனம் ஒப்பவில்லை. ஆனாலும் யாரிடமாவது சொன்னால்தானே ஒரு வழி கிடைக்கும் என்று மனசும் அரித்துக்கொண்டே இருந்தது. கந்தசாமி கடைநேரம் போக மீதி நேரம் எதாவது புத்தகங்களை எடுத்துப் படிக்கும் பழக்கம் இருந்ததால் அவனிடம் கேட்போம் என்று தோன்றியது. கூடவே தம்பி போல குடும்பத்தில் ஒருவனாக வீட்டின் அனைத்து

விபரங்களையும் தெரிந்தவன் என்ற வகையிலும் யாரிடமும் எப்போதும் எதுவும் சொல்ல மாட்டான் என்ற நம்பிக்கையும் அவன்மீது முகமதலிக்கு இருந்தது.

"ஒரு சின்னப் பிரச்சினை அதுதான் மனசு கெடந்து கொழப்புது" என்றான். என்னவென்று அவன் கேட்டதற்கு பள்ளிக்கூடத்தில் பாப்பாவை சேர்த்ததிலிருந்து பிறப்புச் சான்றிதழ் குழப்பம்வரை எல்லாம் வரிசையாக ஒப்புவித்தான்.

"அட இவ்வளவு தான் பிரச்னையா? அதுக்குதான் ஒருவாரமா கடைக்கும் வீட்டுக்கும் அலையுரீங்களா. எங்கிட்ட கேட்டிருந்தா நானே வழிய சொல்லி இருப்பேனுல்ல." அவன் அப்படிச் சொன்னதும் முகமதலி, 'என்ன இவ்வளவு சாதாரணமாக சொல்கிறான். அப்பாடா எல்லாம் முடுஞ்சது' என்று பெருமூச்சு விட்டான். இவன் வழியாக இந்தப் பிரச்சனை ஒரு முடிவுக்கு வருகிறதோ என்று ஆர்வத்துடன் அவனைப் பார்த்தார்.

"எங்க பெரியம்மா மவனுக்கும் குழந்தை இல்லை, எங்க அண்ணி சொந்தத்திலதான் ஒரு குழந்தைய தத்து எடுத்தாங்க. ஏற்கனவே பெர்த்து செர்டிபிகட்டுல இருந்த அப்பா, அம்மா பேர எடுத்துட்டு, எங்க அண்ணா - அண்ணி பேர போட்டாங்க" என்று அவன் சொன்னான். கந்தசாமி மூலம் ஒரு வழி பிறந்து பிரச்சனை முடிவுக்கு வந்ததாக நிம்மதி கொண்டான். அவன் அண்ணனுக்கு இதனைச் செய்துகொடுத்த வழக்கறிஞர் முகவரியை வாங்கிக்கொண்டு அவரைப் பார்க்கப் போனான் முகமதலி.

17

வழக்கறிஞரைப் பார்ப்பதற்காக அவரின் அலுவலக வரவேற்பறை முன்பு முகமதலி உட்கார்ந்துகொண்டிருந்தான். அப்போது அவனது மாமியார் சொன்னது நினைவுக்கு வந்தது. "மருமவனே இப்படியே உட்கார்ந்து இருந்தா என்ன செய்ய முடியும், இதத் தீர்க்க அல்லா ஒரு வழி வைக்காமலயா ஒரு முடுச்சுப் போடுவான். மேற்கொண்டு ஏதாவது ஒரு வழி இருக்கும் நல்ல யோசிங்க." இப்போது அல்லாவால் போடப்பட்ட முடிச்சு நல்லபடியாக அவிழ்வதை நினைத்து நிம்மதியடைந்தான்.

அவனுக்கு முன்னால் மூன்றுபேர் வழக்கறிஞரைப் பார்க்க வந்திருந்தனர். அவர்கள் ஒவ்வொருவராக உள்ளே சென்று அரைமணி நேரத்துக்கு மேல் பேசிக்கொண்டு வெளியே வந்தனர். மூன்றாவது நபரும் வெளியே வந்தபின்பு, அவன் அருகில் உட்கார்ந்து எழுதிக்கொண்டு இருந்த இளம் வழக்கறிஞர் முகமதலியை உள்ளே போகச் சொன்னார்.

வழக்கறிஞர் அடர்ந்த கருப்பு நிறத்தில் இருந்தார். வெள்ளை நிற பிரேம் போட்ட கண்ணாடி. வயது சுமார் அறுபது இருக்கும். காதின் ஓரத்தில் அடித்த கருப்பு மை கரைந்து போவதற்கான சமிக்ஞையாக வெள்ளை முடிகள் தெரிந்தன. சிரித்த முகம். நெற்றியில் காலையில் வைத்த குங்குமப் பொட்டு அப்படியே இருந்தது. "வாங்க சார்" என்று தலையாட்டி உள்ளே அழைத்தார். வணக்கம் வைப்பதுபோல கையை நெஞ்சுக்கு நேராக தூக்கிவிட்டு அவருக்கு எதிரில் இருந்த இருக்கையில் அமர்ந்தான்.

"சார் என்பேரு முகமதலி, பழைய மார்க்கெட்டுல இரும்பு வியாபாரம், என் கடையில வேலை செய்யுற கந்தசாமி உங்க அட்ரஸ் கொடுத்தான்" என்று பெரும் மரியாதையோடு வார்த்தைகளை ஒன்றின் மீது ஒன்றாக அடுக்கிவைத்துப் பேசினான்.

“அவனுடைய அண்ணனுக்கு நீங்கதான் தத்து எடுக்க கேஸ் நடத்தி நல்லபடியா முடுச்சுக் கொடுத்தீங்கன்னு சொன்னான், அது விசயமாதான் நானும் வந்தேன்” என்று கந்தசாமியின் அண்ணன் பெயரைச் சொன்னான் முகமதலி. நடந்த முழுவிபரத்தையும் சொல்லி, கூடவே கந்தசாமி அவனிடம் சொன்ன விபரங்கள் எல்லாவற்றையும் சொன்னான்.

வழக்கறிஞருக்கு முகமதலியின் சூழல் பெரும் வருத்தமாக இருந்தது. இந்த மனுஷனுக்கு எதாவது செய்யணும்னு நினைச்சாலும் ஒரு விஷயம் அவரைத் தடுத்தது. அதனை எப்படிச் சொல்லி இவருக்கு புரியவைப்பது என்ற சங்கடமும் அவருக்கு வந்தது.

“இப்போ குழந்தைக்கு என்ன வயசாகுது?”

“அஞ்சு ஆகுதுங்க சார்.”

“பள்ளிக்கூடம் கண்டிப்பா பிறப்பு சர்டிபிக்கட் கொடுக்கணும்னு கேக்குதா...”

“ஆமாம் சார், இன்னும் ஒரு வாரம் டைம் கேட்டேன். வீட்டுல இருக்கிற சர்டிபிக்கட்டே கொண்டுவர ஏற்கனவே ஒருவாரம் கொடுத்தாச்சு இன்னும் ஒருவாரமானு கேக்குறாங்க. உங்க புள்ளதானே அப்புறமென்ன தயக்கம்” என்று அவர்கள் நேற்று போனில் பேசிய விபரங்களை தயக்கத்துடன் சொன்னான்.

“எந்த ஸ்கூல்?”

“மாதா கான்வெண்ட்.”

“பேசிய அந்தம்மா நம்பர் இருக்கா?”

“இருக்கு” என்று தலையாட்டி எண்ணைக் கொடுத்தான். வழக்கறிஞர் அந்த எண்ணுக்கு போன் செய்தார். “மேடம் நான் அட்வகேட் பேசுறேன். முகமதலினு என்னோட கிளைன்ட்டு அவரோட குழந்தை ஷாகிராவ ஃபேர்ஸ்ட் ஸ்டாண்டர்டு சேர்த்து இருக்காரு, குழந்தையோட பர்த் சர்டிபிக்கட் கொண்டு வரச் சொன்னீங்களாம்” என்றார்.

“ஆமாம் சார், ஸ்கூல் ரூல்ஸ். கம்பல்சரி பர்த் சர்டிபிக்கட் வேணும்” என்று எதிர்முனையில் பேசிய பெண்ணின் குரல் அமைதியான அந்த அறையில் தெளிவாகக் கேட்டது.

“மேடம் அவர் வீட்டுல யாரும் பெருசா படிக்கில. அதனால டெலிவிரி டைம்ல எழுதிக் கொடுக்க மறந்துட்டாரு. இனி கோர்ட்டுல போட்டுதான் வாங்கனும். ஒரு ரெண்டு மாசம் டைம் வேணும்” என்றார். ரெண்டு மாதம் என அவர் கேட்டது முகமதலிக்கு ஆச்சரியமாக இருந்தது. ஒருவாரம் கேட்டதுக்கே அவர்கள் கத்தினார்களே என்று விழித்தான். “முடியாது” என்று எதிர்முனையில் மறுக்க, நீதிமன்ற நடைமுறை சிக்கல் எல்லாம் சொல்லி இருவரும் வெகுநேரம் பேசியபின்பு ஒருவழியாக நிர்வாகம் ‘சரியென்று’ இரண்டுமாதம் அவகாசம் தந்தது. ஆனால் முகமதலிக்கு எதற்கு இவ்வளவு நாள் என்று குழப்பம் வந்தது. ஏற்கனவே இருக்கும் பிறப்புச் சான்றிதழை வைத்து தத்து எடுக்கும் சட்டப்படி மாற்றிக்கொள்ளலாம் அல்லவா? எல்லாம் பத்து நாளில் முடிந்துவிடுமென்று கந்தசாமி சொன்னது அவனது நினைவுக்கு வந்தது. அப்போதுதான் வழக்கறிஞர் இரண்டு மாதம் கேட்டதற்கான குண்டைப் போட்டார்.

“ரெண்டு மாசம்னு சொன்னவுடன் கொழப்பம் ஆகிடுச்சா” என்றார். ஆமாம் என்று தலையாட்டினான்.

“கந்தசாமி அண்ணன் இந்து. உடனே பண்ணிடலாம். ஏன்னா இந்து சட்டத்துல தத்து எடுக்க வழி இருக்கு. முஸ்லீம் சட்டப்படி தத்து எடுக்க எந்த சட்டமும் இதுவரை இல்லை.” அவர் சொல்லியபோது முகமதலிக்கு தலையே சுற்றியது.

“உங்களுக்கு அப்படியொரு சட்டம் இல்லைன்னுகூட தெரியாதா?” என்றார். “இல்லை” என்பதைப் போல அவன் தலையாட்டினான்.

“ஆமாம் உங்க ஆளுகளுக்கு எப்படித் தெரியும். பள்ளிக்கூடமே சரியா போகாமா சின்ன வயசுலையே வேலைக்குப் போறது. அப்படி இருக்கும்போது இந்தச் சிக்கல் எல்லாம் எப்படித் தெரியும். எல்லாமே ஜமாத்துல வச்சு முடுச்சிடலாம்னா எப்போதும்போல நிலைமை இருக்குமா? எதிர்காலம் எப்படி இருக்கும்ன்னு தெரியாது, இதைப்பத்தியெல்லாம் யோசிக்க பள்ளிக்கூடம் போனாத்தானே கேள்வி பொறக்கும். கேள்வி பொறந்தாதானே பதில் பொறக்கும்...” அவரது பேச்சில் ஒரு அக்கறை இருந்தது.

“பொதுவா முஸ்லீம்க அவுங்க சொந்தகார குழந்தைக யாரையாவது தத்து எடுக்கனும்னு வந்தா இருபது ரூபா பத்திர

பேப்பர்ல எழுதி வாங்கி நோட்டரி பண்ணிக்கொடுப்போம், அந்த ஆவணத்துல குழந்தைய வளக்கத்தான் அப்பா, அம்மா பேரு இருக்கும். முஸ்லீம் சட்டத்துல எப்பவுமே பெத்தவங்களோட பேருதான் நிலையா இருக்கும். அதை மாத்த இன்னும் உங்களுக்கு சட்டமில்லை" என்று அவர் சொன்னபோது ஷாகிராவை ராபியாவிடமிருந்து தான் வாங்கியது நினைவுக்கு வந்தது. அவளைத் தத்து எடுத்ததைப்போல ஒருநாளும் கனவில்கூட நினைத்தது இல்லை.

இந்தப் பள்ளிக்கூட பிரச்சனை வந்த பின்புதான் பழையது எல்லாம் நினைவுக்கு வந்தது. குழந்தை இல்லாமல் ஜைதூன் பட்ட அவஸ்தை, மனரீதியாக தனக்கு ஏற்பட்ட பல்வேறு நெருக்கடிகள், தொடர்ந்து ராபியாவின் வீட்டில் நடந்த பேச்சுவார்த்தை என சம்பவங்கள் அவன்முன்னே நிழலாடின.

பெற்ற பிள்ளையைப் போல பார்த்துவிட்டு திடீரென வளர்ப்புப் பிள்ளையாக மகளை நினைத்துப் பார்க்கவே அவனுக்குத் தலை சுற்றியது. ஷாகிரா பெரியவளானபின், உனது அப்பா, அம்மா அவர்கள்தான், நாங்கள் இல்லையென்று சொன்னால் அவளால் எப்படி அதைத் தாங்க முடியும் என்று கலங்கினான். இனி என்ன செய்யமுடியும் என்று புரியாமல் தவித்தான். கண்ணில் நீர் தேங்கி வழிந்தது. அவனது முகச்சோர்வைப் பார்த்த வழக்கறிஞர் "நீ போயிட்டு நாளைக்கு வா, உன் நல்ல மனுசுக்கு ஒரு வழி பண்ணலாம்" என்று சொல்லி அனுப்பி வைத்தார்.

கடைக்குப் போய்விட்டு வீட்டுக்குப் போகலாமென்று நினைத்தவனின் கால்கள் நேராக மகளைப் பார்க்க வீட்டை நோக்கி நடந்தன. மனம் முழுக்க மகளைப்பற்றிய சிந்தனையே ஆக்கிரமித்திருந்தது. மகளோடு கழித்த பொழுதுகள் ஒவ்வொன்றாக நினைவில் வந்தன.

முகமதலிக்கு இரவு முழுக்கத் தூக்கமே இல்லை. இதைக் கேட்டதிலிருந்து ஜைதூனுக்கும் தூக்கம் போனது. இஸ்லாமிய சட்டத்தில் தத்து எடுப்பு சட்டமே இல்லை என்றால் பிறகு எப்படித்தான் குழந்தைப்பேறு இல்லாதவர்கள் குழந்தையை தத்தெடுத்து வளர்க்க முடியும். குழந்தைப்பேறு இல்லாதவர்கள் கடைசிவரை குழந்தை வாசம் இல்லாமலேயே 'மௌத்' ஆக வேண்டுமா? என்ன வெளங்காத சட்டம் என்று திட்டினான். அருகில் எந்தக் கவலையும் இல்லாமல் ஆழ்ந்து தூங்கிக்கொண்டிருந்த மகளின் தலையை வருடிவிட்டான்.

அவள் உடல்கூசி அவன் பக்கம் திரும்பி கையையும் காலையும் அவன்மீது போட்டுத் தூங்கினாள். மகளை இறுக அணைத்தான். ஜைதூனும் மகளை நெருங்கி அணைத்தாள். இருவருக்கும் இடையே நிம்மதியாகத் தூங்கிக்கொண்டு இருந்தாள் ஷாகிரா.

18

விடியற்காலையில் வீட்டிற்கு அருகில் இருக்கும் மாமரத்தில் பறவைகளிள் சத்தம் பேரொலியாய் கேட்டுக்கொண்டிருந்தது. முகமதலிக்கும் ஜைதூனுக்கும் உறக்கம் இல்லாத இரவாக அது விடிந்தது. இருவரும் எதையோ யோசித்தவாறே இருந்தனர். சட்டப்படியாகச் செய்வதைச் செய்யவில்லை என்றால் நாளைக்கு பிரச்சனை வந்துவிடுமென்று அவன் மனதுக்குத் தோன்றியது. நமக்கு இப்போதைக்கு வழக்கறிஞரைத் தவிர வேறு வழி எதுவும் இல்லை என்ற முடிவுக்கு வந்தவன், எதற்கும் பள்ளியின் மூத்த நிர்வாகி அன்வர் பெரியத்தாவைப் பார்த்து பேசலாமென்று நினைத்தான்.

பெரியத்தாவை வீட்டில்போய்க் கேட்டபோது, 'இப்போதுதான் பள்ளிக்குச் சென்றதாக' அவர் மகள் சொன்னாள். அன்வர் பெரியத்தாவின் முகச்சுருக்கமே அவரின் வயதைச் சொல்லும். அவர் எண்பதுக்கும் தொண்ணூருக்கும் நடுவில் இருந்தார். பல ஆண்டுகளாக ஜமாஅத்தின் தலைவராக இருந்தவர். இதுக்குமேல நான் இருக்கமாட்டேன் என்று அடம்பிடித்து, கடந்த ஐந்து வருடங்களாக எந்தப் பொறுப்பிலும் இல்லாமல் இருந்தாலும், ஜமாஅத் நிர்வாகம் முக்கியமான முடிவுகளில் அவரின் கருத்தைக் கேட்டே முடிவு செய்யுமளவு அனுபவ அறிவைப் பெற்றிருந்தார். அவருடைய தாத்தாவால்தான் இந்த பள்ளி கட்டப்பட்டு இருந்தது. அவர்களுக்குச் சொந்தமான இடத்தில் எந்த நன்கொடையும் வாங்காமல் அவர் தாத்தா ஊருக்காக கட்டிய பள்ளி என்பதால் அவர்கள் குடும்பத்தின் மீது எல்லோருக்கும் எப்போதும் மரியாதை இருந்தது. அன்வர் பெரியத்தாவுக்குப் பள்ளியில் உயர்ந்த செல்வாக்கு இருந்தாலும் அதனை எப்போதும் தனக்காகவோ குடும்பத்துக்காகவோ இதுவரை பயன்படுத்தியதில்லை என்பதே அவரின்மீது கூடுதல் மரியாதையை முகமதலிக்கு உருவாக்கி வைத்திருந்தது.

காலண்டர் தாளில் அட்டைபோட்ட ஏதோவொரு புத்தகத்தை கையில் வைத்து அன்வர் பெரியத்தா படித்துக்கொண்டு

இருந்தார். மாநிறம், கண்ணாடி அணிந்திருந்தார். தலையில் கொஞ்சமாய் முடிகொட்டி அது வெள்ளிக்கம்பிகளைப் போல பின்மண்டை நோக்கிப் படுத்திருந்தது. இவனைப் பார்த்தவுடன் உற்சாகமான அவர், "என்னப்பா கடைக்குப் போகலையா" என்றார். "இல்லை" என்று சொல்லிவிட்டு அவர் அருகே உட்கார்ந்தான். ஜமாஅத்தில் உள்ள எல்லாக் குடும்பங்களைப் பற்றியும் அவருக்குத் தெரியும். ஒவ்வொரு குடும்பத்தின் நல்லது கெட்டதிலும் முன்நின்று பார்ப்பவர். எல்லோருடைய குடும்ப வரலாறும் அவருக்கு அத்துப்படி. முகமதலி, ஷாகிராவை கையில் வாங்கியவுடன் ஆசிவாங்க நேராக இவர் வீட்டுக்குத்தான் வந்தான். குழந்தைக்கு அவர் கையால் மீண்டும் ஜம்ஜம் பானி[1] ஊற்றினார். .

எல்லாவற்றையும் கேட்டுத் தீர்த்துவைக்கும் அவர் இப்படியான 'புதுச்சிக்கலை' இதுவரை கேட்டதில்லை. அவருடைய அனுபவ அறிவைக் கொண்டு எவ்வளவு யோசித்தாலும் இதற்கான தீர்வு புலப்படவில்லை. அவருக்கே அப்போதுதான் இஸ்லாத்தில் தத்து எடுக்கும் வழக்கம் இந்திய சட்டப்படி இல்லை என்று தெரிந்தது. குழந்தை இல்லாதவர்கள் பலரும் ஜமாத்தில் தத்து எடுத்தாலும், பள்ளிக்கூடத்தில் சேர்க்கும்போது எடுத்தவர்கள் அவர்களின் பெயரை அப்பா, அம்மா என்ற இடத்தில் எழுதிக்கொடுத்து விடுவார்கள். பிறகு எல்லா ஆவணங்களும் அப்படியே மாறிவிடும். இவ்வளவு நாட்களாக அப்படித்தான் உள்ளது. பிறப்பு சான்றிதழ் நடைமுறை வந்தபின்பு அவருடைய முதல் அனுபவம் இது. ஷரியத் சட்டத்தில் இருக்க வாய்ப்பு உள்ளதா? என்று விசாரித்து உறுதிப்படுத்திச் சொல்வதாகச் சொன்னவர் மீண்டும் யோசனையில் ஆழ்ந்தார். அவருக்குப் பிடிபடவே இல்லை.

"இப்போ வக்கீல் என்ன சொல்லுறாரு?"

"எதாவது ஒரு வழி பண்ணலாம்னு சொல்லி இருக்காரு."

"காலத்துக்குத் தகுந்தாப்புல புதுசு புதுசா நாம தெளிவடைய வேண்டி இருக்கு. உலகம் போற வேகத்தப் பார்த்தா நெறைய கத்துக்க வேண்டி இருக்கும்போல" என்று சொன்னார். முகமதலி, அவரின் அனுபவத்துக்கே இப்படிச் சொன்னால் நாம் எம்மாத்திரம் என்று அமைதியாகத் தலையாட்டினான்.

---

1 மெக்காவிலிருந்து கொண்டு வரப்படும் நீர்

"ஒண்ணும் பயப்படாதே, எல்லாத்துக்கும் ஒரு வழி இல்லாமலையா போகும். தைரியமா போ... அவன் நன்மை செய்வான்" என்று மேலே கையைக் காட்டினார்.

மாலைதான் வழக்கறிஞர் வரச் சொல்லியிருந்தார். நேராகக் கடைக்குச் சென்றுவிட்டு, மாலை அவர் அலுவலகத்துக்குச் செல்லலாமென கையிலிருந்த கடிகாரத்தில் நேரத்தைப் பார்த்துவிட்டு கடைநோக்கி நடந்தான்.

கந்தசாமி இவனின் வருகைக்காக ஆர்வமுடன் காத்திருந்தான். இவனுக்குப் புரிந்தாலும் அவனிடம் எப்படிச் சொல்வதென்று தெரியவில்லை. சொன்னாலும் புரியுமா என்று குழப்பம்வேறு இருந்தது. "வக்கீல் சாயந்திரம் வரச் சொன்னார்" என்ற ஒரே வார்த்தையில் முடித்தான். அவன் மனம் முழுக்க மாலை வழக்கறிஞர் என்ன சொல்வாறென்றே ஓடியது. எதிரில் இருந்த கணேசன் மாமா, "மாப்பிள என்ன நீ பாட்டுக்கு வரே போற... ஒண்ணும் விபரம் தெரியவில்லையே" என்றார்.

"ஒண்ணுமில்ல மாமோய்" என்று எப்போதும் அழைக்கும் உற்சாகக்குரலில் இன்று ஸ்வரம் இல்லாமல் கூறினான். அவனின் சுரமில்லாத பதில் கணேசன் மாமாவுக்குச் சரியாகப்படவில்லை. அவன் அருகில் வந்து உட்கார்ந்தார்.

அவரை எல்லோரும் 'கணேசன் மாமா' என்றுதான் அழைப்பார்கள். பதினைந்து வயதில் இரும்புக்கடைக்கு வேலைக்கு வந்தவர் சொந்தமாக ஒரு கடையைப் போட்டு நாற்பது வருடங்களாக இந்த மார்க்கெட்டின் அனுபவசாலியாக உலா வருகிறார். இந்தத் தொழிலின் ஏறுமுகம் இறங்குமுகம் எல்லாம் அவருக்கு அத்துப்படி. அவரை 'மாமா' என்று அழைப்பவர்களை மாப்பிளை என்றும், 'அப்பா அல்லது பெரியப்பா' என்று அழைப்பவர்களை மகனே என்றும் அழைப்பது அவரின் வழக்கம். யார் மனம் நோகாதபடி சரியாகவும் அதேநேரத்தில் முகத்துக்கு நேராக நடுநிலையோடும் பேசுவதால் அவரிடம் எல்லோருக்கும் பெரும் அன்பு இருக்கும்.

"என்ன மாப்புள குரல்ல ஒரு பலம் இல்லையே!"

"ஒன்னுமில்ல மாமா, குழந்தைக்கு பள்ளிக்கூடம் சேர்க்கணும். அந்த அலைச்சல்..."

"ஸ்கூலுக்கு பீஸ் கட்ட எதாவது பணம் பத்தலையா? தேவைனா சொல்லு மாப்புள என் பேத்திக்கு செய்யாம யாருக்குச் செய்யப் போறேன்."

"அதெல்லாம் ஒன்னும் பிரச்சனை இல்ல மாமா."

கணேசன் மாமாவுக்கு சொந்த ஊர் தருமபுரிப் பக்கம். வேலை தேடி அப்பா, அம்மாவோடு குடும்பத்துடன் வந்தவர் இங்கேயே நாற்பது வருடம் காலத்தை ஓட்டிவிட்டார். திருமணம் முடிந்து முப்பது ஆண்டுகள் கடந்தும்கூட குழந்தைப்பேறு அவருக்கு அமையவில்லை. குழந்தை இல்லாத ஏக்கத்தை நன்கு அறிந்தவர் என்பதால் முகமதலிக்கு எப்போதுமே அவர்தான் ஆலோசனை தரும் ஆசான்.

ஷாகிராவை தத்து எடுப்பதற்கு முன் அவனை மிகவும் சங்கடப்படுத்தியது, 'தன்னை ஆம்பிளை இல்லை' என்று சொல்லிவிடுவார்களோ என்ற ஒரு சொல்லுக்குத்தான். கணேசன் மாமாதான் "அடப் பைத்தியக்கார பயலே, நான் செஞ்ச அதே தப்ப நீயும் பண்ணி வாழ்க்கைய தொலைச்சுப் போடாத, ஆம்பிளைங்கிறது புள்ளய பெத்துக் காட்டறது இல்ல, கட்டுன பொண்டாட்டிய 'தான் ஆம்பிள' என்ற அகங்காரம் இல்லாம கடைசிவரைக்கும் சந்தோசமா வச்சிக்கிறது" என்றார். எப்போதும் அவர் இப்படி அதிக உரிமை எடுத்துப் பேசுபவர்.

"நமக்குன்னு ஒன்னு இருக்குனா அதுவரும், எங்கேயும் போகாது, உன் கொழுந்தியா பெத்த மகதான் உனக்கு மொத வாரிசுனா கிடைச்சத சந்தோசமா வாங்கிக்கணும். உன்ன வுடு, உன் பொஞ்சாதிக்கு அந்த ஆசை இருக்குமில்ல! இங்க குழந்தை இல்லாத பொம்பளைங்கதானே அதிகம் சங்கடத்தை அனுபவிக்கிறாங்க. அந்தப் புள்ள சந்தோசம்தானே நமக்கும் முக்கியம்."

வெகுநேரம் அவர் பேசியபின்புதான், அன்று மாலையே மனதில் உள்ளதை ஜமிஷாவிடம் போட்டுடைத்து மகளை வாங்கிக் கொண்டான். அதன்பின்பு இரண்டாம் குழந்தையைப் பற்றி அவன் நினைத்துக்கூட பார்க்கவில்லை.

19

வரிசையாக அடுக்கி வைக்கப்பட்டிருந்த வழக்குக் கோப்புகளின் ரேக்குகளின்கீழ் போடப்பட்டிருந்த இருக்கையின் மீது முகமதலி உட்கார்ந்திருந்தான். தனக்கு முன்பு வந்தவர்கள் நீண்டநேரம் உரையாடிக்கொண்டிருந்தார்கள். கண்ணாடி அறைக்குள் அவர்கள் பேசுவது என்னவென்று கேட்காதபோதும் இருவரின் உடல்மொழியும் வழக்கறிஞருக்குப் பெரும் மரியாதை கொடுப்பதாகத் தெரிந்தது.

முகமதலிக்கு எதிராக சுவற்றில் ஒரு குழந்தை சிரிக்கும் படம் மாட்டப்பட்டு இருந்தது. அது ஷாகிரா குழந்தையாக இருக்கும் முகத்தை நினைவுப்படுத்தியது. ஷாகிரா வருவதற்கு முன்புவரை ஸ்டூடியோவில் சென்று ஒருமுறைகூட புகைப்படம் எடுத்ததில்லை. அவளின் பால்பற்கள் அழகைப் பார்த்து குடும்பத்தோடு படம்பிடிக்க அப்போதுதான் முதன்முதலில் ஸ்டூடியோ சென்றான். அப்போது மகளை தனித்து புகைப்படமெடுத்து வீட்டில் மாட்டி வைக்கலாம் என்று முடிவெடுத்தான். வீட்டில் படங்கள் மாட்டக்கூடாது அது 'ஹராம்'[2] என்று எல்லோரும் சொல்லியபோதும், குழந்தைப் படம் இல்லாம என்ன வீடு? என்று மகளின் அழகிய முகத்தைப் பார்த்து ரசிக்க பெரிய படமாய் வீட்டின் சுவற்றில் மாட்டினான்.

நீண்ட நேரத்துக்குப்பிறகு உள்ளே இருந்த தம்பதியர்கள் வெளியே வந்தார்கள். முகமதலி உள்ளே சென்றான். "வாங்க பாய், ரொம்ப நேரம் ஆச்சா" என்றார். "அது ஒன்னுமில்ல சார்" என்றான். அவர்களைப் போலவே இவனின் உடல்மொழியும் மாறியது. அவர்களிடம் வெகுநேரம் பேசியதால் அவர் மேஜை மீதிருந்த தண்ணீரை எடுத்துக் குடித்தார். அவரின் பின்புறமிருந்த முருகக் கடவுள் படத்தின் முன்பு வைத்திருந்த ஊதுபத்தி மணம் அறை முழுக்க நல்ல வாசனையைப் பரப்பியிருந்தது. இப்போதைக்கு தனக்கான ஒரே நம்பிக்கையாய் வழக்கறிஞர்

2. தடை செய்யப்பட்டது

மட்டுமே இருப்பதாக இவனுக்குத் தோன்றியது. சான்றிதழ் பிரச்சனை மட்டும் நல்லபடியாக முடிந்தால் இதற்குப் பிறகு வாழ்நாளில் இப்படியான ஒரு இக்கட்டான காலம் வரவே வராது என்று நம்பினான்.

“பாய் உங்க பிரச்சனைபற்றி ஒன்னும் கவலைப்படாதீங்க நல்லபடியாக முடிச்சிடலாம்” என்றார். இந்த நம்பிக்கையான வார்த்தைக்குத்தான் ஒருவாரம் மண்டையை உடைத்துக்கொண்டு கிடந்தான். அதுவும் நேற்று இவரை சந்தித்தபின் பெரும் மனஉளைச்சலில் இருந்தவனுக்கு இப்போதைய வார்த்தை பெரும் நம்பிக்கையைக் கொடுத்தது. ‘அப்பாடா’ என்பதைப்போல பெருமூச்சு ஒன்றை விட்டான்.

“நான் சொல்லுறமாதிரி சில வேலையப் பண்ணுங்க. சட்டப்படி சரிபண்ணிடலாம்” என்றார். என்ன செய்யவேண்டுமென்று கேட்பதற்கு ஆர்வமுடன் தயாரானான்.

“பிறப்பு, இறப்பு பதிவு செய்யலைனா சட்டப்படி நீதிமன்றம் மூலம் பதிவு செய்ய சட்டமிருக்கு. அதன்படி மனு செஞ்சு வாங்கிடலாம்” என்றார்.

“சார் என் மகளின் பிறப்பை ஏற்கனவே பதிவு செஞ்சு இருக்கு. அதில் என் பெயர மாற்றிக் கொடுத்தா போதும்.”

“நான்தான் ஏற்கனவே சொன்னேன் இல்ல, இஸ்லாமியச் சட்டப்படி குழந்தையை தத்து எடுக்க முடியாது. அதனால நாம, படிப்பறிவு இல்லாததுனால பதிவு செய்யல அப்படின்னு சொல்லி, உன்னுடைய பெயரையும் உன் மனைவி பெயரையும் புதுசா பதிவு செஞ்ச மாதிரி நீதிமன்றம் மூலம் பதிவு செய்யலாம்” என்றார்.

“அது சரிதானா சார்?”

“பிறப்பு, இறப்பு சட்டப்படி நீதிமன்றம் மூலம் நடக்கும் பெரும்பாலான பதிவுகள, தாமதம் ஆனதுக்கான காரணம் எதாவது ஒன்னு சொல்லி இப்படித்தான் பதிவு செய்யறோம். இது வழக்கமா எல்லா கோர்ட்டுகளிலும் செய்யற நடைமுறை. இது உங்களுக்கு மட்டும் இல்ல, இந்து, கிறிஸ்டீன் எல்லாத்துக்கும் இப்படித்தான் பண்றோம்” என்றார்.

தொடர்ந்து பேசிய அவர், “இந்தியாவுல பிறப்பைப் பதிவு செய்யுற வழக்கம் இல்லை. இப்போதுதான் இது முழு

நடைமுறைக்கு வருது. இதற்கு முன்னாலே இந்தியாவுல, வீட்டிலையோ மருத்துவமனையிலையோ குழந்தையைப் பெத்தமா? பள்ளிக்கூடம் சேர்த்தமா? வளர்த்தமா? அப்படித்தான் இருந்துது. இப்போ பள்ளிக்கூடம் பிறப்புச் சான்றிதழ் கேக்குறதுனாலத்தான் எல்லோருக்கும் தேவைப்படுது. ஆனாலும் பலருக்கும் பிறப்புச் சான்றிதழ் இருக்காது. அதனால்தான் இங்கே தமிழக அரசு, '1996க்கு முன்னாடி பிறந்தவங்க யாரும் பிறப்பு சான்றிதழ் கொடுக்க வேண்டியதில்ல' அப்பிடீன்னு அரசாணை வெளியிட்டு இருக்கு.

இப்பத்தான் பள்ளிக்கூடத்துல பிறப்புச் சான்றிதழ் கேட்கிறாங்கன்னு சொல்லி வக்கீல தேடி வறாங்க. பிறப்பு, இறப்பு 21 நாட்களுக்குள்ள பதிவு செய்யலைனா நீதிமன்றம் மூலம்தான் பதிவு செய்ய முடியும்னு சட்டம் இருக்கு. அதனால அப்போ பதிவு செய்ய முடியாதவங்க கோர்ட் மூலமா பதிவு செய்யுறாங்க, அதுல அப்பா, அம்மா பெயரும் வந்திடும். சட்டப்படி செய்யறதுனால இதுவரைக்கும் எந்தப் பிரச்சனையும் இல்லை" என்றார்.

"நீதிமன்றம் மூலம்தான் தத்து எடுக்க முடியும். அப்படி யாரும் எடுக்கிறது இல்ல. ஒரு சிலர்தான் எடுக்கிறாங்க. காரணம் அதைப்பற்றி சட்ட அறிவு யாருக்கும் இல்லை. பள்ளிக்கூடத்துல பிறப்புச் சான்றிதழ் கேட்கும்போதுதான் அவுங்களுக்கே தெரியும். இதோ இப்ப உங்களுக்கு முன்னாடி போனாங்களே அவுங்களும் குழந்தை இல்லாததுனால அவுங்க சொந்தக்காரங்க குழந்தையைத்தான் தத்து எடுத்தாங்க. இப்போ அது பத்தாவது படிக்குது. பத்தாவது பரீட்சை எழுத பிறப்புச் சான்றிதழ் வேணும்னு ஸ்கூல்ல கேட்குறாங்க. 'இவுகதான் அப்பா, அம்மா. அவங்களுக்கு பிறப்பைப் பதிவு செய்யனும்னு சட்ட அறிவு இல்லைன்னு" கோர்ட்டுல போட்டு ஆர்டர் வாங்கின நகல வாங்கத்தான் இப்போ வந்தாங்க" என்றார். அவர் சொன்ன பின்புதான் ஒரு வருடத்துக்கு முன்பு அவன் மார்க்கெட்டில் பைப்கடை வைத்திருக்கும் செல்வராஜூம் அவன் குழந்தைக்குப் பிறப்பு சான்றிதழை நீதிமன்றம் மூலம் வாங்கியதாகச் சொன்ன ஞாபகம் வந்தது.

"இது தப்பான நடைமுறை இல்ல. இப்போ போனாங்களே அவுங்க இப்பபோயி தத்தெடுக்க மனு போட முடியுமா, முடியாதுல்ல அதுக்குத்தான் இந்த வழியைப் பயன்படுத்துறோம்.

உங்களுக்குச் சின்ன குழந்தை தான். ஆனாலும் தத்து எடுக்க இஸ்லாமியச் சட்டத்துல இடமில்லாததனால இதுதான் வழி” என்றார். அவர் பேசுவதில் உள்ள சிரமம் அவனுக்குப் புரிந்தது. “அப்புறம் குழந்தையத் திருடீட்டா வந்தீங்க? உங்க கொழுந்தியா பெத்த புள்ளைய உங்க குழந்தையா வளத்துறீங்க அவ்வளவுதானே. மனுவுக்கு சாட்சியா பெத்தவங்களையே போடுவோம், பெத்தவங்களே உங்களுக்குப் பொறந்த குழந்தைன்னு சொன்னா இருக்கிற கொஞ்சம் உறுத்தலும் இல்லாம போயிடும், நம்ம யாரையும் ஏமாத்துல... என்ன சரியா பாய்” என்றார். அவரின் இந்த யோசனை சரியாகப்பட்டது. சட்டப்படியாக எல்லோரின் சம்மதத்துடன் செய்வதால் முகமதலிக்கும் மனசு சமாதானம் அடைந்தது.

“மனு போட என்ன கொண்டு வரனும் சார்.”

“உங்களோட குடும்ப அட்டை, உங்க மனைவியோட வாக்காளர் அட்டை, உங்களோட வாக்காளர் அட்டை, சாட்சிக்கு வர ரெண்டு பேரோட வாக்காளர் அட்டை அல்லது குடும்ப அட்டை கொண்டு வந்துடுங்க.”

“அதுக்கு முன்னாடி நீங்களே ஒரு பிறப்புத் தேதிய முடிவு பண்ணி பிறப்பு சான்றிதழ் கேட்டு, பிறப்பு - இறப்பு அலுவலகத்துல எழுதிக் கொடுங்க. அவுங்க இந்த தேதியில பதிவு செய்யவில்லை, தேடித் பார்த்தேன் கிடைக்கவில்லை அப்பிடின்னு ஒரு சான்றிதழ் கொடுப்பாங்க. அதக் கொண்டுவாங்க... அத வச்சு நீதிமன்றம் மூலம் வாங்கிக்கலாம்” என்றார்.

அவரின் நம்பிக்கையான பேச்சு அவனுக்கு ஒரு வழி கிடைத்த நம்பிக்கையைத் தந்தது. இதைப் பள்ளியில் இருந்த அன்வர் பெரியத்தாவிடம் சொன்னான். அவருக்கும் ஒரு வழி கிடைத்த நிம்மதி வந்தது. இவர்கள் பேசுவதை அருகில் உட்கார்ந்து கேட்டுக்கொண்டிருந்த ஜமாஅத்தின் துணைத் தலைவர் மகன், “அப்படி செய்வது இஸ்லாத்துக்கு எதிரானது, காரணம் இல்லாமல் ஒரு சட்டம்கூட இஸ்லாத்தில் தப்பாக இல்லை. தத்து எடுக்கிற முறை இல்லைனா அதைப்பற்றி இஸ்லாமிய நபிமார்கள் யோசிக்காமலேயா முடிவு பண்ணி இருப்பாங்க. இப்படி செஞ்சீங்கனா நிச்சயம் மறுமையில ஆண்டவன்ட பதில் சொல்லணும் ஜாக்கிரதை?” என்றான். எப்படியோ ஒரு வழி கிடைத்த முகமதலிக்கு அவன் பேச்சு கடும் கோபத்தை வரவழைத்தது. அது எதனையும் முகத்தில் காட்டாமல்

"என்கிட்டதானே கேப்பாரு நான் சொல்லிக்கிறேன். சரியா" என்று சொல்லிவிட்டு முகத்தை பெரியத்தா நோக்கித் திருப்பினான். இந்த பதில் அவனுக்கு எரிச்சலாக இருந்தது.

"கொஞ்சமாவது இஸ்லாத்தப் படிங்க. இல்லைனா இப்படித் தான் தப்பு தப்பா யோசிப்பீங்க" என்றான். அவனது இந்த பேச்சு முகமதலிக்கு கோபத்தை கிளறிவிட்டது.

"சரி நான் அதைப்படிகிறேன். நீ கொஞ்சமாவது மனுசங்களப் படி, அப்பத்தான் இதெல்லாம் உனக்குப் புரியும். அதுல அப்படி போட்டிருக்கு இதுல இப்படி போட்டுருக்குனு பாய்ன்ட் பாய்ன்டா பேசத் தெரிஞ்ச உங்களுக்கு மக்களோட நடைமுறை வாழ்க்கை தெரியல, மனுசங்க கஷ்டமும் புரியல" என்று மழைபோல படபடவென பேசிவிட்டு, பெரியத்தாவிடம் கிளம்புகிறேன் என்று சொல்லிவிட்டு நடக்க ஆரம்பித்தான்.

துணைத்தலைவர் மகனுக்குப் பெருத்த அவமானமாகப் போய்விட்டது. அவனிடத்தில் விவாதம் செய்ய எல்லோரும் தயங்குவார்கள். எதைப் பேசினாலும் குரானில் இப்படித்தான் உள்ளது, நபிகள் நாயகம் வாக்கு, ஹதீஸ் என்ன சொல்கிறது என்றால்... என்று அவன் சொல்லும் எதுவும் படிக்காததினால், ஒருவேளை நாம்தான் தப்புசெய்கிறோமா என்று எதுவும் பேசாமல் நகர்ந்து போய்விடுவார்கள். அது முகமதலிக்கும் தெரியும். மற்றவர்களை அவன் சிறுமைப்படுத்துவதின் மீது கொஞ்சம் வருத்தமும் இருந்தது. காலகாலமாக செய்யும் சில நல்ல பழக்கவழக்கங்களைகூட, 'இஸ்லாத்துக்கு அது விரோதம், அல்லா மன்னிக்க மாட்டான்', 'மறுமையில் பதில் சொல்லணும்', 'உங்களுக்கு சொர்க்கம் கிடைக்காது நரகம்தான்' என்று பலரையும் மிரட்டிக்கொண்டே இருப்பது முகமதலிக்குத் தெரியும். தர்காவுக்குப் போகாதீங்க, கல்யாணத்துக்கு தானிய பந்தக்கால் போடாதீங்க, வாழை மரம் கட்டாதீங்க, ஃபாத்தியா பண்ணாதீங்க எல்லாம் ஹராம் என்று பயமுறுத்திக்கொண்டே இருந்தவன் இன்று வசமாக வாயைக்கொடுத்து வாங்கிக்கட்டிக் கொண்டான்.

20

மார்க்கெட்டில் வண்டிகளின் உதிரி பாகம் விற்கும் சுலைமான் கடைக்கு, அதிகாலை யாரோ தீ வைத்து விட்டதாக வந்த தகவலால் மார்க்கெட்டில் கடை வைத்திருந்த எல்லோரும் வர ஆரம்பித்தனர். கடந்த ஒரு வருடத்தில் எரிக்கப்பட்ட மூன்றாவது கடை என்பதால் எல்லோருக்கும் கடும் கோபம் இருந்தது. இந்த மார்க்கெட் லைனை, 'போக்குவரத்துக்கு இடையூறாக இருப்பதாகச் சொல்லி' எப்படியாவது காலி செய்திட வேண்டுமென்று பலமுறை 'சேவா அமைப்பு' சார்பில் பல மட்டங்களில் மனு கொடுக்கப்பட்டு இருந்தது. இது உள்நோக்கத்தோடு கொடுக்கப்படும் மனு என்ற முடிவுக்கு வந்த அரசு நிர்வாகம் நில வரைபடம் வைத்து அளந்து, நடவடிக்கை எடுப்பதாகச் சொல்லி அதனைக் கிடப்பில் போட்டது. அவ்வப்போது இந்தக் கோரிக்கை மனு போவதும் நிர்வாகத் தரப்பில் நடவடிக்கை எடுக்கிறோம் என்று அனுப்பி வைப்பதும் தொடர்ந்தாலும் நிர்வாகம் கண்டு கொள்ளாமல் இருப்பது சேவா அமைப்பைச் சேர்ந்தவர்களுக்குக் கோபத்தை ஏற்படுத்தியதன் விளைவே தொடர் கடை எரிப்புகள்.

மிகவும் குறுகலான சந்துகளுக்குள் கடைகள் இருப்பதினால் தீயணைப்பு வண்டி வருவதற்குச் சிரமம் இருந்தது. அதற்குள் பெருமளவு தீ பரவுவதைக் காரணம்காட்டி எப்படியாவது அந்த இடத்தைக் காலி செய்ய வேண்டும் என்பதே சேவாக்காரர்களின் கோரிக்கையாகவும் இருந்தது. அவர்கள் ஒவ்வொரு முறை மனு கொடுக்கும்போதும் எதாவது புதிதாகப் புகார் கண்டுபிடித்து வருவதற்குக் காரணம், மார்க்கெட்டின் பின்புறம் உள்ள விநாயகர் கோயிலுக்கு இடநெருக்கடி இருப்பதுதான். அந்த இடம் கிடைத்தால் அவர்களுக்கு கொஞ்சம் வசதியாக இருக்கும். இங்குள்ள கடைக்காரர்களில் பெரும்பகுதியினர் இஸ்லாமியர்களாக இருப்பது அப்பகுதியைச் சேர்ந்த சிலருக்கு உறுத்தலாகவும் இருந்தது.

முகமதலிக்குத் தகவல் கிடைத்தவுடன் மார்க்கெட்டுக்குக் கிளம்பினான். மார்க்கெட்டில் எல்லோரின் முகமும் கோபத்தில் வெளிறிப்போய் இருந்தது. நிம்மதியாக ஒரு தொழில் செய்து வாழ முடியவில்லை. ஏதாவது ஒரு பிரச்சனை வந்துகொண்டே இருப்பது நிம்மதி இழக்கச் செய்திருந்தது. வேண்டுமென்றே தீ வைக்கப்படுவதாக காவல்துறையிடம் முறையிட்டார்கள். அவர்கள் ஒரே வார்த்தையில் முடித்துவிட்டார்கள். "யாருன்னு ஆதாரத்தோடு சொல்லுங்க நடவடிக்கை எடுக்குறோம்." ஆதாரத்துக்கு எங்கே போவது? அதைக் கண்டுபிடிப்பது காவல்துறையின் வேலை என்று சொன்னாலும் அவர்கள் முடிந்தளவு இதனைத் தவிர்த்துப் போகவே விரும்பினார்கள். இப்படி தொடர்ச்சியாகச் செய்யகூடியவர்கள் யாரென்று காவல்துறைக்குத் தெரிந்திருந்தும் அவர்கள் மீது நடவடிக்கை எடுக்க பயமும் தயக்கமும் இருந்தது. அந்த அமைப்பைச் சார்ந்தவர்களை விசாரணைக்கு அழைத்தாலே அவர்களின் துணை அமைப்பைச் சேர்ந்தவர்கள், இணை அமைப்பைச் சேர்ந்தவர்கள் என்று சொல்லிக்கொண்டு 'ஜே...ஜே...வென்று' காவல்நிலையம் முன்பு கூட்டம் கூடி கடைசியில் எந்த நடவடிக்கையும் எடுக்காமல் சுமூகமாக முடிக்கப்படும். இப்படி பதட்டமான சூழல் உண்டாவதைப் பார்த்துப் பழகிய அதிகாரிகள் எப்போதும் வியாபாரிகளைச் சாமதானப்படுத்துவதிலேயே குறியாக இருந்தார்கள்.

இம்முறை எல்லோரும் சாலையில் வந்து உட்கார்ந்து மறியல் செய்தார்கள். இதனை அதிகாரிகள் கொஞ்சமும் எதிர்பார்க்கவில்லை. ஏற்கனவே நடந்தபோது, அதிகாரிகள் நடவடிக்கை எடுப்பதாகவும் பாதுகாப்பு தருவதாவும் உறுதி அளித்த பின்பே சமாதனம் அடைந்து கலைந்து போனவர்கள், இம்முறை எந்தப் பேச்சுவார்த்தைக்கும் தயாரில்லை என்று கறாராகச் சொல்லிவிட்டனர்.

பேச வந்த உயர் அதிகாரிகளிடம், "இந்தமுறை உங்கள் சமாதனப் பேச்சை நம்பி கலைந்து போகமுடியாது. முதலில் நடவடிக்கை எடுங்கள்" என்று எல்லோரும் ஒரே குரலில் சொன்னார்கள். எப்படியாவது கூட்டத்தைக் கலைக்கவே அதிகாரிகள் நினைத்தனர். அதிகாரிகள் தீ வைத்தவர்கள் மீது நடவடிக்கை எடுப்பதாக மனசுத்தியோடு சொல்லத் தயாரில்லை. அவர்களுக்கு ஒரு தயக்கம் இருந்தது. இப்போது அவர்களை அழைத்து விசாரித்தால் அதனைக் காரணம் காட்டி இன்னும்

இரண்டு வாரத்தில் வருகின்ற விநாயகர் சதுர்த்தி ஊர்வலத்தில் இந்தப் பிரச்சனையை மையப்படுத்தி காவல்துறைக்கு எதிராக பொதுமக்கள் முன்பு முழக்கம் போடுவதோடு, பெரியளவில் சட்டம் ஒழுங்கு பிரச்சனை செய்து விடுவார்களோ என்ற தயக்கம் காவல்துறைக்கும் நிர்வாகத்துக்கும் இருந்தது.

ஒவ்வொரு முறையும் 'சரி இனிமேல் நடக்காது' என்று அதிகாரிகள் தரும் உத்தரவாதத்தை நம்பி கலைந்து போனதைப்போல இந்தமுறை யாருக்கும் போக மனம் ஒப்பவில்லை. இழப்புகள் எப்போதுமே வியாபாரிகள் பக்கமே இருந்தது. கடந்தமுறை ஈஸ்வரன் கடையை எரித்தபோது இதே சமாதானம்தான் நடந்தது. அவனுக்குப் பொருள்கள் கொடுத்த பல இடங்களிலிருந்தும் கடனை அடைக்கச் சொல்லி நெருக்கடி அதிகம் வர தற்கொலை செய்துகொண்டான். அவனது குடும்பத்தைப் பாதுகாக்க வேண்டுமென்று எல்லோரும் சேர்ந்து கொஞ்சம் பணம் வசூல் செய்து கொடுத்தார்கள். அவனது அப்போதைய இறப்பைக் கவனத்தில் கொண்டு அதிகாரிகள் சொல்லும் சமாதானப் பேச்சுக்குத் தயாரில்லை என்று வியாபாரிகள் சங்கம் சார்பாக கண்டிப்புடன் சொல்லிவிட்டார்கள்.

முகமதலிக்கு இப்படி அடிக்கடி நடக்கும் சம்பவம் தனக்கும் ஏற்பட்டால் என்ன செய்வது என்ற பயம் இருந்தது. இதை நம்பித்தானே சாப்பிடுகிறோம். இதை விட்டால் வேறு வருமானமும் இல்லை வேறு தொழிலும் தெரியாது என்று பயந்தான். அந்தப் பயம் எல்லோருக்கும் இருந்தது. இரு தரப்பையும் சேர்த்து நடந்த பேச்சுவார்த்தை வாக்குவாதத்தை நோக்கி நகர்ந்தது. நம்பிக்கை கொடுப்பதைப்போல அதிகாரிகளால் பேச முடியவில்லை. அந்தப் பகுதி உஷ்ணமாக மாறியது. திடீரென நடத்தப்பட்ட 'லத்தி சார்ஜ்ஜில்' எல்லோரும் சிதறி ஓடினார்கள். காவல்துறை விரட்டி விரட்டி அடித்து நொறுக்கியது. முகமதலியின் மண்டை உடைந்தது. அவனது பிட்டத்தில் விழுந்த அடியால் சுருண்டு விழுந்தான். பலருக்கும் காயம். கொஞ்ச நேரத்தில் ஒரு போர் நடந்தது போல சாலையே கலவரக் களமாகக் காட்சியளித்தது.

மருத்துவமனையில் அனுமதிக்கப்பட்டு இருந்தவனைப் பார்த்து கைநீட்டி நீட்டி ஷாகிரா அழுதாள். ஜைதூன் அவளைச் சமாதானப்படுத்தினாள். அவளுக்கும் கண்ணீரை அடக்கமுடியவில்லை. மகளின் முகத்தைப் பார்த்தவுடன்

முகமதலி அழ ஆரம்பித்துவிட்டான். காயத்தைவிட மகளின் அழுகையே அவனுக்கு அதிக வலியைக் கொடுத்தது. மூன்று நாட்கள் சிகிச்சைக்குப் பிறகு வீடு வந்தான். மறியல் செய்ததாக அவன்மீதும் வழக்குப் பதிவு செய்யப்பட்டது.

21

காயங்கள் ஆறி எழுந்து நடக்க இரண்டு வாரங்கள் ஆனது. உடல் கொஞ்சம் தேறியவுடன் மகளின் பள்ளிக்கூட வேலை ஆரம்பிக்க வேண்டுமென்று மனம் பரபரத்தது. காயத்தால் இந்த இரண்டு வாரமே விரயமாகிவிட்டதே என்று தோன்றியது. முதல் வாரமே சமாளித்துப் போகலாமென்று கிளம்பியவனை ஜைதூன்தான் திட்டி இருக்க வைத்தாள். இப்போது இன்னும் கொஞ்சம் தேறியவுடன் கிளம்பினான்.

அவன் குடியிருக்கும் பகுதிக்கு உட்பட்ட பதிவு அலுவலகம் சென்று பிறப்புச் சான்றிதழ் கேட்டு எழுதிக்கொடுத்தான். வழக்கறிஞர் சொன்னது போலவே ஒ்ருவாரம் கழித்து 'பதிவு செய்யவில்லை' என்ற சான்றிதழ் கொடுத்தார்கள். அதனைக் கொண்டுவந்து வழக்கறிஞரிடம் கொடுத்தான். ஒருவாரத்தில் நீதிமன்றத்தில் மனுத்தாக்கல் செய்தார் வழக்கறிஞர்.

தாக்கல்செய்யப்பட்ட மனுவின் மீது விசாரணைக்கு எப்போது அழைப்பார்கள் என்று நாட்களை எண்ணிக்கொண்டே இருந்தான். சான்றிதழைப் பார்க்கும் வரை அவனால் எந்த வேலையும் செய்ய முடியாதவாறு அந்நினைப்பு அவனை அரித்துக்கொண்டே இருந்தது. தான் செய்வது சரியா? தவறா? நான் ஒன்றும் தப்பு செய்யவில்லையே? தனக்குள் அவனே கேள்வியும் பதிலும் சொல்லிக்கொண்டான். தாக்கல் செய்யப்பட்ட மனு ஒரு மாதத்தில் விசாரணைக்கு வந்தது. முகமதலி, ஜைதூன், ஜமிஷா, ராபியா எல்லோரும் சாட்சி சொன்னார்கள். அன்று அவனுக்கு பெரிய நிம்மதி கிடைத்தது.

நீதிமன்ற ஆணை கிடைக்க ஒரு மாதம் ஆகியிருந்தது. அந்த சான்றிதழ் கிடைத்த நாளில் மகளின் பெயருக்குக் கீழே அப்பாவின் பெயர் 'முகமதலி', அம்மாவின் பெயர் 'ஜைதூன்' என்று பார்த்தபோது அவன் கண்கள் குளமாகின. "என்னாச்சு சின்ன புள்ளையாட்டம்" என்று ஜைதூன் அவனுக்குச் சமாதானம் சொன்னாள். அந்தக் கண்ணீரின் அன்பை ஜைதூன் அறிவாள். அடுத்தநாளே பள்ளிக்கூடத்தில்

சான்றிதழைக் கொடுத்தான். கொடுக்கும்போது அவனுக்குள் ஒரு சொல்லமுடியாத கம்பீரம் பிறந்திருந்தது.

“முஸ்லீம் வூட்டுல பொட்ட புள்ளைய சரியா படிக்க வைக்காம கட்டிக்கொடுத்திடுவாங்க, என் புள்ளைக்கு அப்பிடி ஒரு நெலமா எப்போதும் வராது. என் ஒடம்புல தெம்பு இருக்கிற வரை அவ விரும்புனத படிக்கட்டும் ஜைதூன், அது என்ன செலவானாலும் பரவாயில்ல” என்று அவன் சொன்னபோது அவன் முகம் பிரகாசமாய் இருப்பதை ஜைதூன் கவனித்தாள். அவளுக்கும் தனது கனவு நிறைவேறுவதைப்போல அவ்வளவு மகிழ்ச்சியாக இருந்தது. ஜைதூனை அவளது வாப்பா ஏழாவதைத்தாண்ட விடவில்லை. ‘போதும் போதுமென்று’ நிறுத்திவிட்டார். அவள் சோட்டுப் பிள்ளைகள் எல்லோரும் ஆறிலிருந்து எட்டுக்குள்ளாகவே படிப்பை இழந்தவர்கள். அதற்குமேல் படிப்பின் வாசனை இல்லாதவர்களாகப் பெண் பிள்ளைகள் மொஹல்லா முழுக்க இருந்தார்கள். தன் மகளுக்கு நல்ல வாப்பா கிடைத்ததாக நினைத்துக்கொண்டாள். தான் சரியாகப் படிக்காதபோதும் தனது மகள் விரும்பியதைப் படிக்க வைக்க வேண்டுமென்ற வைராக்கியத்தோடு முகமதலி படிக்க வைத்தான்.

மகளே உலகமான பின் அவளுக்குத் தன்னால் முடிந்த எல்லாம் செய்துகொடுக்க வேண்டுமென்ற கனவு அவனை ஓட வைத்தது. அவன் ஓட்டத்துக்குத் தகுந்தபடி வியாபாரமும் தோதாக இருந்து நன்றாக சூடுபிடிக்கத் துவங்கியது. தன்னுடைய பல ஆண்டுகள் அனுபவத்தில் புதிய தொடர்புகள் கிடைத்து எல்லா இடங்களிலும் தொழில் செய்தான். மகளும் வளர்ந்து கொண்டிருந்தாள்.

மகள் குழந்தையாக இருக்கும்போது வீட்டின் முன்பு வைத்த மாமரம் நன்றாக விரிந்து வளர்ந்திருந்தது. பல பறவைகளுக்கு வாடகை இல்லாத சொந்த வீடானது. “ஷாகிரா புள்ள வளர்த்த மரமில்ல... அவ கை பட்டதுனாலத்தான் பழம் தேனாட்ட தித்திக்குது” என்று சொல்லி ஜைதூனிடம் மாம்பழம் வாங்கிப் போனார்கள். மகளைப்பற்றி யாராவது கூடுதலாகப் பெருமையடித்தால் கூடுதல் பழங்கள் அவர்களுக்கு வாய்த்தது.

ஜைதூனுக்கு மரத்தைப் பார்த்தபோது மகளின் சிறுவயது முகம் கண்ணில் தெரிந்தது.

ஒற்றை மகளின் எதிர்காலத்துக்கு எவ்வளவு முடியுமோ அவ்வளவு ஓடி, பிறகு அல்லாவென்று நிம்மதியாக உட்காரலாம் என்று ஓடிய முகமதலி ஆசுவாசமாய்த் திரும்பிப் பார்த்தபோது ஷாகிரா அவனது தலைக்குமேல் வளர்ந்திருந்தாள். மொஹல்லாவில் இரண்டு பட்டப்படிப்பை முடித்த ஒரே பிள்ளையாக ஷாகிரா மட்டுமே இருப்பதாக அவருக்குப் பெருமையாக இருந்தது. எதிர்ப்படும் எல்லோரும் அவரிடம் "மகளுக்கு எப்போதான் நிக்காஹ் செய்யறது, படிக்க வச்சிட்டே இருந்தா போதுமா கால காலத்துக்குச் செய்யறதையும் செய்யனுமில்ல" என்று கேட்டபோதுதான் மகள் வளர்ந்து விட்டதை உணர்ந்தார்.

மகளோட குணத்துக்கும் படிப்புக்கும் ஏற்ற மாப்பிள்ளைதான் வேண்டுமென்று பல இடங்களிலும் விசாரித்து ரபிக் நல்ல பையன் என்ற முடிவுக்கு வந்து நிக்காஹ்-க்கு நாள் குறித்தார். அன்று முதல் இன்று வரை ஆசை மகளுக்காக முகமதலி தடல்புடலான ஏற்பாடுகளோடு ஓடிக்கொண்டே இருந்தார்.

22

மணப்பந்தலின் மேடையில் மகளின் பெயருக்குப் பின்னால் இருந்த MBA என்ற மூன்றெழுத்தை முகமதலி பார்த்துப் பார்த்து ரசித்தார். "புள்ளைய எவ்வளவு பெரிய படிப்ப படிக்க வைக்கிற" என்று எல்லோரும் பேசுவதும், "சம்பாதிக்கிறதெல்லாம் புள்ளைய படிக்க வைக்கிறதலையே போச்சுனா நாளைக்குக் கட்டிக்கொடுக்க என்ன பண்ணுவ" என்ற வார்த்தைகள் தொடர்ச்சியாக அவன் காதில் விழுந்தபோதும் மகளின் எதிர்காலத்துக்கு படிப்புதான் மிகமுக்கியம் என்பதில் அவர் குறியாக இருந்தார்.

நிக்காஹ் நேரம் நெருங்கும்போதும் மண்டபத்தில் கூட்டம் அலைமோதியது. மணக் கோலத்தில் மகளைப் பார்க்கும்போது முகமதலிக்கு அழுகையை அடக்க முடியவில்லை. அது மகிழ்ச்சியின் கண்ணீராக இருந்தது. தினமும் பார்க்கும் முகத்தை இனி அவ்வப்போது தானே பார்க்க முடியும் என்ற ஏக்கம் அவருக்கு இருந்தது. அருகில் நின்றுகொண்டிருந்த ஜமிஷாவுக்கு முகமதலியின் அழுகை குற்ற உணர்வை உண்டாக்கியது. அதேநேரத்தில் நிச்சயம் நம் மகளுக்கு இதுபோல நிக்காஹ் செய்திருக்க முடியாது என்று தனது வசதி குறித்த இயலாமையை நினைத்துக்கொண்டான்.

மறுநாள் மொஹல்லா முழுக்க ஷாகிராவின் கல்யாணம் பற்றித்தான் பேச்சு. "மனுஷன் ஓஹோனு பண்ணிட்டாரு. என்ன கூட்டம். நம்ம ஜமாஅத்துக்குள்ள இப்படி ஒரு நிக்காஹ் பார்த்ததே இல்ல" என்று தெருவே பேசியது. மாப்பிள்ளை வீட்டுக்கு பெரும் திருப்தி இருந்ததை அவர்களின் உடல்மொழி காட்டியது.

நகரத்தில் அவ்வப்போது குடியுரிமையை நிரூபிக்கச் சொல்லி அதிகாரிகளும், காவல்துறையினரும் கொடுத்துக்கொண்டிருக்கும் நெருக்கடியிலும் நிக்காஹ் நல்லபடியாக முடிய வேண்டுமென்று பலரும் துவா செய்தார்கள். அவர்களின் துவா வீண் போகவில்லை என்று முகமதலி நம்பினான்.

23

காலையில் முகமதலி வீட்டின் முன்பு போட்டிருந்த நாற்காலிகளை ஒதுக்கி வைத்துவிட்டு வாசலைக் கூட்டிக் கொண்டிருந்தாள் கல்யாணி. இன்னும் வண்ண விளக்குகள் அணைக்கப்படவில்லை. வெளியே சோம்பல் முறித்து எழுந்துவந்த ஜைதூன், கல்யாணி பெருக்குவதைப் பார்த்து "நீங்க ஏன் செய்யுறீங்க... நான் வந்திருவேன் இல்லே. இராத்திரி எல்லாம் ஒதுக்கி வச்சுட்டு தூங்க நேரமாகிடுச்சு. அதான் அசந்து தூங்கிட்டேன்" என்று கல்யாணி கையில் இருந்த சீமாரை வாங்கினாள். "நீங்க வேற வேலை பாருங்க, இதை நான் பார்த்துகிறேன்" என்று அவள் பாட்டுக்கு வாசலைப் பெருக்கிக்கொண்டு இருந்தாள். எதிரேதான் பழனிச்சாமி - கல்யாணியின் வீடும் இருந்தது.

"அண்ணே எந்திருசுட்டாரா?"

"இப்போ தான் எழுந்தார். இங்கதான் அண்ணனைப் பார்க்க வரணும்னு சொல்லிட்டு இருந்தார். அலி அண்ணே எழுந்துட்டாரா?"

"காலையே நேரமா எழுந்து மார்க்கெட் போய் செலவு வாங்கி வந்துட்டாரு."

பேசிக்கொண்டு இருக்கும்போதே பழனிச்சாமி கதவைத் திறந்து வெளியே வந்தார். "வாங்க அண்ணே டீ வைக்கிறேன்" என்று அழைத்துவிட்டு ஜைதூன், முகமதலியை அழைக்க உள்ளே போனாள். பந்தலுக்கு கீழே ஒரு பிளாஸ்டிக் சேரை இழுத்துப்போட்டு பழனிச்சாமி உட்கார்ந்தார். முகமதலி வெளியே வந்தார்.

"அலி, கல்யாணத்த பட்டையக் கிளப்பிட்ட, ரெம்ப சந்தோசமா இருக்கு. ஊரு கண்ணு முழுக்க ஜாம் ஜாம்னு நடந்த மகள் கல்யாணத்த பத்திதான் பேசுது." அவன் சொல்லும்போது கல்யாணியும் சிரித்தாள். முகமதலியின் முகம் புன்னகையில் விரிந்தது. பழனிச்சாமி எப்போதும் மனதில் பட்டதை நேரடியாக

சொல்லிவிடுவான். அவனோடு பழகிய காலம்தொட்டே அவன் அப்படித்தான்.

“சரி பொண்ண எப்போ நம்ம வீட்டுக்கு விருந்துக்கு அனுப்பப் போற?”

“இன்னும் மாப்பிள்ளை வீட்டில இருந்தே வரல... அப்புறம்தானே அனுப்ப முடியும்.”

“அதுசரி நான் சொல்லி உனக்கு தெரியவேண்டியதில்ல மொதெல்ல என் வீட்டுக்கு வந்தபின்னாடிதான் அப்புறம் எங்கயும் அனுப்பணும்.”

“இது நீ சொல்லித்தான் தெரியணுமா... தாராளமா புள்ளைய கூட்டிப்போ.”

“ஜானகி வேற விருந்து எப்போன்னு வாப்பாட்ட கேளு கேளுனு காலையிலிருந்து உட்கார விடமாட்டிங்கிறா” என்று சொல்லிக்கொண்டு இருக்கும்போதே ஜானகி வெளியே வந்தாள்.

“வாப்பா நேத்து பிரியாணி சூப்பர்... செம டேஸ்ட்.”

“நல்ல சாப்டியா மகளே.”

“சரிக்கட்டு வாப்பா... வயிறு நிறைய நல்லா சாப்டேன்.”

“மாப்பிள்ளை போய்ட்டாரா?”

“வேல இருக்குனு நேத்தே கிளம்பிட்டாரு. விருந்துக்கு வந்துடுவாரு... அம்மா டீ வச்சுட்டாங்களா” என்று கேட்டுக்கொண்டே ஜைதூனை தேடி, “அம்மா... அம்மா...” என்று கூப்பிட்டுக் கொண்டே அடுப்படியை நோக்கி நகர்ந்தாள்.

“சரி நான் கடைவீதி வரை போயிட்டு வரேன்” என்று சொல்லிவிட்டு எழுந்தவனை, “அண்ணே டீ வச்சுட்டேன் குடிச்சுட்டு போங்க, இப்போ நாஸ்டாக்கு வந்துடுவீங்களா” என்று டீயைக் கொடுத்துக்கொண்டே கேட்டாள் ஜைதூன். “வந்திருவேன் மா”. “ஜானகி அம்மா எடுத்துக்குங்க” என்று கல்யாணியிடமும் ஒன்றை நீட்டினாள். “அடுப்படியில ஜானகி என்னமோ உருட்டிட்டு இருக்கா, நான் உள்ளே போறேன், நீங்க வாங்க” என்று கல்யாணியிடம் சொல்லிவிட்டு உள்ளே சென்றாள்.

பழனிச்சாமியும் முகமதலியும் சமவயதுக்காரர்கள். இருவரும் ஒரே கடையில்தான் வேலை பார்த்து வந்தார்கள். முப்பதாண்டுகால நட்பு. இரட்டைக்குழல் துப்பாக்கியைப் போல எங்கு சென்றாலும் சைக்கிளில் சேர்ந்தே சுற்றினார்கள். மார்க்கெட்டில் 'அலி' எங்கே என்றால், பழனியோடு இருப்பான் என்றுதான் பதில் வரும்.

பழனிச்சாமி கல்யாணத்தை முகமதலிதான் முன்னின்று செய்தான். அவன் விரும்பிய கல்யாணியைத் திருமணம் செய்ததே, ஒரு கிரைம் சினிமாவைப் போல திகிலாக முடிந்தது.

பழனிச்சாமியும் கல்யாணியும் போடிநாயக்கனூர் அருகிலுள்ள ஒரு கிராமம். இருவரும் ஒரே பள்ளிக்கூடத்தில் படித்தபோது வந்த சிநேகம். கல்யாணி ஊருக்குள் வசித்து வந்தாள். ஊரின் தெற்குப் பக்கம் பண்ணைக் கூலிகள் வசிக்கும் தெருவில் பழனிச்சாமி வீடு இருந்தது. அவனுக்கு கல்யாணியைப் பிடித்தாலும் ஊரில் சாதிப் பிரச்சனை வந்து பெரும் கலவரமாகிவிடும் என்பதால் தனது காதலை கடைசிவரை சொல்லவே இல்லை. எல்லாப் பேச்சும் பள்ளி வளாகத்துக்குள் மட்டுமே இருக்கும். அவன் தெருவில் வசிக்கும் சிறுவர்கள், பள்ளியில் ஊர்ப் பிள்ளைகளிடம் சிரித்துப் பேசுவதை ஊருக்குள் ஒன்றுக்கு இரண்டாக சொல்லிவிட்டால் பிரச்சனையாகிவிடும் என்பதால் தங்களது நட்பை பள்ளி வளாகத்துக்குள்ளேயே முடித்துக்கொள்வார்கள். படிக்கும் தோழிகள் எதிரே வந்தாலும்கூட தலையை எங்கோ பார்ப்பதுபோல திருப்பிக்கொண்டு போவது எல்லோருக்கும் பழகிப் போயிருந்தது.

வீட்டின் வறுமையால் பள்ளிப் படிப்போடு நின்றுவிட்டு இங்கே மார்க்கெட்டில் வேலைக்குச் சேர்ந்தான். அவ்வப்போது அலியிடம் தனது காதல் பற்றிப் பேசுவான். தனக்குத் தெரிந்த வரிகளை எல்லாம் கோர்த்து கவிதை சொல்வான். அவனது கவிதை முகமதலியை தெறிக்க வைத்துவிடும். வருடத்துக்கு ஒருமுறை மட்டுமே ஊருக்குச் செல்வான்.

ஊர்க் கோவில் திருவிழா என்று காரணத்தைச் சொல்லிவிட்டு அவளைப் பார்க்கும் திட்டத்தோடு சென்றவனுக்கு இன்ப அதிர்ச்சியாக கல்யாணியும் அவனை விரும்புவதாகச் சொன்னாள். மனதில் அவனுக்கு பட்டாம்பூச்சி பறந்தாலும் உள்ளுக்குள் பயம் படர்ந்தது. அப்போதைக்கு அவளது கன்னத்தைக் கிள்ளி, அன்பைச் சொல்லி, வெட்கம் வந்து

ஓடினான். அவன் கன்னம் கிள்ளியதை யாராவது பார்த்திருந்தால் அவனது கிள்ளிய கை ஏதாவது ஆற்றில் போயிருக்கும். பத்தாம் வகுப்பு படிக்கும்போது ஒருமுறை, அவன் வகுப்பு தோழன் ரங்கசாமி கூட படிக்கும் தோழியைப் பார்த்துக் கண்ணடித்தான், அவள் வெட்கப்பட்டுக்கொண்டே ஓடினாள். இதனை பார்த்த அவள் தெருப் பையன்கள் அவளது அப்பாவிடம் சொல்லிவிட மறுநாள் அவனைப் பள்ளிக்கூட வாசலில் வைத்தே ஐந்துபேர் கொண்ட கும்பல் அடித்து நொறுக்கி விட்டார்கள். அதன்பிறகு இவன் தெருப் பையன்கள் யாருமே வகுப்பில் பெண்கள் பக்கமே தலையைத் திருப்பவில்லை. அவளுக்கும் கன்னம் பழுத்து வீங்கி இருந்தது. அவளும் இந்த பக்கம் தலையைத் திருப்பவில்லை.

பள்ளிக்கூடத்தில் ஆசிரியர்களும் பெரும்பாலும் ஊர்க்காரர்கள் சாதியைச் சேர்ந்தவர்களாகவே இருந்ததினால் வகுப்பில் அவர்கள் சாதியைச் சேர்ந்த பிள்ளைகளை ஒருபக்கமும் மற்றவர்களை இன்னொரு பக்கமாகவும் பிரித்து உட்கார வைத்திருந்தார்கள். கணக்கு பாடம் எடுக்கும்போது அந்த பிள்ளைகளைக் காட்டி இவர்கள் ‘+’ குறியீடு, நீங்கள், ‘–’ குறியீடு. பிளசை நம்பித்தான் மைனஸ் உள்ளது. உங்களுக்கு போதவில்லை என்றால் பிளசிடம் கடன் வாங்கித்தான் கழிக்க வேண்டும், நீங்கள் இவர்களை நம்பித்தான் உள்ளீர்கள் என்று வகுப்பு எடுத்தார்கள்.

இவர்கள் தெருப் பெண் பிள்ளைகளை கணக்கு ஆசிரியரும், அறிவியல் ஆசிரியரும் எல்லா இடத்திலும் தொட்டுதான் பேசுவார்கள். நெஞ்சைப் பிடித்துக் கசக்குவார்கள். ஒருமுறை பிள்ளைகள் வீட்டில் யாருக்கும் தெரியாமல் இதனைப் புகாராக எழுதி மாவட்ட ஆட்சியரிடம் கொடுத்தபோது ஆட்சியர் விசாரணை செய்ய உத்தரவிட்டார். விசாரணைக்கு வந்த அதிகாரிகளிடம் பேசியும், புகார் கொடுத்த பிள்ளைகளின் பெற்றோர்களை பல வழிகளில் சமாதானம் செய்தும் அது முடிக்கப்பட்டது. விசாரணை அன்று இரண்டு ஆசிரியர்களும் நெற்றி நிறைய பட்டையைப் போட்டுக்கொண்டு தங்களைப்போல உத்தமர்கள் யாரும் இல்லை என்பதைப்போல நடித்தார்கள். ஊரே அவர்களை பாதுகாக்க எல்லா தகிடுதத்தமும் செய்தது. எல்லாம் சரிகட்டிய ஒரு மாதம் கழித்து எங்க மேலயே புகார் கொடுக்குறீங்களா... கீழ்சாதி நாய்களா... என்று எல்லா வீடுகளையும் அடித்து நொறுக்கினார்கள். எந்த நடவடிக்கையும்

எடுக்காமல் சமாதானம் பேசி காவல்துறை முடித்தது. ஏற்கனவே நிலைமை மோசமாக இருப்பதினால் பழனியும் என்ன செய்வது என்று தயங்கிய போதுதான் முகமதலி 'எல்லாம் பார்த்துக்கலாம் விடுப்பா' என்றான்.

அவளது வீட்டில் திருமண ஏற்பாடு நடப்பதை இவனுக்குத் தகவல் சொல்லி அனுப்பினாள். அவள் 'சுமங்கலித்' திட்டத்தில் கரூர் அருகே ஒரு மில்லில் வேலை செய்துகொண்டிருந்த தகவல் ஏற்கனவே பழனிச்சாமிக்குத் தெரியும். எத்தனை மணிக்கு வேலை முடியும், எங்கே தங்கி இருப்பாள், தங்கும் இடத்தில் உள்ள காவலாளிகள் எத்தனை பேர் என்று எல்லா விபரங்களையும் கல்யாணி அனுப்பியிருந்தாள். பழனிச்சாமி அவளைக் கூட்டிப்போக வருவதாய் தகவல் சொல்லி அனுப்பினான்.

முகமதலியும் பழனிச்சாமியும் அவர்களது நண்பர்களோடு சேர்ந்து, தெரிந்த நண்பனின் காரை வாங்கிக்கொண்டு, அவளை அழைத்துச் செல்ல வந்திருந்தார்கள். இரவு இரண்டு மணிக்கு மில்லின் மதில் சுவரின் வலது மூலையில் அவள் தங்கி இருக்கும் இடம் நோக்கி வண்டி போனது. மில் தேசிய நெடுஞ்சாலையில் இருந்தது. பணியாளர்கள் தங்கி இருக்கும் கட்டடத்துக்கு வெளியே சிறிய கேட்டு ஒன்று இருந்தது. அதனைக் கண்காணிக்க இருந்த ஒரே காவலாளி அசந்து தூங்கிக்கொண்டு இருந்தார். இரண்டு மணிக்கு கேட்டின் முன்பு ஒரு வாகனம் எந்த உறுமலும் இல்லாமல் வந்து நின்றதை, அதன் வருகைக்காகவே ஜன்னலின் மீது விழிவைத்துக் காத்திருந்த கல்யாணி கண்டுகொண்டாள். அதில் பழனி இருப்பதைப் பார்த்தாள். அவள் மெல்ல எழுந்து போவதை, மில்லின் நுழைவாயில் கேட்டின் உட்புறக் கூண்டில் தூங்கிக் கொண்டிருந்த காவலாளி, எதார்த்தமாக எழுந்தவர், பார்க்க "யோவ் சின்னக்கண்ணு எந்திரிடா... எந்திரிடா..." என்று விசில் கொடுத்தான். பதறி எழுந்தவன் கல்யாணியை நோக்கி வருவதற்குள் அவள் கேட்டை நெருங்கியிருந்தாள். சட்டென பழனிச்சாமி வண்டியில் வைத்திருந்த அரிவாளை எடுத்து, "வந்தா கொன்னுடுவேன்" என்று மிரட்ட காவலாளி பயந்து பின்வாங்க வண்டியில் ஏறிய கல்யாணியுடன் வண்டி பறந்தது.

அவர்களைக் கூட்டிவந்த கையோடு பதிவுத் திருமணம் செய்து வைத்தனர். காவல்துறை பஞ்சாயத்து பேசி இருவரும் மேஜர்

என்பதினால் இரு தரப்பும் எழுதி கொடுத்துப் போகும்படி பிரச்சனை முடிக்கப்பட்டது. ஒருவேளை அவர்கள் ஊராக இருந்திருந்தால் காவல்நிலையம் அவர்களுக்கு தோதான இடமாகப் போகிருக்கும். பழனிச்சாமியின் உடலும் காணாப்பிணம் ஆகியிருக்கும். நகரம் கொஞ்சம் பாதுகாப்பானதாக இருந்தது. அதன்பின்பு அவர்கள் வாழ்க்கையில் எல்லாவற்றிலும் முகமதலி இருந்தான். வேறு எங்காவது தங்கினால் பிரச்சனை வருமென்று முகமதலி அவனது வீட்டின் அருகே குடிவைத்தான். இப்போது தெருவின் நிரந்தரக் குடியிருப்புவாசியாகிவிட்டான். நமக்குள் ஒருவன் என்ற உணர்வே எல்லோருக்கும் பழனிச்சாமி மீது இருந்தது. அங்கு இருக்கவே கல்யாணியும் விரும்பினாள். அவளுக்கு ஜைதூன் நல்ல துணையாக இருந்தாள். கொஞ்சம் கொஞ்சமாகப் பணம் சேர்த்த பழனிச்சாமி முகமதலி வீட்டுக்கு எதிரேயிருந்த காலி இடத்தையே விலைக்கு வாங்கி, முகமதலி உதவியோடும் அவன் சேர்த்து வைத்திருந்த நகைகளை விற்றும் வீட்டைக் கட்டி முடிக்கும்போது மகளுக்கு கல்யாணவயது ஆகியிருந்தது.

பழனிச்சாமிக்கும் கல்யாணிக்கும் திருமணம் முடிந்து மூன்றாண்டுகள் கழித்துத்தான் ஜானகி பிறந்தாள். ஜானகியை விட மூன்று வயது சிறியவள் ஷாகிரா. ஆனாலும் இருவரும் ஒருதாய் வயிற்றுப் பிள்ளைகளாகத் திரிந்தனர். ஆறு மாதத்துக்கு முன்புதான் ஜானகிக்கும் திருமணமானது. இப்போது அவளது கூட்டாளிக்கும் நிக்காஹ் முடிந்தது.

ஷாகிராவின் நிக்காஹ் நல்லபடியாக முடியவேண்டுமென்று எல்லோருக்கும் விருப்பம் இருந்தது. இது பழனிச்சாமிக்கு இன்னொரு மகளின் திருமணம், கணேசன் மாமாவுக்கு தனது பேத்தியின் திருமணம். மறுநாள் தம்பதிகள் செய்யும் 'இனிப்புச் சோறு' நிகழ்ச்சி கொண்டாட்டமாக இருந்தது. மருமகள் புகுந்த வீட்டில் செய்யும் முதல் உணவாக 'மிட்டா கானா'தான் இருக்க வேண்டும். அப்போதுதான் குடும்ப வாழ்க்கை இனிப்பாக இருக்கும். அதைச் செய்து முடிப்பதற்குள் சிரிப்பால் இடமே களோபரம் ஆகிவிடும். புதுத் தம்பதியர்கள் இருவரும் இணைந்து செய்த உணவை, இருவரும் ஒருசேரப் பிடித்து வந்து தாங்கு வளையத்தில் வைக்க வேண்டும். அதன்பிறகு எல்லோருக்கும் தட்டில் போட்டுக் கொடுக்க வேண்டும். நிக்காஹ்-க்கு வந்த கூட்டத்திற்கும் அருகில் உள்ளவர்களுக்கும் கொடுக்க வேண்டுமென்று ஐந்து கிலோ உணவைச் சமைத்தார்கள்.

இனிப்புச் சோறை எடுத்து வளையத்தில் வைப்பதற்குள் இரண்டு பேரின் இடுப்பும் கழன்றுவிட்டது. அவர்கள் வைக்க வைக்க அவளது தோழிகள், உறவுகள் வளையத்தை ஒவ்வொரு இடமாகத் தள்ளித் தள்ளி வைத்தனர். கனமான பாத்திரத்தை வளையம் போகும் இடங்கள் எல்லாம் தூக்கிக்கொண்டே திரிந்தார்கள். ஒரே சிரிப்பும் கொண்டாட்டமுமாக முடிந்தது மிட்டா கானா என்கிற இனிப்புச் சோறு வழக்கம்.

24

மூன்று மாதங்களாக எல்லா ஞாயிற்றுக்கிழமைகளிலும் விருந்து அழைப்பால் ஷாகிராவும் ரபிக்கும் சுற்றிக்கொண்டே இருந்தார்கள். விருந்துக்குப் போகும் ஒவ்வொரு வீட்டுக்கும் 'வெறுங்கையோடு' எப்படி போவது என்று ஒரு பார்சல் இனிப்பைக் கட்டிக்கொண்டு போவது வழக்கமாகியது. இனிப்பு தரும் கடைக்காரர் "விருந்தா.....ம்ம்ம்" என்று சொல்லுமளவு அவரும் பழகியிருந்தார். திருமணமான மூன்றுமாதத்தில் ஐந்து கிலோ எடை கூடியிருந்தாள் ஷாகிரா. மகளின் முகத்தில் இருக்கும் சந்தோசம் முகமதலிக்கு அவ்வளவு நிறைவாக இருந்தது.

திருமணம் நல்லபடியாக முடிந்தவுடன் வீட்டு வேலையை ஆரம்பிக்க வேண்டுமென்று முடிவெடுத்தவர், எப்போது யாரை அரசு முகாமுக்கு கொண்டுபோகுமென்று தெரியவில்லை எனத் தயங்கி நின்றார். அரசுக்கு எதிராகத் தொடர் போராட்டங்கள் நடத்தினாலும் அரசு செய்து வந்த நெருக்கடியை முறியடிக்க முடியவில்லை. நல்ல நிலையில் இருக்கும்போதே வீட்டைக் கட்டிவிட வேண்டும். எப்போது என்ன சட்டம் வருமென்று தெரியாது. கையில் சேமிப்பில் இருக்கும் பணத்தை, ஏதாவது சிறப்புச் சட்டமென்று போட்டு அபகரித்து விட்டால் இருப்பதும் போய்விடும் என்ற பயமும் முகமதலியை வாட்டியது. கையில் இருக்கும் பணத்தையும், பற்றாக்குறைக்கு வங்கியில் கடன் வாங்கியும் வீடு கட்டுவதற்கு ஏற்பாடு செய்திருந்தார். மகளுக்காக அவர் வாங்கியிருந்த இடம் தெருவின் நுழைவிலிருந்து நான்காவதாக இருந்தது.

கணேசன் மாமாதான் அவருக்கு வேண்டப்பட்ட இஞ்சினியர் மூலம் வீடுகட்ட ஏற்பாடு செய்து தந்தார். கொஞ்சம் பண உதவியும் செய்தார். வீடு கட்ட ஆரம்பித்தவுடன் ஜைதூனுக்குதான் வேலை அதிகமானது. வேலை செய்யும் அனைவருக்கும் இரண்டு நேரம் டீ வைத்துக்கொடுக்க, பஜ்ஜி, போண்டா போட்டு கொடுக்க என்று தினசரி வேலையில்

இன்னும்கொஞ்சம் கூடியது. வாரத்துக்கு இரண்டுநாள் அம்மாவையும் வாப்பாவையும் பார்க்க ஷாகிரா வந்து போனாள். “கொஞ்ச நாள் கழிச்சு கட்ட வேண்டியதுதானே வாப்பா. அதுக்குள்ளே என்ன அவசரம். இப்பதானே நிக்காஹ் முடுஞ்சது” என்றாள் ஷாகிரா.

“மகளே உடம்பு நல்லாயிருக்கும்போதே அத அத கால காலத்துக்கு செஞ்சிடனும். எனக்கும் வயசாகுதில்ல” என்றார் முகமதலி.

“நீங்க ஒரு முடிவெடுத்தா அத யாரு சொன்னாலும் மாத்திக்கமாட்டீங்களே... என்னமோ செய்யுங்க...” என்றாள். மகளின் தோளைத் தட்டிக்கொடுத்துவிட்டு அஸ்திவாரக் குழி போடும் இடம் நோக்கி நகர்ந்தார்.

கையில் காசு இருந்ததால் கட்டட வேலையும் ஜரூராக ஓடியது. ஒருநாளும் நிற்கவில்லை. அஸ்திவாரம் முடிந்து சுவர் எழுப்பும் வேலையும் துவங்கியிருந்தது.

***

கடைக்கு ஆட்டோவில் வந்து இறங்கினாள் ஜைதூன். எப்போதாவதுதான் கடைக்கு வருவாள். ஏதாவது வேண்டுமென்றாலும் அலியின் செல்லுக்கு கூப்பிட்டுத் தகவல் சொல்லுவாள். இன்று அவள் வந்தது அதிசயமாக இருந்தது. முகத்தில் பயப்படும்படியான எந்தப் பதட்டமும் இல்லை. முகம் முழுக்க மலர்ச்சிதான்.

“என்னாச்சு ஜைதூன்?”

“உங்க போனுக்கு கூப்பிட்டா போகவே மாட்டிங்குது” என்றாள்.

“காலையில கீழ விழுந்திருச்சு, யார் பேசினாலும் கேட்க மாட்டிங்குது. அதான் கந்தசாமிட்ட பார்த்து வரச்சொல்லி கொடுத்து அனுப்புனேன். ஏன் அப்பிடி என்ன அவசரம்” என்றார்.

“உங்க மக உங்களுக்கு கூப்பிட்டுட்டே இருந்தாளாம். அதான் நானே வந்தேன். வாங்க புள்ளைய பார்த்துட்டு வந்திடலாம்” என்றாள். புரியாத அலிக்கு, மகள் கர்ப்பமாக இருப்பதைச் சொன்னாள். அவன் மனம் மகிழ்ச்சியில் குதித்தது.

"வெரசா கிளம்புங்க" என்றாள் ஜைதூன்.

கணேசன் மாமாவிடம் சென்று விபரத்தைச் சொன்னபோது "அப்பனே முருகா.... ரொம்ப சந்தோசம் போயிட்டு வாங்க" என்றார். கந்தசாமியை கடையைப் பார்க்கச் சொல்லிவிட்டு அவனது வண்டியில் கிளம்பினார்கள்.

கைநிறைய பழங்களோடு வந்து நிற்கும் அம்மாவை அரை வெட்கத்துடன் வந்து கைப்பிடித்தாள். மகளின் தலையைக் கோதி விட்டார் முகமதலி. அப்போதுதான் அரிசி மண்டியிலிருந்து ரபிக்கும் வந்திருந்தான். மாமாவைப் பார்த்தவுடன் விருந்துக்கு கறிவாங்க ரபிக் கிளம்பினான். வெட்கத்தில் நெளியும் மகளைப் பார்த்தவுடன் பிறக்கும் பேரப்பிள்ளை புதுவீட்டில்தான் காலை வைக்க வேண்டும் என்று முடிவு செய்தார்.

"பாஸிசம் எப்படி வீழ்ந்ததென்ற வரலாற்றை,
மீண்டும் வீழாதிருக்க பாஸிஸ்ட்டுகளும்
அதிலிருந்தே தான் கற்றுக்கொள்கிறார்கள்.
வரலாறு எல்லோருக்கும் பொதுவானதே"

- ஆதவன் தீட்சண்யா

முகாம்

25

எப்போதும்போல எந்த ஆர்ப்பட்டமும் இல்லாமல் குயில்களின் சங்கீதத்தோடு சூரியன் எழுந்தது. கொஞ்சம் கொஞ்சமாய் அதன் வெளிச்சக் கீற்றுகள் எல்லா இடங்களிலும் விரிந்தன. எல்லா நாட்களும் இயற்கையின் அழகியலை இப்படியாக ரசித்துக்கொண்டு இருக்க முடியாமல், நகரத்தில் அவ்வப்போது நடக்கும் சோதனைகள் மக்களுக்கு அயர்ச்சியையும் பயத்தையும் கொடுத்தன.

அவ்வப்போது வருகின்ற அரசின் அறிவிப்புகள் மக்களுக்கு மகிழ்ச்சியைக் கொடுப்பதற்குப் பதிலாகப் பேரச்சத்தைக் கொடுத்தன. மக்களால் தேர்வு செய்யப்பட்ட அமைப்பு என்பதினால், அடுத்த தேர்தல் வரும்வரை எல்லாவற்றையும் தாங்கிக் கொள்ளலாம் என்று மனம் ஒப்புக்கொடுத்தாலும் அடுத்தடுத்த அறிவிப்புகள் பீதியை ஏற்படுத்தி மக்களை நடுங்கச் செய்தது. சமீப நாட்களில் நாட்டில் நடந்துவரும் பல்வேறு மாற்றங்கள், இனி தேர்தல் நடைமுறை இருக்குமா என்ற சந்தேகத்தை ஏற்படுத்தின.

எல்லாமே மாறியது - புதிய புதிய நடைமுறைகள், புதிய புதியக் கட்டுப்பாடுகள். ஒவ்வொரு நாள் விடியலும் குழப்பத்தோடு இருந்தது. சிறிய சிறிய குழுக்கள் புதிதாக உருவாகின. அவர்கள் பேச்சின் ஒவ்வொரு வார்த்தையின் முடிவும், ‘தேச நலன் முக்கியம்’, ‘தேசியத்தைப் பாதுகாக்க வேண்டும்’, ‘நமக்காக எல்லையில் ராணுவ வீரர்கள் படும் கஷ்டத்தைவிட இது அவ்வளவு பெரியதல்ல’ என்ற வாசகங்களை இடைவிடாமல் எங்கும் ஒலித்துக்கொண்டு இருந்தன.

அந்தக் குழுக்கள் எதிரிகளிடமிருந்து இனிமேல் உங்களது கட்டடத்தை நாங்கள் பாதுகாக்கிறோம், அதற்கு மாதா மாதம் எங்களுக்குப் பணம் கொடுத்துவிடுங்கள் என்று பெரிய கடைகளையும் நிறுவனங்களையும் கேட்டுக்கொள்வதும், ‘நாங்களே பார்த்துக்கொள்கிறோம்’ என்று மறுத்த கடைகளும் நிறுவனங்களும் சில நாட்களில் மர்ம நபர்களால் பெருத்த

சேதத்தை சந்தித்து வந்ததும் நடந்தன. வேறு வழியில்லாமல் பாதுகாப்பு கொடுப்பதாகச் சொன்ன அமைப்பின் கையில் கட்டடங்கள் ஒப்படைக்கப்பட்டன. அவர்கள் அதிகாரத்தில் உள்ளவர்களின் தயவில் பலம் பொருந்தியவர்களாக அந்த நகரத்தில் உலா வந்தனர். அவர்கள் சொல்வதைத்தான் காவலர்களும் கேட்டார்கள். இவை எல்லாம் இந்த நகரம் சந்திக்கும் புதிய மாற்றங்கள்.

அந்த அமைப்பைச் சேர்ந்தவர்களைப் பார்த்தால் எல்லோருக்கும் பெரும் அச்சம் வந்தது. அவர்கள் யாரை வேண்டுமென்றாலும் அடித்தார்கள். சில நேரம் கொலையும் செய்தார்கள். காவலர்கள் அவர்கள்மீது பெரியதாக எந்த நடவடிக்கையும் எடுக்கவில்லை. கொலையைக் கண்டித்து மக்கள் போராட்டம் ஏதாவது நடத்தினால், யாரோ சிலர் கைது செய்யபட்டதாகச் செய்தி வரும். சில நாட்களில் கைது செய்யப்பட்டவராகச் சொல்லப்படும் நபர் வெளியே சுற்றிக்கொண்டிருப்பார். அவர் சிறைக்குச் சென்றாரா? இல்லையா? என்று எந்த விபரமும் யாருக்கும் தெரியாது.

அந்த நகரத்தில் இருந்த முக்கியமான எழுத்தாளர் ஒரு கும்பலால் அவரது வீட்டின் முன்பு வைத்து அதிகாலை கொலை செய்யப்பட்டார். அவரைத் தொடர்ந்து, சில நாட்கள் கழித்து, மக்களுக்காக வேலை செய்து வந்த ஒரு துடிப்பான செயல்பாட்டாளர் கொலை செய்யப்பட்டார். அடுத்தது ஒரு தொழிற்சங்கத் தலைவர். இப்படியாக வரிசையாகக் கொலைகள் நடப்பது அதிகமானது. மாலை நேரத்தில் வெளியே சுற்றிய பெண்கள் மானபங்கப்படுத்தப்படுவதாக வந்த தகவல்களால் அந்நேரத்தில் அவர்கள் வெளியே போவதை முழுவதுமாகத் தவிர்த்தார்கள்.

“இந்த நாடு .... மதத்தை சேர்ந்தவர்களுக்கு மட்டும்தான் சொந்தமானது. மற்றவர்கள் அவர்களின் புண்ணியத்தில் வாழ்ந்து கொள்ளலாம். ஆனால் உரிமை என்று கேட்பதோ அல்லது அதிகாரம் செய்ய நினைப்பதோ கூடாது” என்று புதியதாக உருவாக்கப்பட்ட குழுக்கள் ஒரு மாதம் முழுக்க தீவிர வாகனப் பிரச்சாரம் செய்தார்கள். அவர்களின் பிரச்சாரத்திற்குக் கொஞ்சம்பேர் ஆதரவும் தெரிவித்தார்கள்.

அரசின் புதிய நடைமுறைகளின்படி அனைத்துப் பள்ளிவாசல்களும் அரசின் நேரடிக் கட்டுப்பாட்டில் வந்தன.

எங்களுக்கு எல்லாம் எந்தப் பிரச்சனையும் வராது, எங்களை ஒடுக்குவதை அமெரிக்கா போன்ற நாடுகள் அனுமதிக்காது என்று சொல்லிக்கொண்டிருந்த கிருஸ்துவர்களின் தேவாலயங்கள் அடுத்ததாய் அரசின் கட்டுப்பாட்டுக்குள் வந்தன. நாடுமுழுக்க ஒரே பதட்டமான சூழ்நிலை நிலவியது. வழிபாட்டு நேரத்தை அரசே முடிவு செய்து சொன்னது. அதுவரை இருந்த வழிபாட்டு முறைகளையெல்லாம் மாற்றி புதிய நேரத்தை அறிவித்தது. இஸ்லாமியர்களுக்கு ஐந்து வேளையாக இருந்த தொழுகை முறை நிர்வாகக் காரணங்களினால் மூன்று வேளையாகச் சுருக்கப்பட்டது. குற்றச் செயல்கள் அனைத்தும் மாலை நேரத்திலும் இரவிலும்தான் அதிகம் நடைபெற்றன. மக்களால் தேர்வு செய்யப்பட்ட அரசுக்கு எந்தவிதமான பாகுபாடும் இல்லாமல் எல்லோரையும் பாதுகாக்க வேண்டிய பொறுப்பு இருக்கிறது என்ற வகையில், எந்த மதத்தைச் சேர்ந்தவர்களும் மாலை ஆறு மணிக்கு மேல் பொதுவாகக் கூடி வழிபாடுகளைச் செய்ய தடை விதிக்கப்படுகிறது. அவரவர் வீட்டில் செய்வதற்கு தடையில்லை என்றும் அரசு அறிவித்தது.

எல்லா வழக்கத்தையும் பொறுத்துக்கொண்டோம், இந்த நடைமுறை எங்கள் வழிபாட்டு உரிமையை மறுப்பதாகும் என்று அறிவிக்கப்பட்ட அன்றே பொதுமக்கள் சாலை மறியல் செய்தார்கள். இதனை அறிவிப்பதற்கு மூன்று மணி நேரத்துக்கு முன்பே பல இடங்களில் போலீஸ் மற்றும் இராணுவக் குவிப்பு நடந்தது. எதற்கு என்று தெரியாமல் இருந்தவர்களுக்கு விடை கிடைத்தது. முன் ஏற்பாட்டோடுதான் வழிபாட்டு நடைமுறை அறிவிப்பு இருந்துள்ளது என்று மக்களுக்குத் தெரிய ஆரம்பித்தது. எங்கெல்லாம் மக்கள் போராட்டம் நடத்தினார்களோ அங்கெல்லாம் கடுமையான தாக்குதல்களும் துப்பாக்கிச்சூடும் நடத்தப்பட்டு போராட்டம் கட்டுக்குள் கொண்டுவரப்பட்டது. போராட்டத்தை முன்னின்று நடத்திய அனைவரும் கைது செய்யப்பட்டு சிறையில் அடைக்கப்பட்டார்கள். ஒரு வாரத்துக்கு ஊரடங்கு அறிவிக்கப்பட்டது.

தொலைக்காட்சி விவாதத்தில் 'அரசு ஆதரவாளர்கள்', எல்லா மதத்தைச் சார்ந்தவர்களுக்கும்தானே தடை. ஆனால் பாருங்கள் ஒரு குறிப்பிட்ட மதத்தைச் சேர்ந்தவர்கள்தான் தேவை இல்லாமல் பிரச்சனை செய்கிறார்கள். பல்வேறு குற்றச் சம்பவங்களைத் தடுப்பதற்காக அரசு கொண்டுவந்த

ஆக்கப்பூர்வமான நடவடிக்கையை விமர்சனம் செய்வதும் போராட்டம் நடத்துவதும் வேண்டாத வேலை என்று வாதிட்டார்கள்.

"சார் சூரியன் மறைஞ்சதுக்குப் பின்னாடி - (பீப் ஒலி) - மதத்தை சேர்ந்தவர்கள் எங்க வழிபாடு செய்யுறாங்க, அப்போ எந்த பூஜையும் நடப்பதில்லையே."

"அதெல்லாம் இருக்கு சார்... நீங்க நல்லா பாருங்க, அவுங்க ஒத்துழைப்பு கொடுக்குறாங்க இல்ல. அதே மாதிரி இவங்களும் கொடுத்துட்டுப் போக வேண்டியதுதானே? அரசாங்கம் எல்லோரையும் ஒரே மாதிரிதான் நடத்துது."

"எங்கேனு சொல்லுங்க, பொத்தம் பொதுவா சொல்லாதீங்க" என்று காரசாரமாகப் பேசிய நெறியாளர் மறுநாள் நிர்வாகக் காரணத்தினால் பணியிலிருந்து விடுவிக்கப்பட்டார்.

26

நகரத்தில் அவ்வப்போது அரசு ஆதரவுக் குழுக்கள் செய்துவந்த போக்கிரித்தனம் முன்பைவிட அதிகமானது. நடந்து சென்ற ஒரு இஸ்லாமியப் பெரியவரின் தாடியைப் பிடித்து இழுத்து அதனை அறுத்துவிட்டார்கள். கடைக்குள் சென்று சாப்பிடுவதும் காசு கேட்டால் கடைக்காரரைப் பிடித்து அடிப்பதும், "உங்களுக்கு கடை வைக்க அனுமதி கொடுத்ததே பெருசு. நீ எங்கிட்டே காசு கேக்குறியா" என்று அராஜகம் செய்வதும் தொடர்ந்தது.

நகரத்தில் இருந்த நான்கு தேவாலயங்கள், இரண்டு தொழிற்சங்கக் கட்டடங்கள் ஒரே நாளில் மர்ம நபர்களால் தீ வைக்கப்பட்டன. தேவாலயங்கள் எரிந்ததை மட்டுமே எல்லோரும் பேசிக்கொண்டு இருந்தார்கள். தொழிற்சங்கக் கட்டடம் எரிந்தது குறித்து பெரியதாய் யாரும் பேசவில்லை. ஒரு வருடத்துக்கு முன்புதான் இரவு நேரத்தில் கம்யூனிஸ்ட் கட்சி அலுவலகம் மர்ம நபரால் பெட்ரோல் குண்டு வீச்சுக்கு ஆளானது. விசாரணையில் கைது செய்யப்பட்ட நபர் அவரது அமைப்பில் தன்னை யாரும் கண்டு கொள்ளவில்லை, தனித்து பிரபலமாக வேண்டும் என்பதற்காக வீசியதாக வாக்குமூலம் கொடுத்தான்.

அந்த அமைப்பின் மாவட்டத் தலைவர் ரங்கநாதன் தலைமையில்தான் பல்வேறு சம்பவங்கள் எல்லா இடங்களிலும் நடந்து வந்தன. அவனை நகரத்தில் உள்ள எல்லோருக்கும் தெரியும். அவன் கிளைச் செயலாளராக இருந்தபோது அவனது அமைப்பின் கிளைத் தலைவர் வீட்டில் நின்றிருந்த ஒரு கார் இரவு நேரத்தில் மர்ம நபரால் பெட்ரோல் குண்டு வீச்சில் எரிந்தது. வீசியவர் இஸ்லாமியர் என்று மறியல் செய்து அந்தப் பகுதியில் மளிகை கடை வைத்திருந்தவரை போலீஸ் கைது செய்து விசாரணை நடத்தியது. அவரது கடையில் இருந்த *cctv* கேமராவை ஆய்வு செய்ததில், அந்த மர்ம நபர் வேறு யாரும் இல்லை, கிளைச் செயலாளர் ரங்கநாதன்தான்!

என்று தெரியவந்தது. விநாயகர் சதுர்த்தி வசூலில் தனக்குப் பங்கு சரியாகப் பிரித்துக் கொடுக்கவில்லை என்ற கோபத்தில் செய்ததாகவும் அதைத் திசை திருப்ப இஸ்லாமியர் மீது பழி போட்டதாகவும் வாக்குமூலம் கொடுத்தான். அவனது வீரதீரச் செயலை கௌரவிக்கும் விதமாக சில ஆண்டுகளில் மாவட்டத் தலைவர் பதவி கொடுக்கப்பட்டது.

மாவட்டத் தலைவருக்குப் போட்டியாக இருப்பவர் செயலாளர் வினோத்ஜி. வினோத்தான் மாவட்டத் தலைவராக வருவார் என்று பரவலாக எதிர்பார்க்கப்பட்டது. அவனும் அமைப்பின் வளர்ச்சிக்காக சில நபர்களை வெட்டியும் பல இஸ்லாமியக் கடைகளை எரித்தும் வீரச் செயல்களைச் செய்துள்ளான். ஆனால் அமைப்புக்குள் நடந்த உள்ளடி வேலையில் அவனுக்குப் பதவி கிடைக்கவில்லை. அவன் ஒடுக்கப்பட்ட சாதியைச் சேர்ந்தவன் என்பதால்தான் அவனுக்குப் பதவி தரப்படவில்லை என்ற பேச்சும் கசிந்தது. பதவி ஆசையில் அவ்வப்போது இரு தரப்பும் கைகலப்பில் ஈடுபடுவதும் நடந்தது.

நாடு முழுக்க அரசு சார்பு சிறு குழுக்களின் எண்ணிக்கையும் பலமும் அதிகரித்து விட்டதை உறுதிப்படுத்திய அரசு, நாட்டின் ஒவ்வொரு குடிமகனும் அவனது குடியுரிமையை நிரூபிக்க வேண்டியது கட்டாயம் என்ற புதிய சட்டத்தைக் கொண்டு வந்தது. அந்தச் சட்டம் நல்ல நோக்கத்திற்காகக் கொண்டுவரப்படவில்லை என்று அப்போதே விவாதங்கள் பொதுத்தளங்களில் நடைபெற்றுவந்தன. அறிவித்து நான்கு ஆண்டுகளாக அதன் செயல்திட்டம் துவக்க நிலையிலேயே இருப்பதாக அவ்வப்போது அரசின் பிரதிநிதிகள் சொல்லிக்கொண்டு இருந்தார்கள். "இது நல்ல நடவடிக்கை. அப்போதுதான் வெளிநாட்டு நபர்களின் ஊடுருவலைத் தடுக்க முடியும்" என்று அரசு சார்பு பிரதிநிதிகள் தொலைக்காட்சியில் பேசிக்கொண்டே இருந்தார்கள்.

27

அரசு ஊழியர்கள், மக்கள்தொகைக் கணக்கெடுப்பை குடியுரிமைச் சட்டம் அறிவிக்கப்படுவதற்கு இரண்டு வருடங்களுக்கு முன்பே வீடு வீடாக நடத்தியிருந்தார்கள். அதில் அவர்கள் சில வீடுகளில் மட்டும் பட்டியலில் சிவப்புக் குறியீடு செய்தார்கள். அந்தக் குடும்பத்தில் மட்டும் கூடுதல் சரிபார்ப்பு மூன்று, நான்கு மாதங்களாக நடந்து வந்தது. ஒரு நாள் மாலை தொலைக்காட்சியில் தோன்றிய அதிபர் நாடுமுழுக்க தேசவிரோத சக்திகள் அதிகமாகிவிட்டது, அதைக் கட்டுப்படுத்தவது ஒவ்வொரு குடிமகனின் தலையாயக் கடமை. அதேபோல நாட்டில் பல்வேறு இடங்களில் நிறைய ஊடுருவல்களும் நடந்துள்ளதாக உளவுத்துறை எச்சரிக்கை கொடுத்துள்ளது. தேசத்தின் நலனுக்காகச் சில கடுமையான நடவடிக்கைகளை எடுக்க வேண்டியுள்ளது. பொதுமக்கள் ஒத்துழைப்பு கொடுக்க வேண்டும் என்று அறிவித்தார். அதிபர் எப்போது எதை அறிவித்தாலும் அதன்பின்பு நடக்கும் செயல்பாடுகள் அச்சம் தருவதாகவே இருந்தன.

எல்லோருக்கும் தான் குடியுரிமையைச் சரிபார்க்கிறோம் என்று சொல்லி ஆய்வைப் பெயரளவுக்கு எல்லா இடங்களிலும் நடத்துவதுபோல பாவ்லா செய்துகொண்டே கணக்கெடுப்பை முஸ்லீம் குடும்பங்களைக் குறிவைத்து நடத்தியது. குடியுரிமையை நிரூபிக்கச் சொல்லி கடந்த மூன்று மாதங்களாக அரசு நெருக்கடி தந்து கொண்டிருக்கும் நிலையில் ஷாகிராவின் திருமண நேரத்தில் எதாவது தடங்கல் வந்து நிக்காஹ் நின்றுவிட்டால் என்ன செய்வது என்ற தயக்கம் முகமதலிக்கு இருந்தது. ஆனால் அப்படி எதுவும் நடக்காமல் கல்யாணம் முடிந்தது முகமதலிக்கும் குடும்பத்தாருக்கும் நிம்மதியாக இருந்தது.

கணக்கெடுப்பு துவங்கியபோதே நாடு முழுக்கப் போராட்டங்களும் துவங்கின. கடந்த ஆறு மாதங்களாக நடைபெற்று வந்த மக்கள் போராட்டம் இப்போது தீவிரமடைந்திருந்தது.

ஒவ்வொருவரும் தங்களது குடியுரிமையை தாங்களே நிரூபிக்க வேண்டும் என்று சொல்லப்பட்டது. சிறப்புச் சட்டம் மூலம் முதலில் ஒரு குறிப்பிட்ட சமூகத்தைத் தனிமைப்படுத்தவும் பின்னர் அரசுடன் ஒத்துபோகாத, அரசின் சிந்தனையோடு ஒற்றுமை காணமுடியாத எல்லோருக்குமான சட்டமாக நீட்டித்து அமல்படுத்தும் நோக்கத்தோடு அரசு செயல்பட ஆரம்பித்தது.

இச்சட்டத்தின்படி அரசு சொல்லும் நடைமுறை நாடு முழுக்க யாருமே அமல்படுத்த முடியாதவண்ணம் மிகமோசமாக இருந்தது. ஒவ்வொருவரும் அவர்களின் பெற்றோர்களின் பிறப்பை நிரூபித்தால் மட்டுமே அவர்களின் பிறப்பை அங்கீகரிக்க முடியும் என்று சட்டம் சொன்னதால் நடைமுறையில் பலருக்கு அது சாத்தியமில்லாததாக இருந்தது.

வேலை இல்லாத இளைஞர்களுக்கு வேலை வாய்ப்பை ஏற்படுத்தும் நோக்கத்தோடு, ‘அரசு ஆவண சரிபார்ப்பு உதவி மையம்’ என்ற தனித்துறை எல்லா மாவட்டங்களிலும் திறக்கப்பட்டது. அந்தந்த மாவட்ட வேலை வாய்ப்பு அலுவலகமே இடத்தை நிரப்பிக்கொள்ள ஆணை வழங்கப்பட்டது. மக்களின் அலைச்சலைத் தவிர்க்கும் பொருட்டு சான்றிதழ்கள் வழங்கும் அதிகாரிகளையும் நியமிக்க உத்தரவிடப்பட்டது.

படித்த படிப்புக்கு வேலை இல்லாமல், ஆன்லைனில் உணவு கேட்பவர்களுக்கு உணவைக் கொண்டுபோய்ச் சேர்க்கும் பணியைச் செய்துகொண்டிருந்த பட்டதாரி இளைஞர்கள் பலர் வேலைவாய்ப்பு அலுவலகத்தில் கூடினர். எல்லோரும் விண்ணப்பிக்குமாறு பொதுஅறிவிப்பு கொடுக்கப்பட்டாலும் அரசின் ஆதரவுபெற்ற சிறு குழுக்களைச் சேர்ந்தவர்களே நியமிக்கப்பட்டார்கள். அந்த அமைப்பைச் சேர்ந்த மாவட்டத் தலைவர்கள் யாருக்குச் சிபாரிசு கடிதம் கொடுக்கிறார்களோ அவர்களுக்குத்தான் பணிநியமன ஆணை வழங்கப்பட்டது. அமைப்பின் தலைவர்கள் பல ஆண்டுகால சமூக உழைப்புக்குப் பலன் கிடைத்த மகிழ்ச்சியில் இருந்தனர். ஒரே மாதத்தில் உயர்ரகக் காரில் செல்வாக்கோடு வலம் வந்தார்கள். கையிலும் கழுத்திலும் பட்டையாகத் தங்கச் சங்கிலிகள் மின்னின. அவர்கள் வந்தால் அதிகாரிகள் எழுந்து வணக்கம் வைத்தார்கள். வேலை வாய்ப்பு அலுவலகத்தில் இருக்கும் அதே கூட்டம் அமைப்புத் தலைவர்களின் வீட்டிலும் இருந்தது.

ரங்கநாதனுக்கும் வினோத்ஜிக்கும் அவர்களது காட்டில் பணமழை கொட்டோ கொட்டென்று கொட்டினாலும் அப்போதும் ரங்கநாதன் கையே ஓங்கியிருந்தது. வெளி நபர்களுக்கு ஒரு தொகையும், அமைப்பைச் சேர்ந்தவர்களுக்கு ஒரு தொகையும் நிர்ணயிக்கப்பட்டது. வெவ்வேறு தொகையாக இருந்தாலும் சிந்தனையால் அவர்கள் ஒத்திருக்க வேண்டும் என்பது அடிப்படை விதி. காலப்போக்கில் எல்லா அரசு அலுவலகங்களிலும் அவர்களின் ஆட்களே நிறைந்திருந்தனர்.

'ஆவண சரிபார்ப்பு உதவி மையத்தில்' வெள்ளைத் தாள்களைவிட வண்ணத் தாள்களே அதிகம் கண்களில் தென்பட்டது. கூட்டம் எவ்வளவு நெருக்கினாலும் வண்ணத் தாள்களுக்குத் தகுந்தபடி அதிகாரிகளை தரிசனம் செய்ய சிறப்பு நுழைவாயில் உரிமை இருந்தது.

அதிகாரத்தில் உள்ளவர்கள் யாருக்கு குடியுரிமை கொடுக்க வேண்டும் என்று விரும்புகிறார்களோ அவர்களுக்கு மட்டும்தான் கொடுக்க வேண்டும் என்று வாய்மொழி உத்தரவு போடப்பட்டிருந்தது. அந்த உத்தரவு இல்லை என்றாலும் அதை அமல்படுத்தும் அதிகாரிகள்தான் எங்கும் நிறைந்து இருந்தனர். இது முழுக்க ஹிட்லர் கொண்டுவந்த சட்டத்தின் இன்னொரு பிரதி என்று சமூகச் செயல்பாட்டாளர்கள் தெருவில் நின்று வரட்டுக் கத்து கத்தினாலும் காது கொடுத்துக் கேட்க அரசு சார்பில் யாரும் தயாரில்லை.

இது குடியுரிமையை நிரூபிக்கும் வேலை மட்டும் அல்ல, அந்த பீதியைப் பயன்படுத்தி பணம் பறிக்கும் சூட்சமம் என்று நகரில் எல்லோரும் உணரத் தொடங்கினார்கள். காவல்துறை அதிகாரிகளுக்குச் சிறப்பு அதிகாரம் வழங்கும் சட்டமும் அமல்படுத்தப்பட்டு இருந்தது.

28

நாடு முழுக்க தினமும் நடக்கும் போராட்டத்தின் ஒரு பகுதியாக, காவல்துறை அதிகாரிகளைக் கொண்டு மக்களை மிகக்கொடூரமாகத் தாக்குவது அதிகரித்து வந்தது. பல இடங்களில் காவலர்கள்போல உடையணிந்த போக்கிரிக் கும்பல்கள் மக்களை அடித்து நொறுக்கினார்கள். அதில் ஒருவன் காவலர்களை நோக்கி துப்பாக்கிச் சூடு நடத்தினான். அன்றைய அனைத்து செய்தித் தொலைக்காட்சிகளிலும் முஸ்லீம்கள் எல்லை மீறிப் போகிறார்கள், போராட்டம் என்ற பெயரில் வெடிகுண்டுகளையும் துப்பாக்கிகளையும் பயன்படுத்துகிறார்கள். காவலரை நோக்கிச் சுடுகிறார்கள். இதனை ஏற்க முடியாது. அரசு இவர்களை இரும்புக்கரம் கொண்டு அடக்க வேண்டுமென்று கத்தினார்கள். ஏற்கனவே இரும்புக்கரம் கொண்டுதான் அரசு அராஜகம் செய்து வருகிறது. இந்த சம்பவத்தின் மூலம் பொதுமக்களிடத்தில் அரசு சார்பு மனநிலை உருவாக்கப்பட்டது. இறுதியில் மக்கள் ஆதரவு போராட்டக்குழு சில ஆவணங்களை வெளியிட்டது. அதில் துப்பாக்கிச் சூட்டை நடத்தியது அரசு ஆதரவு அமைப்பைச் சார்ந்தவன் என்று, அவன் வகிக்கும் பொறுப்பு உள்ளிட்ட விபரங்களை புகைப்படத்தோடும் வீடியோ ஆதாரத்தோடும் வெளியிட்டது. பல கட்சிகளின் கண்டனங்களைத் தொடர்ந்து அவன் கைது செய்யப்பட்டான். ஒருமணிநேரத்துக்கு ஒருமுறை திரும்பத் திரும்ப துப்பாக்கிச் சூட்டைப் பேசிய ஊடகங்கள் உண்மை வெளிவந்த நாளில் அதனை 'டீக்கடைத் தகராறைப் போல அமைதியாக கடந்துசென்றன.

நாட்டில் சில இடங்களில் குடியுரிமையை சரியாக நிரூபிக்கவில்லை என்று பலரையும் முகாமில் அடைத்துவரும் செய்திகள் எல்லா இடங்களிலும் பரவின. எல்லா மதத்தைச் சேர்ந்தவர்களையும் அந்த முகாமில் அரசு அடைத்து வைத்தது.

நகரப் பகுதியான சுங்கமுக்கில் நடந்துவந்த போராட்டத்தினால் கடுமையான வாகனப் போக்குவரத்து ஏற்பட்டது. சுமார்

ஒருமணி நேரமாக ஒரே இடத்தில் கொதிக்கும் வெயிலில் வண்டி நின்றுகொண்டிருப்பதால் விஜயகுமாருக்கு உடல் முழுக்க வியர்வை வழிந்தது. அவன் ஓட்டுனர் இருக்கையில் உட்கார்ந்து கொண்டிருந்தான். வெகுநேரமாக வண்டி நிற்பதால் விஜயகுமாருக்கு எரிச்சலாக இருந்தது. "இந்த தேவிடியா பசங்களுக்கு வேற வேல மயிரே இல்ல. தினமும் இதே ரோதனையாப் போச்சு. வரிசையா படுக்க வச்சு வண்டிய மேல ஏத்திக் கொன்னுடனும். அதோட கருமம் தொலஞ்சுடும்" என்று எரிச்சலோடு கத்தினான். வண்டியில் இருந்த பெண் காவலர் அவன் பேசும் எதனையும் காதில் வாங்காமல் உட்கார்ந்து கொண்டிருந்தாள்.

"அத விடுப்பா வேறவழி இருந்தா வண்டியத் திருப்பி ஓட்டு. எத்தன நேரம்தான் இங்கயே நிக்கிறது" என்று எஸ்.ஐ. சம்பத் சொன்னான். சரியென்று தலையை ஆட்டிய விஜயகுமார் ஒத்தப் பாலத்தின் வழியாக வண்டியைத் திருப்பி கானூர் வழியாக இயக்கினான். வண்டிக்குள் ஓயாமல் கேட்கும் விசும்பல் சத்தம் விஜயாகுமாருக்கு எரிச்சலாக இருந்தது. "சார் அதக் கொஞ்சம் மூடிட்டு இருக்க சொல்லுங்க. புலம்பிட்டே இருந்தா எப்படித்தான் வண்டிய ஓட்டுறது" என்றான்.

"ஏம்மா கொஞ்சநேரம் சும்மா உட்கார முடியாதா. அனத்திட்டே இருக்கே" என்று சம்பத் சொல்லும்போது அவன் முகத்தில் கொஞ்சம் வெறுப்பு தொற்றியிருந்தது. அப்போதும் அவள் அழுகையை நிறுத்தவில்லை. சொல்லமுடியாத துயரத்தை நினைத்து அழுதுகொண்டே இருந்தாள். "ஏய் உன்னத்தான்... அறிவில்ல... எத்தனவாட்டி சொல்லறது, கொஞ்சம் மூடிட்டு உட்காரு" என்று உச்ச சத்தத்தில் அதட்டிச் சொல்லும்போது பயந்து போனாள் மைமூன். அவளது வயதுக்குக்கூட மரியாதை கொடுக்கவில்லை. அவளது பெயர் அவனுக்கு அசூசையாக இருந்தததை அவன் உடல் மொழியும் பேச்சும் காட்டியது.

மைமூனின் கண்களில் இன்னும் மிரட்சி இருந்தது. அவளின் கணவர் இப்ராஹிமுக்கு விட்ட அறையில் இவள் நிலைகுலைந்து போனாள். கணவர் கன்னத்தில் விழுந்த அடியில் அவளுக்கு நெஞ்சு அடைத்துப் போனது. இப்ராஹிமை எஸ்.ஐ. சம்பத்துதான் அடித்தான்.

"எங்களுக்கு எல்லாம் வேல மயிரு இல்லைன்னு நினைக்கிறீங்களா, எத்தனவாட்டி சொல்லுறது, ரெக்கார்ட்ஸ

எடுத்து வந்து காட்டச் சொல்லி. ஒரு மாசமா இதே கேச பார்த்தா மத்ததெல்லாம் எப்போ பார்த்து முடியறது. அப்புறம் போலீஸ் அராஜகம் பண்ணுதுனு சொல்லறது. ஒரு மாசம் டைம் கொடுத்தாச்சு... இதுக்கு மேல என்ன உதவி மயிரு பண்ணுறது. எங்களுக்கும் புள்ள குட்டி இருக்கு... இந்த ஒரு கேசுக்காக உங்க பின்னாடியே அலைய முடியுமா” என்று இடைவெளி இல்லாமல் சம்பத் திட்டிக்கொண்டே இருந்தான். அவனிடத்தில் இரக்கம் என்பதே இதுவரை இருந்தது இல்லை என்பதுபோல அவ்வளவு கடுகடுப்பு அவன் முகத்தில் இருந்தது.

மைமூனின் மகன் ஷொஹைலின் உதட்டின்கீழ் இரத்தம் வழிந்துகொண்டிருந்தது. அவனுக்குத்தான் முதல் அடி விழுந்தது. அவர்களைத் திருப்பி அடிக்கத் தோன்றினாலும் அதையே காரணம் காட்டி என்னென்ன வழக்குகள் போட முடியுமோ அத்தனையும் அவர்கள் மீது போட்டு வாழ்நாள் முழுவதும் சிறையையே வீடாக்கி விடுவார்கள் என்று ஷொஹைலுக்கும் தெரியும். துவக்கத்தில் முகாமில் அடைக்க அனுமதிக்க மாட்டோம் என்று மக்கள் திரண்டு அரணாக நின்று காப்பதுபோல இல்லை இப்போதைய சூழல். அதிகாரிகள் எப்படியும் முடிவு செய்த நபரை இழுத்துச் செல்லாமல் விட்டதில்லை. அதற்காக அவர்கள் எந்த எல்லைவரையும் போகத் தயாராக இருந்ததை மக்கள் பலமுறை பார்த்துவிட்டனர். முகாமில் அடைக்க விடமாட்டோம் என்று காவல்துறை அதிகாரிகளிடம் மல்லுக்கட்டிய ஷொஹைலின் நண்பர்கள் பலரும் சிறையிலும் முகாமிலும் உள்ளனர். கடந்த நான்கு மாதத்தில் இந்தப் பகுதியில் மட்டுமே பதினைந்து பேரை முகாமில் அடைத்து வைத்துள்ளனர்.

கானூரைத் தாண்டி வண்டி பெரியமேடு வழியாக ஆய்சா மண்டபம் முன்பு நின்றது. அன்று யாருக்கோ திருமணம் வைத்திருந்தார்கள். பெரிய வீட்டுத் திருமணம் போல... மண்டபத்துக்குள் வாகனம் போகவும் வரவும் இருந்ததால் போக்குவரத்து நெருக்கடியாக இருந்தது. மண்டபத்தின் முன்பு வைத்திருந்த பிளக்ஸ் பேனரில் ‘அன்புடன் வரவேற்கிறோம்’ என்று எழுதப்பட்ட வாசகங்களுக்குக் கீழே மணமக்கள் பெயர் ரபிக் - ஷாகிரா என்று இருந்தது. வெள்ளைநிற வாகனத்தின் ஜன்னல் கம்பியின் வழியே வெளியே இருந்த வரவேற்பு பேனரைப் பார்த்தாள் மைமூன். அதைப் பார்க்கையில் தன் கண்முன்னே அடிபட்டு விழுந்த இப்ராஹிம் நினைவு வந்தது.

"இந்தப் பாவியால்தான் அந்த மனுஷன் கண்டவனிட்டே எல்லாம் அடிவாங்கி துன்பப்படுறார்" என்று தன்னையே நொந்து திட்டிக்கொண்டாள். மனுஷன் நமக்காக எல்லா துன்பத்தையும் தாங்க வேண்டி இருக்கு. யார் யாரிடமோ அவமானப்பட வேண்டியிருக்கு. அவள் நினைவு முழுக்க இப்ராஹிம் நிறைந்து இருந்தார். அவள் நினைவு அவளது நிக்காஹ்-ஐ நோக்கிப் பின்நகர்ந்தது.

29

கோட்டைப் பள்ளியில் ஆலிமா கம்ரூன், இப்ராஹிமை 'கட்டிக்கிறயா' என்று கேட்டபோது என்ன பதிலைச் சொல்வதென்று தடுமாறினாள் மைமூன். ஆனபோதும் இப்படியே வாழ்க்கையைக் கடத்த முடியாது. ஏதாவது ஒரு இடத்தில் நின்று திரும்பிப் பார்த்தால் நான் மட்டுமே தனியாக நிற்பேன் என்ற முடிவுக்கு வந்தவள், ஆலிமா தனது நல்லதுக்காகத்தான் எதையும் செய்வாள் என்று 'சரி'யெனத் தலையாட்டினாள். அவனது முகம், நிறம் எதுவும் தெரியாது. பெயர் மட்டுமே தெரியும். 'இப்ராஹிம்.'

நிக்காஹ்-க்கு முன்பு மணமகனைப் பார்க்கும் வழக்கம் இஸ்லாத்தில் இல்லை. நிக்காஹ் முடிந்தபின்பு தான் மணமகன் முகம் காட்டப்படும். தனது கல்யாணம் குறித்து எப்போதும் நினைத்துப் பார்த்திடாத அவளுக்கு முதல்முறையாக ஏற்படும் இந்த உணர்வு வித்தியாசமாக இருந்தது. அவனது பெயரை மட்டுமே தனக்குள் வைத்து பல முகங்களை வரைந்து பார்த்தாள். 'இப்படி இருப்பானோ இல்ல அப்படி இருப்பானோ' என்று தான் திருமணம் செய்துகொள்ளும் முகத்தை தனக்குள்ளேயே தேடினாள். முதல்முறையாக இலைகளின் மீது தவழும் பனி மொட்டுகள் போல சிகப்புப் பருக்கள் அவள் கன்னத்தில் துளிர்விட ஆரம்பித்தன. அவளின் உதட்டில் உதிரும் புன்னகைப்பூ இப்போது இன்னும் கூடுதல் வெட்க முலாம் பூசி வந்தது.

"மாப்பிளையைப் பார்க்கலாமா" என்று ஆலிமாவிடம் கேட்கலாம். ஆனால் தன்னைப் பற்றி என்ன நினைப்பாள் என்று அமைதியாக இருந்து விட்டாள். நிக்காஹ்-க்கான நாட்கள் நெருங்க நெருங்க அவள் முகம் சிவக்க ஆரம்பித்தது. அவளோடு பள்ளியில் படிக்கும் தோழிகள் கிண்டல் செய்வதும் கொஞ்சுவதும் அவளுக்குப் புதியதாகவும் வெட்கமாகவும் இருந்தது.

நிக்காஹ் வேலையையொட்டி கம்ரூனைப் பார்பதற்காக இப்ராஹிம் வந்திருந்தான். பள்ளிக்குப் பின்புறம் கம்ரூனின் வீடு இருந்ததினால் அவன் வந்துள்ள தகவல் மதரஸாவில் இருந்த அவளுக்குத் தெரியவந்தது. தகவல் வந்ததிலிருந்து மைமூனால் இயல்பு நிலையில் இருக்க முடியவில்லை. அவளது நெஞ்சுக்கூடு படபடத்தது. முகம் சிவக்கவும் கைகள் நடுங்கவும் ஆரம்பித்தன.

"மைமூன்..." என்று வீட்டுக்குள்ளிருந்து கம்ரூன் அழைத்தாள். கட்டியிருந்த சேலையின் முந்தானையை எடுத்துத் தலைக்குக் கொடுத்து தலையைக் கவிழ்த்தபடி வீட்டுக்குள் நுழைந்தாள். அவள் நடந்துபோகும்போது அடிப்பாதத்தில் பரவிய வியர்வை அவள் காலடியின் சுவடைக் கோலமிட்டது. தலை கவிழ்ந்து போனவளுக்கு நாற்காலியில் உட்கார்ந்துகொண்டு இருந்தவனின் கால் மட்டும் தெரிந்தது. கம்ரூன் இருக்கும் அறைக்குள் நுழைந்தாள். அவள் போட்டு வைத்திருக்கும் 'டீயை' அவனுக்கு எடுத்துப்போய் கொடுக்கச் சொன்னாள். அவளுக்கு இது புது அனுபவம். தேனீரை எடுத்துப் போகும்போது அவள் மனம் முழுக்க அவனை பார்க்க வேண்டுமென்று அல்லாடியது. தேனீரை நீட்டினாள். கோப்பையை நீட்டும்போது வெட்கம் தலைக்கேறி இருந்தவள் அவனது முகத்தை மங்கலாகப் பார்த்துவிட்டுத் திரும்பிவிட்டாள். ஆனால் இப்ராஹிம் தேவதையைப் பார்ப்பதுபோல வைத்த கண் மாறாமல் ரசித்துக்கொண்டு இருந்தான். அவன் மனம் முழுக்க பட்டாம்பூச்சி பறந்தது.

கல்யாணம் செய்துகொள்ளும் மணமகனின் முகத்தை திருமணத்துக்குப் பிறகுதான் பார்க்க வேண்டுமென்ற நடைமுறை இருந்தபோதும், கம்ரூன் மனதில் 'அவளும் ஒருவாட்டி பார்த்துக் கொள்ளட்டுமே' என்று தோன்றியது. இந்தப் புது வழக்கம் அவளுக்கும் பிடிக்காத போதும் தான் சொன்ன ஒரு காரணத்துக்காக கல்யாணம் செய்து கொள்ளும் தாயில்லாப் பிள்ளைக்குத் தன்மீது எப்போதும் வருத்தம் வந்திடக்கூடாதென்று நினைத்தாள். இதை அவள் திட்டமிட்டு செய்ததுபோல் எந்த பாவனையும் இல்லை. தன் போக்கில் நிகழ்ந்ததாக வடிவமைத்திருந்தாள்.

இப்ராஹிம் மாமியைப் பார்க்கும் காரணத்தை உண்டாக்கிக்கொண்டு என்ன நோக்கத்திற்காக வந்தானோ

அந்த வேலை மிகச் சிறப்பாக முடிந்துவிட்டது. “போயிட்டு வரேன் மாமி” என்று சத்தமாகச் சொல்லிவிட்டுக் கிளம்பினான்.

“என்ன புள்ள… பையன பிடுச்சு இருக்கில்ல” என்றாள் கம்ரூன். இந்தக் கேள்வியை இவள் எதிர்பார்க்கவில்லை. அந்த மங்கலான உருவம் ஒரு வடிவமாக இருந்ததை உள்வாங்கி ‘ஆமாம்’ என்பதைப் போல தலையாட்டினாள். வெட்கப்பட்டுக்கொண்டே மதரஸாவுக்குள் ஓடினாள்.

30

கோட்டைப் பள்ளிக்குச் சொந்தமான காலி இடத்தில் பந்தல்போட்டு நிக்காஹ் ஏற்பாடு நடந்தது. இப்ராஹிமின் சொந்தங்களும் பள்ளியின் ஜமாத் நிர்வாகிகள் குடும்பமும் என்று குறைந்த கூட்டத்தோடு நிக்காஹ் ஏற்பாடு நடந்தது. மைமூனின் மதரஸா தோழிகள் வந்திருந்தார்கள். சின்ன வயதிலிருந்தே மதரஸாவில் மட்டுமே இருந்த மைமூனுக்கு புதிய வாழ்க்கை கொஞ்சம் பயமாகவும் இருந்தது. அந்தப் படபடப்பை அவள் வெளியே காட்டிக்கொள்ளவே இல்லை.

மணப்பெண்ணின் அருகிலேயே கம்ரூன் உட்கார்ந்து கொண்டிருந்தாள். அது அவளுக்குக் கொஞ்சம் தைரியமாக இருந்தது. முறைப்படி நிக்காஹ்-க்கு முன்பாக ஜமாஅத் நிர்வாகிகள் மணமகளிடம் சம்மதம் கேட்டார்கள். அவளும் ‘சம்மதம்’ என்று தலையை ஆட்டினாள். ‘மகஹராக’ மணமகன் கொடுக்கும் இரண்டு கிராம் மோதிரத்தை அவளிடம் சொல்லிவிட்டு நிக்காஹ் நோட்டில் எழுதி கையெழுத்து வாங்கினார்கள்.

மணப்பந்தலில் நிக்காஹ் துவா ஓத ஆரம்பித்திருந்தார்கள். அப்போது மைமூனின் கழுத்தில் கருகமணி தாலி ஏறியிருந்தது. இப்ராஹிமின் பெரியம்மாதான் அவளுக்குத் தாலியைக் கட்டினாள். மைமூன், இப்ராஹிமின் மனைவியாகி இருந்தாள். நிக்காஹ் ஓதும் சத்தம் காற்றில் மிதந்து வந்தது. கம்ரூன் அவள் அருகில் உட்கார்ந்தபடி அவளது கையைப் பிடித்திருந்தாள். முகம் மறந்துபோன தனது அம்மா கோட்டைப் பள்ளிக்கு கையைப் பிடித்துக் கூட்டிவந்த நினைவு அவளுக்குள் மோதியது. அவளது அம்மா அருகில் இல்லை என்று வெகு நாட்களுக்குப் பிறகு மீண்டும் நினைத்தாள். அடக்க முடியாமல் அவள் கண்களிலிருந்து கண்ணீர் கொட்டியது. ‘என்னைவிட்டு எங்கு சென்றாள் என் செல்ல அம்மா?’ பிஞ்சுக் கையைப் பிடித்திருந்த அந்தப் பெரிய கையின் காட்சி மட்டுமே அவளுக்குள் அம்மாவைப் பற்றிப் பதித்திருந்த ஒரே ஓவியம்.

அவள் அழுவதைப் புரிந்துகொண்ட கம்ரூன் அவளின் தோள்மீது கைபோட்டு அணைத்தாள். அவள் கம்ரூன் மீது சாய்ந்துகொண்டாள். "உனக்கு நான் இருக்கேண்டி ராசாத்தி" என்றாள். கம்ரூனுக்கு வந்த கொஞ்ச சம்பளத்தில் சிறுகச் சிறுக சேர்த்து வைத்ததில் மைமூனுக்காக வாங்கிய இரண்டு வளையலை அவளுக்குப் போட்டாள். இதைக் கொஞ்சமும் எதிர்பார்க்காத மைமூன் "அம்மா" வென்று கம்ரூனைக் கட்டிக்கொண்டாள். அவளை கட்டிப்பிடித்திருந்த கம்ரூனும் அழுதாள். அவளுக்கு எப்போதெல்லாம் மனம் வாடுகிறதோ அப்போதெல்லாம் கம்ரூனைக் கட்டிப்பிடிப்பாள். அப்போதெல்லாம் மங்கலான தனது அம்மாவின் உருவம் அவளை அணைத்திருப்பதைப்போல உணர்வாள்.

உணவுக்குப் பின்பு நடந்த 'ஜுலுவா' சடங்கிற்காக மணமகனையும் மணமகளையும் எதிர் எதிராக உட்கார வைத்தார்கள். தலைகுனிந்திருந்தவள் அப்படியே இருந்தாள். பெண்கள் எல்லோரும் அவர்களைச் சுற்றி நின்றுகொண்டு இருந்தார்கள். இப்போதுதான் கண்ணாடி வழியாக மாப்பிளை முகத்தைக் காட்டுவார்கள் என்று அவளுக்குத் தெரியும். இப்ராஹிமின் தங்கை பாத்திமா கண்ணாடியைக் கொண்டு வந்தாள். இருவருக்கும் நடுவில் அவள் முகம் அவனுக்குத் தெரியும் வகையில் சாய்வாகக் கண்ணாடியை வைத்தாள். "பொண்ண நல்லா பார்த்துகிடுபா" என்று இப்ராஹிமின் பெரியம்மா சொன்னாள். "ஆமா புதுசா பார்க்கப் போறான். அவள பார்க்கத்தானே அவன் அடிக்கடி பள்ளிக்குப் போறான்" என்று அவன் அக்கா சொன்னபோது எல்லோரும் சிரித்தார்கள். மைமூனுக்கு வெட்கம் வந்தது. "அப்படியெல்லாம் பண்ணக் கூடாதுப்பா" என்றாள் பெரியம்மா. அக்கா எல்லோர் முன்பும் போட்டு உடைத்துவிட்டாள் என்று அவனுக்கும் வெட்கம் வந்தது. கண்ணாடியில் பார்த்தபோது அவனுக்கு மைமூனின் முகத்துக்குப் பதிலாக ஒரு நிலவு தெரிந்தது. "பெருமா கண்ணாடியில மூஞ்சி தெரியல எதோ நிலா தெரியுது" என்றான். "டேய் தொலச்சு போடுவேன்" என்றாள். மைமூனுக்கு வெட்கம் பிடுங்கித் தின்றது.

"அப்போ இவளுக்கும் கண்ணாடியில காட்ட வேண்டாமா" என்றாள் பெரியம்மா. "குடி கெட்டு போச்சு போ, என் புள்ளய அப்படியொன்னும் வளத்துல. அவ இன்னும் மாப்பிள மூஞ்சிய பாக்கல" என்றாள் கம்ரூன். "அப்போ நம்ம பையன் வளப்புதான்

சரி இல்லையா" என்றவள் "சரி மாப்பிள்ள மூஞ்சிய நல்லா பார்த்துகிடி" என்று கண்ணாடியை அவன் முகம் தெரியுமளவு சாய்வாக வைத்துக் காட்டினாள். அன்று வீட்டில் மங்கலாகத் தெரிந்த உருவம் கண்ணாடியில் அழகாகத் தெரிந்தது. அவன் கண்களில் கருப்பு மையில் 'சுருமா' போடப்பட்டிருந்தது. முகத்தில் ஜிகினா மின்னியது. தன் வாழ்வு முழுவதும் இணையாக வரும் முகத்தை தன் நெஞ்சில் மார்க்க நெறியான கலிமாவைப் போல ஏற்றினாள்.

எப்போதும் கோட்டைப் பள்ளிக்குள்ளேயே இருந்தவளுக்கு இப்ராஹிம் வீடு புதிய அனுபவமாக இருந்தது. புதிய புதிய முகங்கள். பள்ளியில் சமையல் வேலை எதுவும் சரியாகக் கற்றுக்கொள்ள வாய்ப்பில்லை என்று புரிந்துகொண்ட இப்ராஹிமின் அம்மா அவளுக்கு சமையல் வேலை கற்றுக்கொடுத்தாள். வீட்டில் எல்லோருக்கும் மைமூனை மிகவும் பிடித்திருந்தது. ஒருவாரம் ஓடியிருந்தது.

"காலைல சீக்கிரமா கிளம்பு. பக்கத்தூருல ஒரு வேலை இருக்கு" என்றான் இப்ராஹிம். அவன் அம்மாவிடம் தனது நண்பனுக்கு நிக்காஹ் என்று சொல்லி வைத்திருந்தான். நிக்காஹ்-க்குச் செல்வதால் புது மணப்பெண்ணாக அவளும் அழகாக உடை மாற்றி இருந்தாள். பேருந்தில் ஏறினார்கள். அவள் முன்னிருக்கையிலும் அவன் பின்னிருக்கையிலும் பயணமானார்கள்.

பெரிய பேருந்து நிலையத்தின் உள்ளே இறங்கி அவளை அழைத்துக்கொண்டு அருகே இருந்த சினிமா தியேட்டரில் நுழைந்தான். 'கிழக்கே போகும் ரயில்' படம் ஓடுவதாக விளம்பரம் வைக்கப்பட்டு இருந்தது. நேராக அவன் தியேட்டருக்குச் சென்றான். அது அவளுக்கு அதிர்ச்சியாக இருந்தது. படம் பார்ப்பது ஹராம் என்று சொல்லி வைத்திருக்கிறார்கள். "ஹராமா, அட லூசு அப்பிடியெல்லாம் ஒண்ணுமில்ல பல வாட்டி நான் பாத்திருக்கேன். கெட்டா போயிட்டேன்... வா" என்று அவள் கையைப்பிடித்து அழைத்துப் போனான். பெரிய திரையில் முதல் முதலாக படம் ஓடுவதை வாய்பிளந்து பார்த்தாள். படத்தில் கிளி பேசுவதை வீட்டிற்கு வந்தபின்பும் நினைத்து தானாகச் சிரித்துக்கொண்டாள். அவன் அம்மா இவனிடம் "டே மவனே இந்த புள்ள ஏண்டா தனியா சிரிக்குது போன இடத்துல எதாவது காத்து கருப்பு அடுச்சிருச்சா" என்றாள்.

அம்மா சொல்லும்போது அவனும் சிரித்தான். "ரெண்டுக்குமே பித்து பிடிச்சிருக்கு, கொஞ்ச நாள் அப்பிடித்தான் இருக்கும். போகப்போக பித்தம் தெளியும்" என்று சொல்லிவிட்டு வெளியே போனாள்.

ரயில் சத்தம் கேட்கும்போதெல்லாம் அவளுக்கு முதல் முறையாக சினிமா போன ஞாபகமே வந்தது. ரயிலைப் போல வேகமாய்ப் போன வாழ்க்கையில் மகன் ஷொஹைலும் மகள் ஆஷ்மாவும் இணைந்தார்கள். அப்போதும் அவள் மீது அவனுக்குப் பித்தம் தெளியவில்லை. இரண்டு குழந்தைகளும் வளர்ந்து ஆளாகி இருவருக்கும் நிக்காஹ் செய்து கொடுத்து பேரன் பேத்தி எடுத்தபோதும் திருமணமான புதிதில் எப்படி இப்ராஹிம் அவள் மீது நேசமாய் இருந்தானோ அது மாறவே இல்லை. இப்ராஹிமைப் பற்றி எப்போதும் எல்லோரும் நல்ல விதமாகத்தான் மொஹல்லா முழுக்கப் பேசி வருகிறார்கள். அப்போதெல்லாம் அவள் 'தான் அதிஷ்டசாலி' என்று நினைத்துக்கொள்வாள்.

அவள் நினைவு திரும்பும்போது தான் உட்கார்ந்திருந்த வாகனம் மண்டபத்தைக் கடந்து வெகுநேரமானதை உணர்ந்தாள். 'கொல்லிட சிறப்பு முகாம்- 1' முன்பு வாகனம் நின்றது. வாகனத்தின் கதவு திறக்கப்பட்ட அதே நொடியில் முகாமின் கதவும் திறக்கப்பட்டது. அழுதுகொண்டே நின்றவளை அவர்கள் உள்ளே இழுத்துப் போனார்கள். முகாம் கதவு மூடியது.

31

மக்கள்தொகைக் கணக்கெடுப்பு அதிகாரிகள் மைமூன் வீட்டின் முன்பு வந்து நின்றார்கள். சில வருடத்திற்கு ஒருமுறை இப்படி வருவார்கள் என்று அவளுக்கும் தெரியும். குடும்பத்தில் உள்ளவர்களின் விபரங்களைக் கேட்டார்கள். அன்று ஆஷ்மாவும் புருசன் வீட்டிலிருந்து வந்திருந்தாள். இப்ராஹிம் பெயரில் ஆரம்பித்து ஆஷ்மா பெயர்வரை விபரங்களைச் சொன்னாள். இப்ராஹிம் இதே ஊரில்தான் பிறந்தார். மைமூன் பிறந்த ஊர் எது என்கிற கேள்விக்கு அவளுக்குச் சரியாகப் பதில் சொல்லத் தெரியவில்லை.

"அம்மா நீ எந்த ஊர்ல பொறந்தேனு தெரியலையா" என்றாள் ஆஷ்மா.

"கரக்டா தெரியலடி... ஆனால் எங்க நாணா பேரு மைதீன் நெனைக்கிறேன். அப்படிதான் நியாபகம்" என்றாள்.

"அம்மா நல்லா யோசிச்சு பதில் சொல்லுங்க" என்றார் வந்த அதிகாரி.

அவள் எவ்வளவு யோசித்துப்பார்த்தும் நினைவுப்படுத்த முடியவில்லை. அதைவிடுத்து மற்ற விபரங்களை எல்லாம் எழுதிக்கொண்டார்கள். எல்லோருடைய ஆவணங்களையும் வாங்கி அதில் உள்ள எண்களைக் குறித்துக்கொண்டு அடுத்த வீட்டுக்கு நகர்ந்தார்கள். இதற்கு முன்பு பிறந்த ஊர் பற்றியக் கேள்விகள் இருந்ததில்லை. அதேபோல அம்மா, அப்பாவின் விபரங்களும் அவர்களின் பிறப்பு குறித்த கேள்விகளும் இருந்தது இல்லை. சொத்து விபரங்கள், வங்கிக் கணக்கு விபரங்கள் இப்படிப் பல புதிய கேள்விகள் இணைக்கப்பட்டிருந்தன.

ஆறு மாதம் கழித்து மைமூன் பெயருக்குத் தபால் ஒன்று வந்தது. தான் பிறந்த ஊர் பற்றிய விபரங்களை நோட்டீஸ் கிடைத்த ஒரு மாதத்தில் மக்கள்தொகைக் கணக்கெடுப்பு அலுவலகத்தில் தாக்கல் செய்யுமாறு அதில் இருந்தது. நகரில் பலருக்கும் இப்படித் தபால் அனுப்பப்பட்டு இருந்தது. கணக்கெடுப்பு

எடுக்க வரும்போது ஆள் இல்லாத வீடுகளுக்கும் நோட்டீஸ் கொடுக்கப்பட்டது. அந்த அறிவிப்பை பலரும் பெரியதாகச் சட்டைசெய்யவில்லை.

இப்ராஹிம் டவுனில் வாகன உதிரி பாகங்கள் விற்கும் சிறிய கடையை வைத்திருந்தார். படிப்பை முடித்த ஷொஹைல் அவன் படிப்புக்கு ஏற்ற வேலை தேடி கிடைக்காததினால் வேறு வழியில்லாமல் வாப்பாவோடு கடைக்கே வந்திருந்தான். அரசு கொண்டுவந்த புதிய வரிவிதிப்பு முறையால் முன்பைக் காட்டிலும் வியாபாரம் குறைந்து மந்தமாகிப்போனது. அவர்களது வரிசையிலிருந்த ஏழு கடையினர் தொழிலைத் தொடர்ந்து செய்ய முடியாமல் மூடிவிட்டனர். இப்போது மூன்று மட்டுமே இருந்தன. இன்னும் தொழில் நெருக்கடி தொடர்ந்தால் வேறு வழியே இல்லாமல் தானும் கடையை மூடிவிடும் முடிவில் இருந்தார் இப்ராஹிம். அதற்குள் ஷொஹைலுக்கு எதாவது தொழில் காட்டிவிட வேண்டுமென்று இப்ராஹிமுக்கு யோசனையாகவே இருந்தது. எந்தத் தொழில் எடுத்தாலும் இப்போது சரியாக நடப்பதுபோலத் தெரியவில்லை என்ற அங்கலாய்ப்பும் இருந்தது. அவர் விசாரித்த வகையில் இப்போதைய சூழலில் எந்த தொழிலும் சரி இல்லை என்று சொன்னார்கள். செய்தித்தாள்களில் தினசரி புதியதாக மூடிய நிறுவனங்களைப் பற்றிய செய்தியிருந்தது. அவற்றை வாசிக்கையில் எதிர்காலம் பற்றிய பயம் இப்ராஹிமுக்கு அதிகமானது.

**

மக்கள்தொகைக் கணக்கெடுப்பு அதிகாரிகள் இப்ராஹிம் வீட்டுக்கு மீண்டும் வந்தார்கள். அவர்கள் கையிலிருந்த பட்டியலில் இருந்த மைமூன் பெயரைக் காட்டி, இன்னும் அவர் பிறந்த ஊர் பற்றிய விபரங்களைத் தெரிவிக்கவில்லை என்றும் எத்தனைமுறை கேட்பது என்றும் கத்த ஆரம்பித்தார்கள். அவர்களைக் கட்டுப்படுத்த முடியாமல், "இந்த ஊருதான் சார்" என்று இப்ராஹிம் சொன்னான். அதிகாரி, இந்த ஊரில் பிறந்ததுக்கான ஆவணங்களைக் காட்டச் சொன்னார். அப்படியான தனிப்பட்ட ஆவணங்கள் எதுவும் இல்லை.

இப்ராஹிம் இருக்கும் வீடு அவருடைய தாத்தா வாங்கிய நிலத்தில் கட்டப்பட்டது என்பதை நிலத்தின் பழைய பத்திரத்தின் மூலம் உறுதிப்படுத்திக்கொண்டார்கள். அவர்கள் கொண்டுவந்த

பதிவேட்டில் பத்திர எண்ணைக் குறித்துக் கொண்டார்கள். அந்தப் 'பழைய' என்பதன் பொருள் அரசு குறிப்பிட்ட காலத்தில் பொருந்திப்போனது. அதற்குப் பிந்தைய தேதியில் இருந்திருந்தால் இப்ராஹிமின் குடியுரிமையும் கேள்விக்கு உட்பட்டிருக்கும். அவனது குடியுரிமை நிரூபிக்கப்பட்டதால் அவரது குழந்தைகளுக்குப் பொதுவான ஆவணங்கள் இருந்தால் மட்டும் போதுமானது. ஆனால் மைமூன் பிறந்த ஊருக்கான ஆவணங்களை பத்து நாட்களுக்குள் கொண்டுவந்து காட்டும்படி மீண்டும் கூறிவிட்டுப் போனார்கள். அவர்கள் கையில் ஆவணம் சமர்பிக்காதவர்கள் என்ற பட்டியலைக் 'கொத்தாக' வைத்திருந்தனர்.

இந்தப் புதிய நடைமுறை பலருக்கும் எரிச்சலாக இருந்தது. அவள் இங்குதான் பிறந்தாள் என்று இப்போதுபோய் பிறப்புச் சான்றிதழ் வாங்க முடியுமா? 'அவளுக்கு அறுவது வயசாச்சு' என்று இப்ராஹிம் சலித்துக் கொண்டான்.

அதிகாரிகள் அடிக்கடி வீடு தேடிவந்து விடுபட்ட ஆவணங்களைக் கேட்பதால் எல்லா அரசு அலுவலகங்களிலும் கூட்டம் அலைமோத ஆரம்பித்தது. காலையில் வந்தால் வீடு திரும்ப மாலையானது. அப்போதும் ஒரே நாளில் முடியாமல் ஒருமாதம் வரை இழுத்தது. சிலருக்கு மூன்று மாதம் வரைகூட ஆனது. முன்பைக் காட்டிலும் அரசு அலுவலகத்தில் 'பணப் புழக்கம்' அதிகரித்திருந்தது. அரசு ஊழியர்கள் முகத்தில் 'ஆயிரம் வாட்ஸ்' பல்பின் வெளிச்சம் இருந்தது. இங்குதான் இருக்கிறோம் என்று இருப்பிடச் சான்றிதழ் பெற அவசரத்தைப் பொருத்து விலை நிர்ணயிக்கப்பட்டது. ஒவ்வொரு சான்றிதழுக்கும் தனித்தனியே விலைப்பட்டியல் போடப்பட்டு தரகர்கள் விற்பனையைப் படுஜோராக நடத்திக்கொண்டு இருந்தார்கள். தினசரி வேலையைக் கெடுத்துக்கொண்டு அரசு அலுவலகத்தில் வந்து நிற்பதுக்குப் பதிலாக தரகர்களிடமே ஒப்படைத்துவிடலாம் என்று வேறுவழியில்லாமல் அவர்களை நாடும் நிலை வந்தது. தரகர்கள் தலையிட்டால் உடனே கையொப்பமிடும் அதிகாரிகள், நேரடியாக மக்கள் கேட்டால் "அதக்கொடு இதக்கொடு, இது பத்தாது," என்று இல்லாத ஆவணங்களைக் கொண்டுவரச் சொல்லி அலைக்கழித்தார்கள். வேலை இல்லாத் திண்டாட்டத்தைக் குறைக்க அரசு 'தரகர் என்கிற ஏஜெண்ட்' என்ற புதிய வேலைவாய்ப்பை எந்த அறிவிப்பும் இல்லாமல் உருவாக்கி இருந்தது. எப்படியோ

எல்லாம் தயார் செய்து ஆவண சரிபார்ப்பு உதவி மையம் சென்றால் அங்கே 'ம்... பத்தாது, இதற்கு சாட்சியா வேற என்ன ஆவணம் இருக்கு' என்று தடை போடப்பட்டது. மக்கள் மண்டையைப் பிய்த்துக்கொண்டு அலைந்தனர்.

முறையான ஆவணங்களைக் கொடுக்கப்பட்ட காலக்கெடுவுக்குள் சமர்ப்பிக்காதவர்களை எல்லாம் அந்தந்த எல்லைக்கு உட்பட்ட காவல் நிலையத்துக்குத் தகவல் அனுப்பப்பட்டு விசாரிக்கச் சொல்லி உத்தரவு போடப்பட்டது.

இப்ராஹிம் கோட்டைப் பள்ளி ஜமாத்தாரிடம் மைமூனின் பிறப்புச் சான்றிதழ் இருக்கிறதா என்று கேட்க வந்திருந்தான். அவள் சேர்ந்த காலத்தில் அப்படியான நடைமுறையே இல்லை என்று ஜமாஅத் நிர்வாகிகள் சொன்னார்கள். மைமூன் பள்ளியில் சேர்ந்த காலத்தில் பிறப்புச் சான்றிதழ் என்ற நடைமுறையே இல்லை என்று சொன்னார்கள்.

வசதி வாய்ப்பு இல்லாதவர்களும், பெற்றோர்கள் இல்லாத குழந்தைகளுமே இந்த மதரஸாவில் இருக்கிறார்கள் என்று தலைவர் சொன்னார்.

"வீட்டுல நிலம் புலத்தோடு இருந்தா அவுங்க ஏன் இந்த ஆதரவற்ற குழந்தைகளுக்கான பள்ளியில் விடப் போறாங்க" என்று தலைவர் சொல்லும்போதுதான் இப்ராஹிமுக்கும் உறைத்தது. கம்ரூன் மாமி மௌத்தாகிவிட்டாள். அவளிடம் கேட்டாலாவது மைமூன் பற்றிய விபரம் தெரிந்திருக்கும். அப்போது இருந்த எல்லா நிர்வாகிகளும் மௌத் ஆகிவிட்டார்கள். இப்போது பள்ளி வீட்டில் கம்ரூனின் கடைசி மகள் சாந்தினி 'ஆலிமா பட்டம்' பெற்று குழந்தைகளுக்கு மார்க்கக்கல்வி கற்றுக்கொடுத்துக்கொண்டு அங்கேயே இருக்கிறாள்.

பள்ளிக்குப் பின்பு இருக்கும் சாந்தினியின் வீட்டுக்குப் போனான். வீட்டின் அமைப்பு முறை எல்லாம் மாறியிருந்தது. அந்த வீட்டில் மைமூனைப் பார்த்த பழைய நினைவு அவனுக்குள் வந்து போனது. திருமணத்துக்கு முன்பு அவளைப்பார்க்கவே அடிக்கடி வந்து போனவன் பின்னர் கொஞ்ச கொஞ்சமாகப் போவதைக் குறைத்துக் கொண்டான். கம்ரூன் இறப்புக்குப் பின்பு அது முழுவதுமாக நின்று போனது.

"சாந்தினி..... சாந்தினி...." என்று அழைத்தான். "யாரது" என்று உள்ளே இருந்து எதிர்குரல் வந்தது. "நான்தான் இப்ராஹிம்

மச்சான்” என்றான். வேகமாக வெளியே வந்தவள், “வாங்க மச்சான்... உள்ள வாங்க” என்று அழைத்து போய், மூலையில் அடுக்கிவைத்திருந்த பிளாஸ்டிக் சேரில் ஒன்றை எடுத்துவந்து அவன் முன்பு போட்டாள்.

“என்ன மச்சான் இந்தப் பக்கம்” என்றாள்.

“அது ஏம்மா கேக்குறே, இப்போதான் இந்த எழவெடுத்துப் போனவங்க அதக் கொண்டா இதக் கொண்டாணு பாடாப்படுத்துறாங்களே. அந்த ஜோலியா வந்தேன்” என்றான்.

“மைமூனுக்கு அவ இங்கதான் பொறந்தான்னு ஏதாவது அத்தாட்சி கொடுங்கன்னு ஆபிசருங்க கேக்குறாங்க. அவ இருந்தது, வளந்தது எல்லாம் இந்தப் பள்ளிலதான். அதான் ஏதாவது இருக்கான்னு ஜமாத்காரர்கிட்ட கேக்குலாமுன்னு வந்தேன். இங்கே யாரோடதும் இல்லையாமா. கம்ரூன் மாமிதானே அவள வளர்த்தா. அவுங்க இருந்தாலாவது விபரம் தெரியும். அவுங்களும் இல்ல. இந்த வயசுல இவுனுக கேக்குறதுக்கு எங்க போய் அலைய” என்று மூச்சை இழுத்து விட்டுப் பின்னால் சுவற்றில் சாய்ந்தார். வெயிலில் வந்த களைப்பு இருந்தது. அவள் தண்ணீர் கொண்டுவந்து கொடுத்துவிட்டு அவருக்கும் சேர்த்து சோறு வடித்தாள்.

“பழைய பள்ளி நோட்டு புக்குல ஏதாவது இருக்கானு முத்தவல்லி வந்தா பாக்கச் சொல்லுறேன்” என்று சொல்லிவிட்டு சோற்றைப் பரிமாறினாள். பலரும் கடந்த ஆறு மாதமாக இப்படியான ஆவணங்களைக் கேட்டு வந்துபோவது சாந்தினிக்குத் தெரியும்.

“எங்க யாரையும் காணோம்?”

“எல்லோரும் மக்ரீபுக்குத்தான் வருவாங்க” என்றாள். அவளுக்கு இரண்டு மகன்கள், ஒரு மகள். எல்லோருக்கும் திருமணமாகிவிட்டது. ஒருவன் பத்தாம் வகுப்போடு பள்ளிக்குப் போகாமல் மளிகைக் கடைக்கு வேலைக்குப் போய்விட்டான். மற்றொருவன் கல்லூரிவரை படித்துவிட்டு ஒரு தனியார் நிறுவனத்தில் வேலை செய்கிறான். இருவரும் பக்கத்துத் தெருவில்தான் தனிக்குடும்பமாக இருக்கிறார்கள். மகளை வெளியூரில் கட்டிக்கொடுத்திருந்தார்கள். அவளது கணவர் டவுன்ஹாலில் ஒர்க்ஷாப் வைத்துள்ளார்.

இப்ராஹிமுக்கு அடுத்து என்ன செய்வது என்று பெரும் குழப்பம் இருந்தது. சாந்தினியிடம் சொல்லிவிட்டுக் கிளம்பினார். தினமும் புதுப்புது அதிகாரிகள் வந்து கேட்பதுபோய் இப்போது காவல்துறை அதிகாரிகள் வந்து கேட்பது மனநெருக்கடியாக இருந்தது. மனைவியின் பிறப்பை எப்படி நிரூபிப்பது என்று எந்த வகையில் யோசித்தாலும் அவருக்குப் பிடிபடவில்லை. அரசு அலுவலகங்களில் மக்களுக்கு ஏற்பட்ட நெருக்கடி அதிகமாக அதிகமாக விலை ஏற்றம் அதிகமானது. கடுமையான தொழில் நெருக்கடியில் பலரைப்போல இப்ராஹிமுக்கும் லஞ்சம் கொடுக்கும் சூழல் இல்லை. இதை எல்லாம் நினைக்கையில் 'என்னடா வாழ்க்கை' என்று சலிப்பாக இருந்தது.

32

நகரில் குடியுரிமை அலுவலக அதிகாரிகளின் கெடுபிடியை விட காவல்துறை அதிகாரிகளின் நெருக்கடி அதிகமாக இருந்தது. அதிகாரிகளால் பல மாதங்கள் நிலுவையில் உள்ள நிறைவு செய்யாமல் இருக்கும் கோப்புகளை காவல்துறை அதிகாரிகளைக் கொண்டு விரைந்து முடிக்க அரசு உத்தரவிட்டது. ஏற்கனவே இருக்கும் வேலை போதாதென்று இந்த வேலை சுமையாக வந்ததனால், கீழிருந்து மேல்வரை உள்ள காவல்துறை அதிகாரிகள் அனைவருக்கும் புதிய வேலையைப் பார்ப்பதில் இருக்கும் சிரமம் கடும் கோபத்தைக் கொடுத்தது.

பலரையும் விசாரணை என்று அழைத்துக்கொண்டு போவதும் கூடுதல் வேலை கொடுத்த கோபத்தில் விசாரணைக்கு அழைத்து வரப்பட்டவர்களை வாயில் வந்ததைச் சொல்லி கண்டபடி பேசுவதையும் முகத்தைப் பல கோணங்களில் சுழித்துக் காட்டுவதையும் அதிகாரிகள் செய்வது மக்களுக்கு அவமானமாக இருந்தது. அதிகாரிகள் தாங்கள் சிறப்பு அதிகாரம் பெற்றவர்கள் என்பதை அவர்களின் உடல்மொழி காட்டிக்கொண்டே இருந்தது.

விசாரணைக்கு வருகின்ற அதிகாரிகளிடம் பவ்வியம் இல்லாமல் யாராவது நடந்து கொண்டால் அவர்களை 'மேல் விசாரணை' என்று கூட்டிப்போய் காவல் நிலையத்தில் வைத்து அவர்களின் பாணியில் சிறப்பாகக் கவனித்து அனுப்பும் போக்கும் அதிகரித்து இருந்தது. முழுமையான குடியுரிமை ஆய்வு முடியும்வரை மக்களுக்குப் புதிய கட்டுப்பாடுகள் விதிக்கப்பட்டன. அரசின் புதிய உத்தரவுப்படி இரவு எட்டுமணிக்குள் எல்லோரும் வீட்டில் அடங்க வேண்டும். வெளியே சுற்ற அனுமதி இல்லை. அதற்குள் கடைகளையும் அடைக்க வேண்டும். மீறுபவர்கள் மீது காவல்துறை நடவடிக்கை எடுக்க அனுமதி வழங்கப்பட்டது.

இப்ராஹிம் கடைக்கு அருகே இருந்த ஷொஹைலின் நண்பன் ஜெரால்டு, இருசக்கர வாகனங்களுக்கான உதிரி பாகங்கள்

விற்கும் கடையை வைத்திருந்தான். போலீசின் நெருக்கடியால் நகரத்தில் எல்லோரும் ஏழு மணிக்கே கடையைப் பூட்டிவிட்டுச் செல்லும் பழக்கம் வந்திருந்தது. அரசு சொல்லிய நேரத்தைவிட கடையை மூட பத்து நிமிடம் தாமதமானதால், அவனை கடையின் முன்பு வைத்தே நான்கு காவலர்கள் கடுமையாக அடித்தார்கள். விபரம் கேட்டு ஓடிவந்த அவனது அப்பா, வந்த வேகத்தில் மகனைக் காப்பாற்ற ஒரு காவலரைத் தள்ளிவிட்டு மகனை மீட்டார். “போலீஸ் மேலயே கைய வைக்கிறியா நாயே...” என்று இருவரையும் ஜீப்பில் போட்டு காவல் நிலையம் அழைத்துச் சென்றார்கள். மறுநாள் இருவரும் மருத்துவமனை பிணவறையில் சடலமாகக் கிடந்தார்கள். பிரிட்டிஷ்காரன் செய்த அதே தண்டனை முறையைப் போன்று அவர்களது மலவாயிலில் குச்சியை விட்டு ஆட்டியதற்கான அனைத்துத் தடயங்களும் இருந்தன. நகங்கள் கொறடு வைத்துப் பிடுங்கப்பட்டிருந்தன. கொடூரமாகக் கொலை செய்த எந்தப் பதட்டமும் இல்லாமல் காவல்நிலையம் விடியலைப் பார்த்தது. இரவே அவர்களை மீட்கக் காவல்நிலையம் சென்ற சர்ச் பாதர் கன்னக்கோடுகளோடு திரும்பியதாகத் தகவலும் இருந்தது.

காவல்துறை அதிகாரிகள் செய்யும் அராஜகத்தைக் கேள்வி கேட்க முடியாதளவு மக்களிடத்தில் பயம் கவ்வியிருந்தது. அதனால் குடியுரிமை பாதிக்கப்படுமோ என்று பயந்து காவல் நிலையத்துக்குள் நடக்கும் எதையும் யாரும் வெளியே சொல்லாமல் ‘தலைவிதி’ என்று சலித்துக் கொண்டார்கள். இப்ராஹிம் வசிக்கும் பகுதிக்குள் மட்டுமே இதுவரை பதினைந்து பேரை ‘போலி ஆவணங்கள், முறையான ஆவணங்கள் இல்லை, ஆவணங்கள் போதாமை, ஆவணங்களில் பெயர்க் குழப்பம், எழுத்துப்பிழை, அடையாள அட்டையில் புகைப்படம் பொருந்தவில்லை’ என்று ஏதாவது ஒரு காரணத்தைச் சொல்லி சிறப்பு முகாமில் அடைத்தனர். எல்லாம் சரியாக இருந்தாலும் அவர்களைக் ‘கவனிக்கவில்லை’ என்றால், அரசாங்கப் பணியாளரை பணி செய்யவிடவில்லை, விசாரணைக்கு ஒத்துழைப்பு கொடுக்கவில்லை என்று பொய் வழக்குகளில் சிறையில் அடைத்தனர். மக்களின் பயத்தை தங்களுக்கான அங்கீகரிக்கபட்ட அதிகாரமாகக் காவலர்கள் நினைக்கத் துவங்கினார்கள். இப்ராஹிமும் ஷொஹைலும் மைமூனின் ஆவணங்களுக்காக எல்லா இடங்களிலும் அலைந்துகொண்டு இருந்தார்கள்.

***

இப்ராஹிம் வீட்டுக்கு வந்த எஸ்.ஐ. சம்பத் “உங்க வீட்டுக்கு வரது இது நாளாவது முறை. பொம்பளைங்குறதனால தான் பொறுமையா இருக்கிறேன். இல்லைனா முகாமுக்குக் கூட்டிபோய்தான் விசாரணை செய்திருப்பேன். அங்க போயிட்டா உங்க பாடுதான். அடுத்து எங்க வேலையைப் பார்த்துட்டு போயிட்டே இருப்போம் ஜாக்கிரதை” என்று மிரட்டினான். அவன் அருகே கடுகடுப்போடு டிரைவர் விஜயகுமார் நின்றுகொண்டிருந்தான்.

விஜயகுமார் சேவா அமைப்பின் பொறுப்பில் இருந்தான். அரசு ஊழியர்கள் யாரும் அமைப்பிலோ கட்சியிலோ இருக்கக் கூடாது என்ற விதி இருந்தபோதும் ‘சேவா அமைப்பு சமூக சேவை செய்யும் இயக்கம் என்பதினால் இருக்கலாம்’ என்று அதற்கு மட்டும் விதிவிலக்கை அரசு கொடுத்திருந்தது. ஒருபுறம் மக்களை முகாமில் அடைக்க அதிகாரிகளும் காவல்துறையினரும் வேலை செய்துகொண்டு இருக்க, அரசுக்கு ஆதரவாக நாங்கள் வாலிண்டரியாக செயல்படுகிறோம் என்று பெரிய பட்டியலை வைத்துகொண்டு அவர்களுக்கு ஆகாதவர்களை எல்லாம் பகுதிவாரியாகப் பட்டியலிட்டு அதிகாரிகளுக்குப் போட்டுக்கொடுத்து சேவையாற்றி வந்தது சேவா அமைப்பு.

“இன்னும் ஒருவாரத்துல ரெகார்ட ஒப்படைக்கலைனா என்னால இனி பொறுமையா இருக்க முடியாது, எவ்வளவு நாள் மேல பதில் சொல்லுறது. என்ன புடுச்சு நொக்குரானுங்க” என்று சொல்லிவிட்டு, பட்டியலில் உள்ள அடுத்த பெயரைப் பார்த்துவிட்டு அந்த வீட்டை நோக்கி நகர்ந்து போனான் சம்பத்.

காவல்துறை அதிகாரிகள் வருகிறார்கள் என்றாலே எல்லோருக்கும் பயம் வர ஆரம்பித்தது. அவர்களைக் கண்டித்து பலமுறை மக்கள் ஆர்ப்பாட்டமும் மறியலும் செய்துள்ளனர். அப்போதெல்லாம் அரசு அதன் பழையவழிமுறையைக் கையாண்டு போராட்டத்தைக் கலைத்தது.

இப்போதைக்குப் போலீஸின் நெருக்கடியைக் கொஞ்சம் சரி செய்தால் அந்த மூச்சு விடும் நேரத்தைப் பயன்படுத்தி மக்கள் தங்களது ஆவணங்களைச் சரி செய்ய முடியும். இதனைக் கருத்தில்கொண்டு அரசியல் கட்சிகளின் கூட்டமைப்பு போலீஸ் தலைமையகத்துக்கு பேச்சுவார்த்தைக்குச் சென்றால், “அரசாங்கம் சொல்லுற வேலைய போலீஸ் செய்யுது, நாங்க

என்ன செய்ய முடியும், எதா இருந்தாலும் கோர்ட்டுக்குப்போங்க" என்று ஒரே வார்த்தையில் முடித்து அனுப்பிவிடுகின்றனர் அதிகாரிகள். நீதிமன்றமும் அரசாங்கம் சொல்லும் அதே பல்லவியைப் பாடியது. அரசின் நடவடிக்கைகள் மீது உடன்பாடு இல்லாத நீதிபதிகள் தங்களது பதவிகளைத் துறந்தார்கள். மீதம் இருப்பவர்களுக்குப் பல்வேறு வகையில் நெருக்கடிகளைக்கொடுத்து அவர்களை அரசுக்கு ஆதரவாகப் பேச வைத்தது. சில நீதிபதிகள் துவக்கம் முதலே அரசின் விசுவாசிகள் ஆனார்கள். ஓய்வுக்குப் பிறகு அரசால் வேறு சில பதவிகள் தரப்படலாம் என்று ஆதரவாக இருந்தார்கள்.

இப்ராஹிம் அடுத்து என்ன செய்யலாமென்று புரியாமல் தவித்தார். பேசாமல் வேறு ஏதாவது ஊருக்குச் செல்லலாமென்றால் அங்கும் இதே பிரச்சனை இருக்குமே. சொந்த மண்ணைவிட்டுப் போகவும் மனது வாராமல் எங்கும் செல்ல முடியாமல் தவித்தார். என்ன நடக்குமோ என்ற கவலை மைமூனைப் பெரிதும் வாட்டியது. அவள் மிகவும் பயந்துபோய் இருந்தாள்.

இப்ராஹிம் வீட்டை போலீஸ் ஜீப் கடந்துபோனபோது, முன் இருக்கையில் உட்கார்ந்துகொண்டிருந்த சம்பத் இப்ராஹிமைப் பார்த்தபடியே போனான். அந்தப் பார்வை இது கடைசி வாய்ப்பு என்று உணர்த்துவதாக இருந்தது.

ஆவணங்களுக்காக மக்கள் அலைந்து கொண்டிருக்கும் அதே வேளையில், 'ஹிட்லரின் ஆட்சியா ஜனநாயக ஆட்சியா', 'நாசிகள் போட்ட அதே சட்டம்' என்று எழுதிய வாசகங்களை கையில் ஏந்தியபடி ஆங்காங்கே மக்கள் போராட்டம் நடைபெற்றுக்கொண்டு இருந்தது. ஒரே இடத்தில் நாள் கணக்கான காத்திருப்புப் போராட்டமும் நடைபெற்றது. அந்தப் போராட்டங்களில் ஆண்களும் பெண்களும் குழந்தைகளோடு குடும்பம் சகிதமாகப் பங்கேற்றார்கள்.

அவர்களுக்கான கொஞ்சம் மகிழ்ச்சியான நாட்களாகத் திருமண விழாக்களும், குடும்ப விசேச நாட்களும் மட்டுமே இருந்தன. அதையும் முன்பைப்போல மகிழ்ச்சியாகக் கொண்டாட முடியவில்லை. விழாக்கள் சடங்கைபோல முடிந்தன. அவர்கள் சிரிப்பைத் தொலைத்து வெகு நாட்களாகியிருந்தது. பலரின் முகங்களிலும் செயற்கையான விசாரிப்புகளும், புன்னகைகளும் மட்டுமே இருந்தன.

போரட்டங்களில் பெரும்பாலும் இஸ்லாமியக் குடும்பங்களைச் சேர்ந்தவர்கள் மட்டுமே இருந்தனர். திட்டம் ஆரம்பித்தவுடன் முதலில் அவர்களுக்கு மட்டுமே பிரச்சனை என்பதால் அரசின் கோர முகத்தை முன்னமே உள்வாங்கி தெருவுக்கு வந்திருந்தனர். அவர்கள் குடும்பம் குடும்பமாகப் போராட்டத்தில் பங்கேற்று அதை அரசியலாகிக்கொண்டு இருந்தனர். ஷாகிரா என்ற இளம் பெண்ணும், கல்லூரியில் மூன்றாமாண்டு படிக்கும் ஷைபாவும் தெளிந்த உச்சரிப்போடு எல்லோரையும் ஈர்க்கும்படி போராட்டப் பந்தலில் அவ்வப்போது முழக்கமிட்டு வந்தார்கள். நகரத்தில் மட்டும் இரண்டு இடத்தில் தொடர் தர்ணா போரட்டம் நான்கு மாதங்களாக நடந்து வந்தது. வெள்ளிக்கிழமை ஜும்மா தொழுகைக்குப் பிறகும், சனி, ஞாயிறுகளிலும் ஆயிரக்கணக்கான கூட்டம் கூடியது.

அந்தப் போராட்டங்களில் தங்களுடைய பங்களிப்பும் இருக்க வேண்டுமென்று போராட்டத்தின் நியாயத்தை உணர்ந்த அரசியல் கட்சிகளைச் சேர்ந்தவர்களும் போராட்டத்தை வாழ்த்திப் பேச வந்து போனார்கள். அவர்கள் சில போராட்டங்களை ஆங்காங்கே நடத்திக்கொண்டு 'நம்மால வேற என்ன செய்ய முடியும்' என்ற ஒத்த கருத்தோடு மக்கள் போராட்டத்திற்கு வெளியிலிருந்து மட்டும் ஆதரவுக்கரம் நீட்டினார்கள். அது முழுக்க இஸ்லாமியர்களின் பிரச்சனை என்ற முடிவுக்கு வந்துவிட்டார்களா? அந்தப் புரிதலில்தான் இருக்கிறார்களா? என்று சிறுபான்மையின மக்கள் முணுமுணுக்க ஆரம்பித்தார்கள்.

போராட்டப் பந்தல்களில் எல்லோருக்குமான உணவுச் செலவுக்கு என்னால் முடிந்தது என்று இருப்பதைப் பலரும் கொடுத்தார்கள். குழந்தைகள் அவர்களின் சேமிப்பு உண்டியல் பணத்தைக் கொடுத்தார்கள். வயதான ஒரு மூதாட்டி தனது இடத்தின் பத்திரத்தைக் கொடுத்து, "இத வித்து செலவுக்கு வச்சுக்குங்க பாவா" என்று கொடுக்க "வேண்டாம் போதியளவு பணம் இருக்கு இந்த இடம் உங்களுக்கே இருக்கட்டும்" என்று அதனை மறுத்த நெகிழ்ச்சியான நிகழ்வுகளும் போராட்டப் பந்தல்களில் நடக்க ஆரம்பித்தன.

நாட்கள் செல்லச்செல்ல அரசின் நடவடிக்கை தீவிரமானது. எல்லா மாவட்டங்களிலும் சிறப்பு அடைப்பு முகாம்கள் அவசர அவசரமாக உருவாக்கப்பட்டன. அது மூன்றாகப்

பிரிக்கப்பட்டது. விசாரணை முகாம் (Enquiry Camp EC-1), விசாரணை முகாம் (EC-2), நிரந்தர முகாம் (Parmanant Camp).

விசாரணை முகாமில் மூன்று மாத காலம் இருப்பார்கள். அதற்குள்ளாக அரசால் உருவாக்கப்பட்ட குடியுரிமை ஆணையத்திற்குச் சென்று குடியுரிமையை நிரூபிக்க வேண்டும். இல்லை என்றால் இரண்டாம் முகாமுக்கு அனுப்பப்படுவார்கள். அங்கே நான்கு மாதம் வரை தடுப்புக் காவலில் இருக்கவேண்டும். அதற்குள்ளாக குடியுரிமையை நிரூபிக்க முடியாமல் போனால் இறுதியாக நிரந்தர முகாமில் அடைக்கப்படுவார்கள். எப்போது வேண்டுமென்றாலும் அவர்களின் குடியுரிமையை நிரூபித்து வெளியேறலாம்.

முகாம்களின் படிநிலையே எல்லோரையும் பயம்கொள்ள வைத்தது. இந்தச் செய்தி மக்களிடம் கொஞ்சம் கொஞ்சமாகப் பரவ பீதி அதிகமானது. அரசு அலுவலகங்களில் மக்கள் கூட்டம் அலைமோத ஆரம்பித்தது. இப்ராஹிமும் வேறுவழி இல்லாமல் மனைவிக்குக் குடியுரிமை நிரூபிக்க ஆவணங்கள் வேண்டி அரசு அலுவலகத்தில் எழுதிக் கொடுத்தார். நிச்சயம் விண்ணப்பத்தோடு இணைத்துக் கொடுத்துள்ள ஆவணங்கள் போதியளவு இல்லை என்று விண்ணப்பம் நிராகரிக்கப்படும் என்று தெரிந்திருந்தும், குறைந்தபட்சம் வீட்டுக்கு வரும் அதிகாரிகளிடம் விண்ணப்பம் செய்த அத்தாட்சியைக் காட்டி, சான்றிதழ் பெறும்வரை காலத்தை நீட்டிக்கச் செய்யலாம் என்ற யோசனையும் வைத்திருந்தார்.

33

குளிர் காலம் என்பதால் பலரின் வீடுகள் சூரியன் வரும்வரை திறக்கப்படவில்லை. நேரமாக எழுந்தவர்கள் சிலர் தெருவில் ஆங்காங்கே கட்டைகளை எரித்து வட்டமாய் உட்கார்ந்து, கைகளை நெருப்பில் காட்டியபடி குளிர்காய்ந்து கொண்டிருந்தார்கள்.

குளிர் காலமாக இருந்தாலும் மக்களின் மனநிலை கொதித்துக் கொண்டுதானிருந்தது. எந்த அரசையும் எப்போதும் நம்பாத உழைக்கும் மக்கள், தங்கள் வாழ்க்கையும் இப்போது நெருக்கடிக்கு உள்ளாவதை நினைத்தபோது அவர்களுக்குக் கோபம் தலைக்கேறியது.

புதிய குடியுரிமைச் சட்டங்களுக்கு எதிரான மக்களின் போராட்டங்களால் நகரில் வாகனப்போக்குவரத்து நெரிசல் அடிக்கடி நிகழ்ந்தது. மதிய உணவுக்குக் கடையிலிருந்து தாமதமாக வந்தவர், சாப்பிட்டு முடித்து தனது கட்டிலில் சாய்ந்தார். பத்து நாட்களுக்குப் பிறகு காவல்துறை வாகனம் இப்ராஹிம் வீட்டின் முன்பு நின்றது. மைமூனுக்கு அது மனிதர்களை வேட்டையாடும் ஒரு கொடூர விலங்கின் சாயலில் தெரிந்தது. கண்களில் மிரட்சியோடு இப்ராஹிமை எழுப்பினாள். பயந்து எழுந்தவர் வேட்டியைச் சரியாக இழுத்து கட்டியபடி வெளியே வந்தார். எஸ்.ஐ. சம்பத் வீட்டின்முன்பு நின்றுகொண்டிருந்தான். அவன் அருகில் விஜயகுமாரும் நின்றுகொண்டிருந்தான். இன்று புதியதாக ஒரு பெண் காவலர் இருந்தார்.

"என்ன பாய் ரெக்கார்ட்ஸ் எல்லாம் ரெடி பண்ணியாச்சா" என்றான் சம்பத். ஒரு நிமிஷம் என்றவர் வீட்டுக்குள் சென்று விண்ணப்பம் கொடுத்த நகலைக் கொண்டு வந்து காண்பித்தார்.

"சார் எழுதிக் கொடுத்துருக்கிறேன். ரெண்டு வாரத்துல கிடைச்சுடும்" என்றார். அவர் சொல்லும்போது அவரின் நா தளுதளுத்தது. நகர் முழுக்க காவல்துறை அதிகாரிகள் நடந்துகொள்ளும் முறையைத் தொடர்ச்சியாகப் பார்த்து

வருவதால் அவரின் உடல் மொழியில் ஒரு பவ்யம் இருந்தது. அரசு அலுவலகத்தில் அப்படியெல்லாம் உடனடியாக எந்த ஆவணங்களையும் தரமாட்டார்கள் என்று தெரியும். அரசு அதிகாரிகள் சிலரைக் குறி வைத்துவிட்டால் அவர்களுக்கு நிச்சயம் எந்த ஆவணமும் கிடைக்காது. மைமூன் குறி வைக்கப்பட்டவள் அல்ல, ஆனாலும் அவள் இஸ்லாமியர் என்ற ஒரு காரணம் மட்டுமே போதுமானது.

“நாங்க எத்தன முறைதான் நேரம் கொடுக்கிறது. நாங்க பதில் சொல்ல வேண்டாமா?” என்றான். அவனின் மொழி கடந்த முறைகளைக் காட்டிலும் மோசமாக மாறியிருந்தது. அதில் ஒரு அதிகாரத் திமிர் இருந்தது.

‘ரெண்டு வாரத்துல கொடுத்துறோம் சார்” என்றார் இப்ராஹிம்.

“ஒரு ரெகார்டுமே இல்லாம என்னத்த வச்சுக் கொடுப்பாங்க. எல்லாம் எங்கள அலைய விடுற வேலை” என்று அவன் சொல்லிக்கொண்டு இருக்கும்போதே ஷொஹைலும் வந்து சேர்ந்தான். சம்பத் அவனை ஒரு ஏளனப் பார்வை பார்த்தான். “என்னப்பா உங்களால சரியா பேப்பர கொண்டுவந்து கொடுக்க முடியாதோ? தொரைகள நாங்களே தேடி வந்து வாங்கணுமோ” என்றான்.

“இல்ல சார் ட்ரை பண்ணிட்டு தா இருக்கோம், வாங்கிடுவோம்” என்றான் ஷொஹைல்.

“சீக்கிரம் வாங்குங்க அதுவரை உங்கம்மா முகாம்ல இருக்கட்டும்” என்றான். இந்த வார்த்தை வந்துவிடக் கூடாது என்றுதான் இப்ராஹிம் ஒருபக்கத்திலும் ஷொஹைல் இன்னொரு பக்கத்திலும் அம்மாவின் பிறப்புச் சான்றிதழுக்காக ஆறு மாதங்களாக அலைந்துகொண்டு இருக்கிறார்கள். அவன் சொன்ன வார்த்தையால் மைமூனுக்குக் கட்டுப்படுத்த முடியாதளவு அழுகை வந்தது.

“சார் ரெண்டு வாரம் மட்டும் டைம் கொடுங்க. கண்டிப்பா கொடுத்திடுவோம்” என்றான் ஷொஹைல். அவன் சொன்னதை அப்படியே இப்ராஹிமும் சொன்னார்.

“அதான் ரெண்டு வாரத்துல வாங்கிடுவீங்கில்ல, அப்போ வந்து கூட்டிப் போங்க. அதுவரை பத்திரமா முகாம்ல உங்கம்மா இருக்கட்டும்” என்றான். அவன் சொல்லும் ஒவ்வொரு வார்த்தையும் அவர்கள்மீது இடி இறங்கியதைப் போல

நடுநடுங்க வைத்தது. கூட்டம் கூட ஆரம்பித்தது. மதிய நேரம் என்பதால் ஆண்கள் கூட்டம் குறைவாக இருந்தது.

கொஞ்ச நேரத்தில் இரண்டு கைகளிலும் செந்தூர வண்ணத்தில் பட்டையாக ரிப்பன் அணிந்த சிறப்புப்படை காவலர்களும் அங்கே வந்து சேர்ந்தார்கள். இந்த சிறப்புப்படைக் காவலர்கள் அரசு பணியாளர்கள் அல்ல. அரசுக்கு உதவி செய்ய சமூகநல குழுக்களால் தேர்வு செய்யப்பட்டவர்கள். சமூக நல இயக்கங்கள் என்று சொல்லப்படும் அமைப்புகள் எல்லாமே அரசின் ஆதரவு அமைப்புகள். இவர்களின் பணி காவல்துறை அதிகாரிகள் பணி செய்யும்போது குறுக்கீடு செய்யும் நபர்களை விலக்கிவிடுவது. இவர்கள் விலக்கிவிடும்போது பெரும்பாலும் பலருக்கும் கொடுங்காயங்கள் தான் ஏற்பட்டுள்ளன. மண்டை உடைவது வெகு சாதாரணம். அவர்களுக்கு அரசே சிறப்புப் பயிற்சி கொடுத்துள்ளது. நான்கு மாதங்களுக்கு முன்பு பக்கத்துத் தெருவில் ஒருவரை முகாமுக்கு அழைத்துச் செல்வதைப் பொதுமக்கள் தடுத்தார்கள். அவர்களை சிறப்புப்படை விலக்கிவிட்டது. பதிலுக்கு மக்களும் 'அதே போல' விலக்கிவிட சிறப்புப்படைகளைச் சேர்ந்த பலருக்கும் காயங்கள் ஏற்பட்டது. அன்றைய நள்ளிரவில் திபுதிபுவென நுழைந்த காவல்துறையும் சிறப்புப்படைகளும் அந்தப் பகுதியையே நாசம் செய்தார்கள். அவர்களின் முதல்குறி வீட்டிலிருந்த பொருட்கள் அனைத்தையும் மீண்டும் பயன்படுத்த முடியாதளவு அடித்து நொறுக்குவது. பின்னர் அந்த வீட்டில் இருக்கும் நகை, பணம் போன்றவற்றை அபகரித்துச் செல்வது. சில இளைஞர்கள் எதிர்த்தும் போராடினார்கள். ஆனால் சேதம் அவர்களுக்கே இருந்தது. அந்தத் தெருவில் மட்டும் இதுவரை நாற்பது பேர் முகாமில் அடைக்கப்பட்டுள்ளார்கள்.

இந்த சிறப்புப்படையைப் பார்த்தாலே மக்களுக்கு வெறுப்பாக இருந்தது. பலருக்கு பயமும் இருந்தது. யாரையாவது முகாமுக்கு அழைத்துச் செல்வதாக இருந்தால் மட்டுமே சிறப்புப்படை காவலர்கள் வருவார்கள். அவர்களைப் பார்த்ததும் இப்ராஹிம் பயந்து சம்பத்தின் காலில் விழுந்தார். இதனைக் கொஞ்சம்கூட மைமூன் எதிர்பார்க்கவில்லை. அவள் "என்னங்க" என்று அவரைப் பிடித்து அழுதாள். "எங்கனால ஒண்ணும் செய்ய முடியாது, நீங்க ஆணையம் போய் பார்த்துக்குங்க" என்று முகத்தை எங்கேயோ பார்த்துக் கூறினான்.

"வண்டீல ஏறுமா" என்று சொன்னபோது அவளின் தளர்ந்த உடல் நடுங்கியது. அது பயத்தால் உண்டான படபடப்பு. மைமூனை வண்டியில் ஏற்றும்படி சம்பத் பெண் காவலரிடம் சொன்னபோது அவளும் இந்த வேளைக்கு வந்து தொலைத்தோமே என்று வெறுப்பில், மைமூன் அருகே வந்தாள். அவள் முன்னே வராமல் ஷொஹைல் தடுத்தான். கொஞ்சமும் எதிர்பார்க்காத நேரத்தில் அவன் முகத்தில் ஒரு அறை விட்டான் சம்பத். தொடர்ந்து அவனை அடிக்கக் கையை வீசியபோது அதில் ஒன்று இப்ராஹிம் மேலேயும் விழுந்தது. "ஆண்டவனே" என்று ஒரு சேர மைமூனும் இப்ராஹிமும் கத்தினார்கள். ஷொஹைலை அவன் மனைவி ரஷிதா தூக்கிவிட்டாள். குழந்தைகள் ஓவென அழுதன.

அவர்களைச் சுற்றிக் கூடிய கூட்டத்தை சிறப்புப்படை காவலர்கள் தரையில் லத்தியை வீசிக் கலைத்தனர். சில வீச்சுகள் கூடியிருந்த மக்கள் மீதும் விழுந்தன. அது தரையில் அடிப்பதுபோல பாவலா செய்தபடி மக்கள்மீது அடிப்பதாக இருந்தது அப்பட்டமாக எல்லோருக்கும் தெரிந்தது. பெண் காவலர் மைமூனைப் பிடித்து இழுத்தாள். அவளின் பிடிக்கு பலம்கொடுத்து அவளும் வராமல் எதிர் பலம் கொடுத்தாள். அம்மாவை ஆஷ்மா கெட்டியாகப் பிடித்தாள். அருகே நின்றிருந்த சிறப்புப்படை காவலர்கள், பெண் காவலருக்கு உதவி செய்து வண்டியில் மைமூனை ஏற்றினார்கள். மைமூன் கதறிக் கதறி அழுதாள்.

தான் திருமணம் செய்ததிலிருந்து ஒருமுறை கூட தன் மனைவி அழுததைப் பார்த்திடாத இப்ராஹிம், "மைமூனே... மைமூனே..." என்று அழுதார். ஷொஹைலும் ஆஷ்மாவும் ரஷிதாவும் 'அம்மா....அம்மா...' என்று அழுததைப் பார்த்தும் எதுவும் செய்யமுடியாத இயலாமையில் சுற்றி இருந்தவர்களும் அழுதார்கள். வண்டி முகாமை நோக்கிப் போனது.

பல இடங்களில் மக்கள் போராட்டத்தால் ஏற்பட்ட வாகன நெருக்கடியால் காவல்துறை வாகனம் பல இடங்களைச் சுற்றி கானூரைத் தாண்டி பெரியமேடு வழியாக ஆய்சா மண்டபத்தைக் கடந்து போனது. வழி முழுக்க என்னென்னமோ நினைத்து அழுதுகொண்டே போனாள் மைமூன். முதல் விசாரணை முகாமான கொல்லூர் முகாமின் கதவு எந்தக் கருணையும் இல்லாமல் வருபவர்கள் அனைவரையும் விழுங்கியது.

34

இப்ராஹிம் ஒருபுறம் அரசு அலுவலங்களில் அலைந்து கொண்டிருந்தார். ஷொஹைல் அவனுக்குத் தெரிந்த அரசியல் கட்சிகளைச் சேர்ந்தவர்களிடம் உதவி பெற்று அம்மாவை முகாமிலிருந்து வெளியே கொண்டுவரும் முயற்சியில் இருந்தான். ஒவ்வொரு நாளும் முடிவது ஒருயுகம் போல எல்லோருக்கும் இருந்தது.

மைமூன் தனது அறுபது வயதை நெருங்கும் வாழ்வில் இப்போதுதான் தனித்துத் தூங்குகிறாள். மதரஸாவில் பிள்ளைகளோடு நெருக்கித் தூங்கியவள், அதன்பின்பு கணவனோடும், பிள்ளைகளோடும் தூங்குவது வழக்கம். பிறகு பேரக் குழந்தைகளோடு. கடைசிக்கு இப்ராஹிம் அருகிலாவது தூங்குவது அவள் இயல்பு. எப்போதும் தனியாகத் தூங்க பயம் கொள்ளுவாள். மதரஸாவில் ஒருமுறை நடு ஜாமத்தில் அவளது நெஞ்சில் யாரோ உட்கார்ந்து அமுத்தியபோது மூச்சை இழுக்க முடியாமல் திணறினாள். பிறகுதான் தெரிந்தது, அது அமுக்கான் என்று. அப்போதிருந்து யாரையாவது நெருக்கியே தூங்கிப் பழகிப்போனாள். ஆனால் இன்று தனித்து அடைக்கப்பட்டாள்.

அவளைப் பற்றி முழுவிசாரணையும் முடிந்தபின்பு முகாமில் எல்லோரோடும் கலந்து இருக்க உரிமை உண்டு. அழுதழுது அவள் கண்கள் வீங்கி இருந்தன. அந்த அடைப்பு முகாம் அவளை இரவு முழுக்க தூங்காமல் செய்தது. சில நேரம் எங்கேயோ பெண்ணின் அலறல் குரல், “வேண்டாம் என்ன விட்டுடுங்க” என்று வலியில் துடிக்கும் சத்தம் கேட்டது. அது எதற்கான அலறல் என்று புரிந்துகொள்ள முடியாமல் பயந்து நடுங்கினாள். பத்து நாட்கள் தனிமையில் இருந்தது அவளுக்குப் பைத்தியம் பிடித்த மனநிலையை உருவாக்கியது. அது முகாமுக்கு அழைத்து வரும் ஒவ்வொருவருக்கும் கொடுக்கும் உளவியல் தண்டனையாக இருந்தது.

தான் பிறந்த ஊர் எதுவென்று அவள் திரும்பத் திரும்ப நினைவு படுத்திப் பார்த்தாள். அவளைக் கைப்பிடித்து கோட்டைக்கு

அழைத்து வந்த அம்மாவின் கைகள் மனக்கண்ணில் தெரிந்தது. அவளின் அம்மா திரும்பத் திரும்ப சொன்ன "நீ மைமூன் பேத்தி" என்ற வார்த்தைகள் நினைவில் வந்து போனது. ஆனால் நாம் நிச்சயம் இந்த ஊரில் பிறக்கவில்லை என்று மட்டும் தீர்க்கமான முடிவுக்கு வந்தாள்.

விசாரணைக்கு வந்த அதிகாரிகள், கேட்ட கேள்வியையே திரும்பத் திரும்பக் கேட்டார்கள். "எந்த ஊருல பொறந்த?" அவர்கள் கேள்வியில் எந்த மரியாதையும் இல்லை. ஒரு அலட்சியப் பார்வை மட்டுமே இருந்தது. உங்க அம்மா எந்த ஊரு? அப்பா எந்த ஊரு? உங்ககிட்ட என்ன ஆவணம் இருக்கு? நீங்க இந்த நாடா? அவளை முகாமில் அடைத்து வைத்திருந்த பத்து நாட்களும் இந்த கேள்வியே தொடர்ந்ததால் மனதளவில் நொந்து போயிருந்தாள். அவர்கள் கேட்ட பெரும்பாலான கேள்விகளுக்குத் 'தெரியவில்லை' என்ற பதில் மட்டுமே இருந்தது. அவளிடம் கேட்டு இனி எந்தப் பயனும் இல்லை என்று தனித்த அறையிலிருந்து ஐந்து பேர் தங்கும் பெண்கள் டெண்டுக்கு அனுப்பி வைக்கப்பட்டாள்.

அந்த டெண்டில் ஐந்துபேர் இருந்தார்கள். ஒருத்தியைத் தவிர எல்லோரும் இஸ்லாமியர்கள். அவர்களும் கடந்த ஓரிரு மாதங்களுக்குள்ளாகத்தான் அடைக்கப்பட்டு இருந்தார்கள். அதில் நான்குபேர் அவள் வயதை ஒத்தவர்களாக இருந்தார்கள். ஒருத்திக்கு மட்டும் முப்பது வயது இருக்கும். தனது பெயர் ரோஜா என்றாள். இந்துக் குடும்பதிலிருந்து இஸ்லாமியன் ஒருவனைத் திருமணம் செய்திருந்தாள். அவளின் ஐந்து வயது மகனை பிரிந்திருந்த அவள் அவனை நினைத்து அழுதுகொண்டே இருந்தாள். குழந்தையைப் பார்க்க வேண்டுமென்று அவள் கொடுத்த கோரிக்கையை அதிகாரிகள் கண்டுகொள்ளவில்லை. மகனை நினைத்து அழுது கொண்டிருந்தவளை எல்லோரும் சமாதானப்படுத்தினார்கள். அவள் ஒரு சாதிக் கட்சி பிரமுகரின் மகள். அவர்களது காதல் திருமணத்தைப் பிரிக்க அவளது அப்பா எடுத்த எல்லா முயற்சிகளையும் அவளுக்கு ஆதரவாக நின்ற கணவனின் உறவினர்கள், நண்பர்களின் உதவியால் முறியடிக்கப்பட்டது. காத்திருந்தவன் இப்போது அரசின் ஆதரவோடு வலம் வந்துகொண்டிருக்கிறான். மகளால் தனது சாதியில் தனக்கேற்பட்ட தலைக்குனிவை நெஞ்சில் நஞ்சாக வைத்திருந்தவன், ஆறு, ஏழு ஆண்டுகளுக்குப் பிறகு பழி வாங்கியுள்ளான். அவள்மீது இருந்த வன்மத்தால் அவன்

செல்வாக்கைப் பயன்படுத்தி எல்லா ஆவணங்களும் இருந்தும் அவளை முகாமில் அடைத்து வைக்கத் துணிந்துள்ளான். அவள் வீட்டிலிருந்து வெளியேறிய அன்று பிறப்புச் சான்றிதழ், பள்ளி மாற்று சான்றிதழ் உள்ளிட்ட சில ஆவணங்களின் அசலை மட்டும் அவசரத்தில் எடுத்து வரவில்லை. அசல் இல்லை என்று முகாமில் அடைக்கப்பட்டாள். இந்த விபரங்களை அறையிலிருந்த மற்றவர்கள் மைமூனிடம் சொன்னார்கள்.

புதிய சட்டத்தின்படி ஒருவர் தனது பிறப்புச் சான்றிதழைத் தர வேண்டும். கூடவே அவர்களின் பெற்றோர்கள் பிறப்புச் சான்றிதழை ஒப்படைக்க வேண்டும். பிறப்புச் சான்றிதழ் நடைமுறை அப்போது இல்லாமல் இருந்தால் அவர்களது பெற்றோர்கள் அரசு நிர்ணயம் செய்யப்பட்ட காலத்துக்கு முன்பாக சுமார் அறுபது ஆண்டுகளுக்கு முன்பாக குத்தகை, நிலம், சொத்து வாங்கிய ஆவணங்கள், இல்லையெனில் அவர்கள் பெயர் இருக்கும் ஏதாவது அரசு ஆவணங்களை ஒப்படைக்க வேண்டும். வசதி உள்ளவர்கள் சொத்து வாங்கியிருப்பார்கள். இல்லாத எளிய சனங்களைப்பற்றி எந்தக் குறிப்பும் சட்டத்தில் இல்லை. இதில் பலரும் முகாமில் அடைக்கப்படுவார்கள் என்று சட்ட நிபுணர்கள் சொல்லும் எதையும் அரசு கண்டுகொள்ளவில்லை. முகாமில் அடைக்கபடுபவர்களின் எதிர்காலம் குறித்தும் அவர்களுக்குப் பிறக்கும் குழந்தைகளின் எதிர்காலம் குறித்தும், எவ்வளவு நாட்கள் முகாமில் அடைத்து வைத்திருக்கப்படுவார்கள் என்ற எந்த விபரமும் இல்லாததே கூடுதல் அச்சத்தை மக்களுக்குக் கொடுத்தது.

தனக்குத் தெரிந்தவர்கள் யாராவது இருக்கிறார்களா என்று அந்த முகாம் முழுக்கச் சுற்றி வந்தாள் மைமூன். பெரும்பாலும் அவளின் வயதை ஒத்த பெண்களே இருந்தார்கள். அவர்கள் இங்குதான் பிறந்தார்கள். அவர்களின் பெற்றோர்கள் இங்கு பிறந்ததற்கான ஆவணங்கள் எதுவும் இல்லை.

“உங்க அப்பா, அம்மா இங்கதான் பிறந்தாங்கனு சொல்ல ரெகார்ட் கேக்குறான். காலகாலமா படிக்காத கிறுக்குபய கூட்டத்துக்கு என்ன மயிரு தெரியும். எந்த ரெக்கார்டும் இல்லாமதான் அம்மா, பாவா எல்லோரும் வாழ்ந்து மௌத் ஆனாங்க” என்று ஒரு மூதாட்டி சொன்னாள். ‘கிறுக்கு பயகூட்டம்’ என்று சொன்னதை நினைத்து எல்லோரும் சிரித்தார்கள். அவர்கள் முகாமுக்கு வந்து மூன்று மாதங்களாகியிருந்தது.

பல நாட்கள் அழுதவர்கள் இனி அழுது எந்தப் பயனும் இல்லை என்று, 'ஓடுற வரை ஓடட்டுமென்று' அவர்களுக்குள் குடும்பம்போல நெருக்கமாகிப் பேசிக்கொண்டிருந்தார்கள். "என்கிட்டே கேட்டாங்க அதுக்கு 'அதோ தெரியுது பார் கபர்ஸ்தான்... அங்கதான் என் அம்மாவையும் அத்தாவையும் மௌத்தா அடக்கம் பண்ணாங்க. அங்கே போய் எழுப்பி கேளு விவரம் சொல்லுவாங்க,' அப்படீன்னு சொன்னேன். பாவிப்பய உள்ள தூக்கிப் போட்டுட்டான்." அறுபது வயது தாண்டிய நஜீம் சொல்லிச் சிரித்தாள். அவளோடு சேர்ந்து எல்லோரும் சிரித்தார்கள். அங்கு மைமூனுக்குத் தெரிந்த எந்த முகமும் இல்லை. அந்த கணநேர சிரிப்பு அவர்களுக்கும் மைமூனுக்கும் தேவைப்பட்டது.

35

முகாமில் தேநீர் தயாரானதுக்கான விசில் சத்தம் எப்போதும்போல இன்றும் கேட்டது. சூரியன் தனது வெளிச்சக் கீற்றை முகாமின் கூடாரங்களின் மீது பரப்பியிருந்தது. 'இருண்ட மைதானத்தில் இறைவன் வெளிச்சம் பாய்ச்சியதைப்போல இந்த மக்களுக வாழ்க்கையிலும் வெளிச்சம் உண்டாக்க மாட்டாயா யா ரப்பே!' என்று ஃபஜர் தொழுகையை முடித்த ஆமினா அல்லாவிடம் துவா செய்தாள். தேநீர் காலை, மாலையென இரண்டுவேளை கொடுக்கப்பட்டது. ஆமினா மைமூனைப் பார்த்தாள். அவளது அழுது ஓய்ந்து வீங்கிய கன்னங்கள் கொஞ்சம் சூம்பி இருந்தன. மைமூன் ஒரு மாதத்தைக் கடந்திருந்தாள். கடந்த ஒரு வாரமாகத்தான் கொஞ்சம் அசந்து தூங்குகிறாள். மூன்று மாதம் கழித்து இரண்டாம் முகாம் செல்ல வேண்டும். அப்படிதான் சொல்லப்பட்டது. ஆனால் அரசு எப்போது நினைக்கிறதோ அப்போதுதான் அமல்படுத்தும். அவளுக்கும் சேர்த்து ஆமினாவே தேநீரை எடுத்து வந்தாள்.

"மைமூன் எழுந்திரு சாயா குடி." ஆமினாவின் சத்தத்தில்தான் அவளது கூடாரத்தில் இருந்த எல்லோரும் எழுந்தார்கள். அவளுக்கு மைமூனை விட நான்கைந்து வயது கூட இருக்கும். ஒரு கூடாரத்தில் ஒரு ஆள் நீண்டு படுக்குமளவு ஐந்து பலகைகள் போடப்பட்டிருந்தன. ஒரு நபருக்கு இரண்டு போர்வைகள். ஒன்று கீழே விரிக்க ஒன்று போர்த்திக்கொள்ள. ஒரு நபருக்கு தலா ஒரு தட்டும் ஒரு தம்ளரும் கொடுக்கப்பட்டிருந்தது. அவரவர் உடமைகளை அவர்களே பார்த்துக்கொள்ள வேண்டும். முகாமிலிருந்து வெளியேறினால் கொடுத்த போர்வைகளையும் தட்டு, தம்ளர்களையும் கொடுத்தால்தான் வெளியேற முடியும். ஒவ்வொருவரும் அவர்களின் உடைமைகளைப் பத்திரமாக வைத்திருந்தனர். சிலரிடம் கூடுதல் பொருள்களும் பாத்திரங்களும் இருந்தன. அவர்களை மனுநாள் அன்று வீட்டிலிருந்து வந்து பார்த்த குடும்பத்தினர் கொடுத்தவை அவை.

பதினைந்து நாட்களுக்கு ஒருமுறை இருந்த மனுநாள் இனிமேல் மாதத்திற்கு ஒருமுறை என்று புதிய உத்தரவு வந்திருந்தது. மாதம் இருமுறை உறவினர்களைப் பார்க்கும் அந்த நிம்மதியையும் அரசின் புதிய உத்தரவு பறித்திருந்தது. ஒவ்வொரு மாதமும் நான்காம் சனிக்கிழமை பார்வை நேரம்.

இன்று மனுநாள்.

ஒரு மாதத்துக்குப் பிறகு இப்ராஹிம் முகத்தைப் பார்க்கிறாள். அவளது முகத்தைப் பார்த்த மாத்திரத்தில் இப்ராஹிம் அழ ஆரம்பித்தார். எந்த வார்த்தையும் அவரிடமிருந்து வரவில்லை. கண்ணீர் மட்டுமே வந்தது. இரண்டு நாட்களுக்கு முன்பு அரசு கொடுத்த அறிவிப்பில் இனி ஒரு நபர் மட்டுமே பார்க்க அனுமதி என்பது தெரியாமல் அவளது மகனையும் மகளையும் தேடினாள். அரசின் புதிய உத்தரவால், மூன்று மாதத்துக்கு முன்பு முகாமுக்கு வந்து சகஜ நிலைக்கு வந்தவர்கள்கூட அதிர்ச்சி அடைந்தார்கள்.

ரோஜாவின் கணவன் சம்சு மகனோடு வந்திருந்தான். மகனைக் கட்டித்தழுவி முகம் முழுக்க முத்தம் பதித்தாள். அவளை உள்நோக்கத்தோடு வைத்திருப்பதாகவும் வெளியே விடச்சொல்லி, நீதிமன்றத்தில் மனு தாக்கல்செய்துள்ள விபரத்தைச் சொன்னான். விரைவில் அவளது முகாம் வாழ்க்கை முடிவுக்கு வந்துவிடுமென்று நம்பிக்கை கொடுத்தான்.

இப்ராஹிமின் கையைப் பலமாகப் பிடித்திருந்தாள் மைமூன். அந்த பிடிமானம் 'என்ன விட்டுப் போய்டாதீங்க' என்று அவனிடம் இறைஞ்சுவதைப் போல இருந்தது. அவளின் பிடியை உணர்ந்த இப்ராஹிம் அவளது கையை இறுகப் பற்றினார். விரைவில் முகாமிலிருந்து மீட்பதாக அவளிடம் நம்பிக்கை கூறினார். அருகில் இருக்கும் ஆண்கள் முகாமிலும் கூட்டம் நிறைந்திருந்தது. பெண்கள் கூட்டத்தைக் காட்டிலும் ஆண்கள் எண்ணிக்கை அதிகமென்று அவளுக்குத் தெரியும். நல்ல வேளையாக கணவனும் மகனும் இந்த கொடுந்தீயில் அகப்படவில்லை.

"நேரமாச்சு கிளம்புங்க" என்று காவல்துறை அதிகாரி எல்லோர் காதிலும் விழும்படி சத்தமாகக் கத்தி விசிலடித்தான். அவன் சத்தம் அதிகரிக்க அதிகரிக்க மைமூன், இப்ராஹிமின் கையை மேலும் அழுத்திப்பிடித்தாள். அந்த உணர்வை அவன் மட்டுமே

அறிவான். அவள் வலியை அவன் கண்கள் வடித்தன. “நம்புடி ராசாத்தி” என்று முதன்முதலாக அவளது அம்மாவைப் போலவே சொன்னார். அந்த வார்த்தை அவளை இன்னமும் நெகிழச் செய்தது. அவள் கண்களில் இருந்த ஏக்கம் அவரை நொறுக்கியது. அந்தப் பார்வை ‘நான் வெளியே வந்திடுவேனா’ என்று நம்பிக்கையற்று கேட்பதைப்போல இருந்தது.

மைமூனின் கூடாரத்திலிருந்த ரோஜா, நஜீம், உம்ரத் எல்லோரும் அவரவர்கள் உறவினர்களைப் பார்த்துவிட்டுத் திரும்பி இருந்தனர். ஆமினா மட்டும் கூடாரத்திலேயே இருந்தாள். அவளை பார்க்க யாரும் வரவில்லை. அவளுக்கு இரண்டு மகன்கள். இருவரும் வெளிநாட்டில் இருக்கிறார்கள். பெரியவன் சவூதியிலும் சின்னவன் மலேசியாவிலும் இருக்கிறார்கள். பெரிய மருமகள் வீட்டில் இருந்தவளைத்தான் முகாமுக்கு அழைத்து வந்திருந்தார்கள். அவளை பார்க்க யாரும் வரமாட்டார்கள் என்று கூடாரத்தில் உள்ள மற்றவர்களுக்குத் தெரியும். ஆனால் மைமூனுக்குத் தெரியாது. இப்ராஹிமைப் பார்த்துவிட்டுத் திரும்பியவள் பேச முடியாமல் அமைதியாக இருந்தாள். “அட விடு புள்ள சீக்கிரம் இதுக்கு விடிவு காலம் பிறக்கும்” என்று உம்ரத் அவளுக்கு ஆறுதல் சொன்னாள். அவள் மீண்டும் சகஜ நிலைக்குவர இரவானது. இரவில்தான் அவர்களின் கடந்த காலத்தை அசைபோடுவார்கள். அந்தக் கதைகளில் ஏராளமான முகங்களைக் காண முடியும். மகிழ்ச்சிகளின் உச்சம் இருக்கும், கொடூர வாழ்வின் மிச்சச் சுவடும் இருக்கும். இன்றைய கதை ஆமினாவுடையது. இல்லை அவளது கணவனின் கதையும் அதில் உள்ளது.

“ஆமினா ஏன் உன் வீட்டுல யாரும் வரல?” அவர்களது கூடாரத்தில் எல்லோருக்கும் இது பழைய கேள்வி; மைமூனுக்குப் புதிய கேள்வி. அவளது கதையைத் தெரிந்த யாருக்கும் அவளது கணவனின் கதை தெரியாது. எல்லோரும் ஏற்கனவே கேட்ட அவளின் கதையிலிருந்தே ஆரம்பித்தாள்.

ஆமினாவின் கணவர் முஹம்மத் அப்ஷல் தனது இரண்டு மகன்களையும் நன்றாகப் படிக்க வைத்து, தனது நண்பர்களின் உதவியுடன் அவர்களுக்கு வெளிநாட்டில் வேலை வாங்கிக்கொடுத்து அனுப்பி வைத்தார். சில ஆண்டுகள் கழித்து குடும்பத்தோடு தாமும் அதே நாட்டுக்குக் குடிபோக வேண்டும் என்ற திட்டம் வைத்திருந்தார். நான்கு ஆண்டுகளுக்கு முன்பு

திடீரென்று உடல் நலம் குன்றி மரணத்தைத் தழுவினார். அவரின் இறப்புக்குப் பிறகு அவளின் வாழ்வு நிம்மதியற்றதாக மாறியது. அவளது இரண்டு மருமகள்களும் அவளை எப்போதும் ஒரு மனுஷியாகவே மதித்ததில்லை. மகன்களுக்கும் அதே மனநிலைதான் இருந்தது. "நானே இந்தக் கிழவிய பார்க்கணுமா இன்னொருத்தியும் இருக்காள, அவள்ட்ட கொஞ்ச நாள் அனுப்புங்க" என்று குழந்தைகளின் கைகளில் இருக்கும் பந்தைப்போல் இரண்டு இடங்களுக்கும் மாறி மாறி உருட்டித் தள்ளப்பட்டாள்.

36

கூடாரங்களுக்கு வெளியே ஆங்காங்கே எரியூட்டப் பட்டிருந்த தீயைச் சுற்றி எல்லோரும் அமர்ந்திருந்தார்கள். ஒருவாரமாக நல்ல குளிர். ஆண்கள், பெண்கள் முகாம்களுக்கு நடுவே ஒரு கம்பி வேலி மட்டும்தான் போடப்பட்டிருந்தது. ஆண்கள் பகுதியிலும் தீயைப்போட்டு எல்லோரும் வட்டமாக அமர்ந்திருந்தார்கள். வானம்பார்த்த நஞ்சை பூமியை முகாமுக்காக அரசு வளைத்துப் போட்டிருந்தது. பெரிய சுற்றுச்சுவருக்கு நடுவே முகாம் கூடாரங்கள் இருந்தன. இரண்டு ஆண்டுகளுக்கு முன்பு இந்தச் சுற்றுச்சுவர் பணி நடைபெற்றபோது, பெரிய நிறுவனம் ஒன்று வரப்போகிறது என்றுதான் சொல்லப்பட்டு வந்தது. பல ஆயிரம் பேருக்கு வேலை கிடைக்கும் என்றும் சொல்லப்பட்டு வந்தது. அந்த பகுதியில் உள்ள கட்டடத் தொழிலாளர்கள்தான் சுற்றுச்சுவரையும், அலுவலக அறைகளையும் உருவாக்கினார்கள். இங்கே கட்டட வேலைக்கு வந்த இருபது பேர் தற்போது முகாமில் உள்ளார்கள்.

முகாமின் அலுவலகக் கட்டடம் நுழைவாயிலில் இருந்தது. அதில் ஆண்களின் கோப்புகளைப் பராமரிக்க ஒரு அறையும் பெண்களது கோப்புகளைப் பராமரிக்க ஒரு அறையும் இருந்தது. துப்பாக்கிகளோடு ஆண் காவலர்கள் இரண்டு பேரும், பெண் காவலர்கள் இரண்டு பேரும் எப்போதும் காவலுக்கு இருந்தார்கள். இருபுறமும் முள்வேலியைப் பிடித்துகொண்டு பேசிக்கொண்டிருப்பவர்கள் பெரும்பாலும் ஒரே குடும்பத்தைச் சேர்ந்தவர்களாக இருந்தார்கள் அல்லது உறவினராக இருந்தார்கள்.

முகாமின் மேற்கு மூலையில் கழிவறைகள் அமைக்கப்பட்டிருந்தன. அங்கே போய்த் திரும்புபவர்கள் மூக்கைப் பிடித்துக்கொண்டு முகத்தைப் பல கோணத்தில் வைத்துக்கொண்டு வெளியேறுவார்கள். ஆண்களுக்கும் பெண்களுக்குமாகக் கட்டப்பட்டு இருந்த பெரிய குழி நிறைந்து வழிந்தது. இதனால் அந்தப் பகுதி முழுக்க நாற்றம் அடித்துக்கொண்டே இருந்தது.

எவ்வளவு தண்ணீர் அடித்து ஊற்றினாலும் அந்த வெள்ளை நிற பீங்கானிலிருந்து கழிவு வெளியேற மறுத்தது. பெரிய குழியிலிருந்து முழுவதும் எடுத்தால்தான் இது உள்புகும். உட்கார்ந்து எழுந்து வருவதற்குள் ஒவ்வொருவர் மீதும் ஆயிரம் ஈக்களுக்கு மேலாகக் குவிந்தன. துணியால் வாயையும் மூக்கையும் பொத்திக்கொண்டு கழித்து வெளியேற வேண்டி இருந்தது. கழிவு வெளியேறும் மலவாயிடத்தில் மட்டுமே இருநூறு முன்னூறு ஈக்கள் மொய்த்துக்கொண்டிருக்கும். மாடு தனது மலவாயில் அமரும் ஈக்களைத் தனது வாலைக் கொண்டு ஆட்டி ஆட்டி விரட்டுவதைப்போல கைகளைப் பின்னால் வீசி, வீசி மலம் கழிக்க வேண்டியிருந்தது. சுத்தம் செய்யச் சொல்லி எல்லோரும் பலமுறை அலுவலகத்தில் கேட்டும் இன்று, நாளை என ஒவ்வொரு நாளும் கழிந்தது. யாரும் வந்தபாடில்லை. அவர்கள் அதற்கு முக்கியத்துவம் கொடுத்ததாகத் தெரியவில்லை. முகாமுக்கு மைமூன் வந்த மூன்று மாதத்தில் ஒருமுறைகூட கழிவைச் சுமந்து போகும் வண்டியை அவள் பார்த்தது இல்லை.

சாப்பிட்டால் தானே மலம் வரும், சாப்பிடாமல் இருக்கலாம் என்று அவளும் பலரைப்போல சாப்பிடுவதைத் தவிர்த்தாள். தேவை எனில் அளவாக உண்டாள். ஒருநாள் அதிசயமாக மலம் உறிஞ்சும் வாகனம் வந்து, முழுவதையும் எடுத்துச் செல்ல ஐந்து முறையானது. தண்ணீர் அடிக்கும் மிஷின் பம்பை இரண்டு பேர் தள்ளிக்கொண்டு வந்தார்கள். தண்ணீர் குழாயில் நீண்ட பிளாஸ்டிக் டியூபைச் செருகி பீய்ச்சி அடித்தார்கள். வெகு நாட்களுக்குப் பிறகு இரண்டு பக்கமும் இருந்த அனைத்துக் கழிவறைகளும் சுத்தமாயின. ப்ளீச்சிங் பவுடர் மணம் அங்கிருந்த காற்றில் வீசியது.

வெகுநாட்களுக்குப் பிறகு முகாம்வாசிகள் சுகமாகப் போய் வந்தார்கள். ஒரு ஏகாந்தத்தை அனுபவித்த மகிழ்ச்சி அவர்களின் முகத்தில் இருந்தது. அன்று அவர்கள் எப்போதும் சாப்பிடும் அளவிலிருந்து கொஞ்சம் அதிகமாகச் சாப்பிட்டார்கள்.

37

தேநீர் வந்ததற்கான விசில் சத்தம் மைமூனின் தூக்கத்தைக் கலைத்தது. கடந்த மூன்று வாரங்களுக்குமுன் முகாமில் உள்ளவர்களே உணவைத் தயாரித்துக் கொள்ள வேண்டும் என்ற ஆணை வந்திருந்தது. ஏற்கனவே வேலை செய்துகொண்டிருந்த பணியாளர்களை வேறு ஒரு முகாமுக்கு அனுப்பிவிட்டதாகத் தகவல் சொல்லபட்டது. காரணம் அதுவாக இருக்காது, முகாம்வாசிகளுக்கு ‘சும்மா சோறு போடக்கூடாது’ என்று அடுத்தடுத்த வேலைகளுக்கு ஈடுபடுத்தும் திட்டத்தின் துவக்கமாக இருக்கலாம் என்ற பேச்சும் வளாகத்தில் உலாவியது.

எல்லாக் கூடாரங்களையும் நான்கு வரிசைகளாக வகைப்படுத்தி ஒவ்வொரு வாரமும் ஒரு வரிசையைச் சேர்ந்தவர்களுக்கு உணவு தயாரிக்கும் பொறுப்பு கொடுக்கப்பட்டது. நேற்றுடன் மைமூன் வரிசையைச் சேர்ந்தவர்களின் உணவு தயாரிக்கும் பொறுப்பு முடித்திருந்தது. தங்களுக்காகத் தாங்களே தயாரிக்கும் உணவு முன்பைக் காட்டிலும் தரமாக, சுவையாக இருந்தது. இப்போதெல்லாம் உணவில் புழுவோ, பல்லியோ இல்லை. கரப்பான்பூச்சி வருவதில்லை. இதேநிலைதான் ஆண்கள் பக்கமும் இருந்தது.

இந்த முகாமில் மூன்று மாதங்கள் இருக்க வேண்டும் என்றுதான் சொல்லப்பட்டது. ஆனால் மைமூன் இந்த முகாமுக்கு வந்து நான்கு மாதங்கள் கடந்திருந்தன. போன மாதம் சிலர் இரண்டாம் முகாமுக்குக் கொண்டு செல்லப்பட்டனர். அந்தப் பட்டியலில் இவர்களது கூடாரத்தில் யாரும் இல்லை. எங்கோ போறதுக்கு இங்கேயே இருந்தால் பரவாயில்லை என்று எல்லோருக்கும் தோன்றியது. இந்த இடத்தில் வெகுநாட்களாக இருப்பதினால் கொஞ்சம் மனரீதியாகப் பிடித்துபோய் இருந்தது.

எப்போதும் காலை, மாலை ரோல்கால் எனப்படும் கணக்கெடுப்பு நடைபெறும். தேனீர் குடித்து முடித்தவுடன் அலுவலகம் முன் இருக்கும் காலி இடத்திற்கு எல்லோரும் வர வேண்டும். அவர்களுக்கான குறைகளை அங்குதான் சொல்ல வேண்டும்.

ஆனால் எது சொன்னாலும் நடக்காது என்பதை எல்லோரும் வந்த ஒருவாரத்தில் தெரிந்து கொண்டார்கள். இந்தக் கணக்கெடுப்பு நடைமுறையானது, முகாமில் உள்ளவர்கள் யாரேனும் தப்பிவிட்டார்களா என்று பரிசோதனை செய்யவே இருந்தது. இது சிறைச்சாலையில் இருக்கும் அதே நடைமுறைதான். ஒருவேளை தப்பிவிட்டால் தேசப் பாதுகாப்பு சட்டப்படி பிணை இல்லாத நீதிமன்ற காவலுக்குத் தள்ளப்படுவார்கள். ஆண்கள் முகாமில் இருந்த ஐந்து பேர் இப்படிப் தப்பித்து, இப்போது சிறையில் இருக்கிறார்கள். இங்கு இருந்தால் மாதம் ஒருமுறையாவது குடும்பத்தைப் பார்க்கலாம். அங்கு சென்றால் அதுவும் இல்லாமல் போகும். அதற்கு இதுவே மேல் என்று அந்த முயற்சியை யாரும் செய்வதில்லை. ஒருவேளை முகாமில் உள்ளவர்கள் தப்பித்தால், அவர் கிடைக்கும்வரை அவர்களுக்கு பதில் அவர்களது குடும்பத்தினர் சிறையில் இருக்க வேண்டும் என்ற சட்டமும் நடைமுறையில் இருப்பதால், குடும்பத்தினரே “என்ன கஷ்டம் இருந்தாலும் தப்பிச்சு போயிறாதீங்க” என்று கெஞ்சி அழுவதை எல்லோரும் பார்த்துள்ளார்கள்.

ரோல்கால் ஆரம்பிக்கும்போது பெயர்ப் பட்டியல் வாசிக்கப்பட்டது. காவலர் எல்லோரின் பெயரையும் வாசித்து முடிக்கும்வரை எல்லோரும் அங்கேயே இருக்க வேண்டும். எல்லோரும் இருக்கிறார்கள் என்று உறுதிப்படுத்தியபின்பு, அதில் இருபது பெயர்களைப் பட்டியலிட்டு அங்கேயே இருக்கச்சொல்லி மற்றவர்களை கலைந்து போகச் சொன்னான். அதில் மைமூன் பெயரும் அவளது கூடாரத்தில் இருந்த ரோஜா, நஜீம், உம்ரத், ஆமினா பெயரும் வாசிக்கப்பட்டது. அப்படி வாசித்தால் அது அவர்களது குடியுரிமை நிரூபிக்கப்பட்டுவிட்டது அல்லது அடுத்த முகாமுக்குச் செல்வதற்கான குறியீடு. எல்லோரது வீட்டிலும் அதற்கான முயற்சி நடப்பதை எல்லோரும் அறிவார்கள். ஆமினாவும் அதனை முழுதாக நம்பினாள்.

ரோஜாவுக்கு அவர்களது பெற்றோர்கள் வசம் சில ஆவணங்கள் இருக்க வாய்ப்பு உள்ளதால், பிறப்பு சான்றிதழையும் இதர கைவசம் உள்ள ஆவணங்களையும் பரிசீலனை செய்து குடியுரிமை வழங்கச்சொல்லி நீதிமன்றம் ஆணையத்துக்கு உத்தரவு பிறப்பித்திருந்தது. அதனால் அவள் முகாமிலிருந்து வெளியேற்றப்படுவதாக அறிவிக்கப்பட்டது. அதேபோல வேறு வரிசையிலிருந்த சிலரது பெயர்களும் ஒவ்வொன்றாக

குடியுரிமை நிரூபிக்கபட்டதாக அறிவிக்கப்பட்டது. மைமூன் அவளது மனதில் கலிமா சொல்லிக்கொண்டே இருந்தாள். அவளது கூடாரத்தில் ரோஜாவைத் தவிர மற்றவர்கள் எல்லோரும் பூளவாடி முகாமுக்கு மாறுதல் செய்யப்படுவதாக அறிவிக்கப்பட்டது. மைமூன் வாயில் ஓதிய கலிமா கொஞ்சம் கொஞ்சமாக ஓசையின்றி மௌனமானது.

முகாமிலிருந்து வெளியேற்றப்படுபவர்கள் மதிய உணவுக்கு முன்பே அனுப்பப்படுவார்கள். அவர்கள் வசம் ஒப்படைக்கப்பட்ட பொருட்களைச் சரிபார்த்து பெற்றுக்கொண்டு, இங்கே அவர்கள் இருந்த காலத்தில் எந்தத்தாக்குதலோ, கொடுமையோ செய்யப்படவில்லை என்று பதிவுப்பிரமாணம் அவர்கள் கையால் எழுதி வாங்கிக்கொண்டு வெளியேற்றுவார்கள். ரோஜா முகாமிலிருந்து வெளியேறுவது அவளது கூடாரத்தில் எல்லோருக்கும் மகிழ்ச்சி. குழந்தையைப் பிரிந்து அவள் தவித்ததை எல்லோரும் அறிவார்கள். அவளது அப்பாவைப் பற்றி அவள் சொன்னது எல்லோருக்கும் அவர்மீது வெறுப்பை ஏற்படுத்தியிருந்தது. அவளது சாதியில் உள்ள பெண்கள் சாதியைத் தாண்டி வேறு சாதிப் பையனை விரும்பியது தெரிந்தால் முதலில் மிரட்டி வைப்பார்கள். அப்போதும் கேட்கவில்லை என்றால் பயம் வருமளவுக்கு இருவரையும் கொஞ்சமாய்த் தட்டி வைப்பார்கள். அப்போதும் கேட்கவில்லை என்றால் இருவரையும் கொன்று யாரும் கண்டுபிடிக்க முடியாத இடத்தில் புதைக்கும் பழக்கம் தனது அப்பாவுக்கும் அவரது கட்சிக்காரர்களுக்கும் உள்ளதை அவள் சொன்னபோது எல்லோரும் பயந்துதான் போனார்கள்.

அவளது பெரியம்மா மகள் கூடப் படிக்கும் பையனோடு கோவிலில் பேசிக்கொண்டிருந்ததைப் பார்த்த அவளது அப்பாவின் சாதி கட்சிக்காரர்கள் தங்கள்மீது எல்லோருக்கும் பயம் வர வேண்டும் என்பதற்காகவும் அவர்களது சாதியில் யாருக்கும் இனிமேல் காதலிக்கும் எண்ணமே வரக்கூடாது என்பதற்காகவும் அவனது தலையைத் தனியாக வெட்டி எடுத்துப்போன கதையைச் சொன்னபோது எல்லோரும் ஆடிப்போனார்கள். அவனே சுயமாக முடிவெடுத்து தற்கொலை செய்துகொண்டு சாவதைப்போல ஒரு வீடியோவைப் பேச வைத்த அயோகியத்தனத்தையும் அவள் சொல்லி அழுதாள். தனது மகளை எப்படியாவது பழிவாங்க வேண்டும் என்பதற்காகத்தான் குடியுரிமை சிக்கலை உருவாக்கினான்.

இப்போது அவள் வெளியே சென்றாலும் நிம்மதியாக வாழ விடுவானா என்ற கவலையும் அவர்களுக்கு இருந்தது.

"உங்களை எல்லாம் இனி நான் எப்போ பார்ப்பேன்னு தெரியல. ஆனால் என் அம்மாவைப்போல ஆத்தாவைப் போல என்னை பத்திரமா பார்த்துட்டு ஆறுதலும் சொல்லி தைரியம் கொடுத்தீங்க, சீக்கிரம் நமக்கான விடிவு காலம் வரும்" என்று அவள் சொல்லும்போது வாய் வெடித்து எதையோ நினைத்து அழுதாள். அவர்களின் நீண்ட மௌனத்தை யாரோ ஒருவரின் இருமல் கலைத்தது. காலை உணவை எல்லோரும் சேர்ந்து சாப்பிட்டார்கள். அவள் வசமிருந்த போர்வைகளையும் பொருட்களையும் மற்றவர்களுக்குப் பயன்பட வேண்டுமென்று அங்கேயே வைத்துப்போனாள்.

"முகாமில் என்னை யாரும் அடிக்கவில்லை" என்ற பிரமாணத்தை எழுதச் சொன்ன அதிகாரிதான் முதல் இருநாட்கள் அவளது இரு கன்னத்திலும் விசாரணை என்ற பெயரில் அறைந்து கொண்டே இருந்தான். பின்னால்தான் தெரிந்தது அவன் அவளது சாதிக்காரன் என்ற விபரம். ரோஜாவை அனுப்பிவைக்க முகப்புக் கதவு வரை அவளது கூடாரத்தைச் சேர்ந்த எல்லோரும் வந்திருந்தார்கள். அதேபோல இதர கூடாரங்கலிருந்து வழியனுப்ப வந்தவர்களும் நின்றுகொண்டிருந்தார்கள்.

அவள் சென்ற பின்பு அடுத்த முகாமுக்குச் செல்லும் எல்லோரும் கவலையோடு தயாரானார்கள்.

38

பூளவாடி முகாமுக்கு அழைத்துச் செல்லும் வாகனம் தயாராக நின்றுகொண்டிருந்தது. அங்கு போகவேண்டியவர்கள் வரிசையாக அமர வைக்கப்பட்டிருந்தார்கள். முதல் நாளில் முகாமுக்குள் நுழைந்தபோது இருந்த அச்சமும், மனநெருக்கடியும் அடுத்தடுத்த நாட்களில் குறைந்து போயிருந்தது. இப்போது புதிய முகாம் என்றபோது, மீண்டும் அதே மனநிலையே சூழ்ந்தது. அந்த முகாமில் நிலைமை எப்படி இருக்கும் என்று யாருக்கும் எதுவும் தெரியாது. முகாம்வாசிகளை வேறு முகாமுக்கு அழைத்துச் செல்லும் விபரங்கள் எதுவும் அவர்களது குடும்பத்துக்குத் தெரியப்படுத்தபட மாட்டாது. மனுநாள் அன்று வந்தால்தான் அவர்களுக்கே தெரியும். எல்லோருக்கும் குடும்பத்தினரை நினைத்துக் கவலை எழுந்தது. தாம் இங்கிருந்து மாற்றப்பட்ட தகவல் தெரிந்தபின்பு குடும்பத்தினர் எங்கெல்லாம் அலைவார்களோ என்ற வருத்தம் எல்லோர் முகத்திலும் இருந்தது.

எல்லோரது கைகளிலும் அவர்களது உடமைகள் ஒரு மூட்டையாகக் கட்டப்பட்டிருந்தன. பாதுகாப்பு அதிகாரிகளிடம் கொடுக்கவேண்டிய போர்வைகள், பொருட்கள் இன்னொரு கையில இருந்தது. வரிசையாக அழைக்கப்பட்ட பெயருடையவர்கள் முன்னே சென்று நின்றார்கள். அவர்கள் ‘இங்கே எந்தக் கெடுதலும் செய்யப்படவில்லை’ என்று அச்சடிக்கப்பட்ட பச்சைக் காகிதத்தில் கையெழுத்திட்டுவிட்டு, காவலர்களிடம் கொடுக்க வேண்டிய பொருட்களைக் கொடுத்துவிட்டு, நின்றுகொண்டிருந்த வாகனத்தில் ஏறினார்கள். அவர்களுக்கு இருந்த ஒரே ஆறுதல் பழக்கமான நபர்களுடன் வேறு முகாமுக்குச் செல்கிறோம் என்பதுதான்.

வாகனம் இரண்டாம் முகாம் நோக்கி நகர்ந்தது.

***

இரண்டாம் முகாம் கட்டடங்கள் புதியதாகக் கட்டப்பட்டு இருப்பது பார்த்த மாத்திரத்திலேயே எல்லோருக்கும் தெரிந்தது. வெள்ளை அடிக்கப்படாமல், பல இடங்களில் பூச்சுவேலைகூட முடிவடையாமல் இருந்தது. முதல் முகாமைப்போல் டெண்ட் கூடாரமாக இல்லாமல், ஒரே இடத்தில் இருநூறு பேர் வரை அடைத்து வைக்குமளவு பத்துக்கும் மேற்பட்ட பெரிய கட்டடங்கள் இருந்தன. இவர்கள் வருவதற்கு முன்பே ஐந்நூறுக்கும் மேற்பட்டோர் அங்கே இருந்தனர். சிறைக் கொட்டடைபோல இருபதுக்கும் மேற்பட்ட தனித் தனி அறைகள் கிழக்கு மூலையில் இருந்தன. அது தனித்து முள்வேலிக்குப்பின் அமைக்கப்பட்டு இருந்தது. இந்த முகாம் வாசிகள் யாரும் அங்கே போக அனுமதி இல்லை என்று முகாமில் நுழைந்த முதல் நாளே அறிவுறுத்தப்பட்டிருந்தனர். அங்கும் கொஞ்சம்பேர் இருந்தனர். முகாமில் விசாரித்தபோது, அவர்கள் ஆபத்தானவர்கள் என்றும், எந்தவொரு ஆதாரங்களும் இல்லாதவர்கள் என்றும், அரசின் நடவடிக்கையைக் கண்டித்து போராடும் அமைப்பின் தலைவர்கள் என்றும் பல்வேறு செய்திகள் முகாமில் உலாவின. அவ்வப்போது அந்தப் பகுதியிலிருந்து வலியில் துடிப்பவர்களின் அழுகுரல்கள் கேட்டது. அதுவும் பெரும்பாலும் இரவு நேரத்தில்தான். சிலநேரம் பெண்களின் துடிக்கும் குரல்களும் கேட்டன.

முதல் முகாமைப்போல இல்லாமல் ஆண்கள், பெண்கள் அனைவரும் ஒரே வளாகத்தில் தனித்தனி பெரிய அறைகளில் அடைக்கப்பட்டிருந்தார்கள். அன்றாட வாழ்வில் காலையில் எழுந்து வேலைக்குப் போவதைப்போல் வளாகத்தில் இருந்த வெவ்வேறு பணிகளுக்கு - சோப்பு, மெழுகுவர்த்தி, கேக்கு, ஊதுபத்தி தயாரிக்க என்று தனித்தனி வேலைகளுக்கும் - அனுப்பப்பட்டார்கள். சமையல் வேலைக்கும் அவர்களே பிரித்து அனுப்பப்பட்டார்கள். இங்கு தயாரிக்கப்படும் பொருள்களின் வருமானத்தை வைத்துதான் உணவு உள்ளிட்ட அடிப்படைத் தேவைகளைப் பூர்த்தி செய்துகொள்ள வேண்டுமென்ற வாய்மொழி உத்தரவு அரசிடமிருந்து வந்ததினால் முகாம் வார்டன்கள் முகாம்வாசிகளைப் பிழிந்து எடுத்தார்கள். உற்பத்தி குறைவான நாட்களைக் கணக்கில் வைத்துக்கொண்டு வேண்டுமென்றே ஒருநேர உணவைத் தயாரிக்க பணம் இல்லை என்று பட்டினி போடும் சூழ்ச்சியும் நிகழ்ந்தது. வேறு வழி இல்லாமல் எல்லோரும் ஏதாவது உற்பத்தியில்

ஈடுபட்டார்கள். வேலைக்கு வராதவர்களை முகாம்வாசிகளே அழைத்துப் போனார்கள். "ஓ நாங்க கஷ்டப்பட்டு வேலை செய்யணும் நீங்க நோகாம தின்னுட்டு தூங்குவீங்க" என்று சக முகாம்வாசிகளை அவமானப்படுத்தும் நிகழ்வுகளும் அவ்வபோது நடப்பதினால் காதில் விழும் அவமானகரமான பேச்சைத் தவிர்க்க வேண்டியாவது வேறு வழி இல்லாமல் எல்லோரும் எதாவது ஒரு வேலைக்குச் சென்றார்கள்.

முகாம் விதியின்படி வேலைக்குப் போவது கட்டாயம் இல்லை என்றாலும் வேலை செய்வது கட்டயமாக இருந்தது. நிர்வாகம் முகாம்வாசிகளுக்கு எந்தப் பயிற்சியும் கொடுக்காமல் பிரித்தாளும் சூழ்ச்சியைக் கற்றுக்கொடுத்துக் கொண்டிருந்தது.

39

சோப்பு தயாரிக்கும் வேலைக்குச் சென்றதிலிருந்து மைமூனின் கைகளிலும் பலரைப்போல கொப்பளங்கள் ஏற்பட்டிருந்தது. அவளது கைகள் எப்போதும் அரித்துக்கொண்டே இருந்தன. வார்டனிடம் பலமுறைக் கெஞ்சிகேட்டு ஊதுபத்தி செய்யும் பிரிவுக்கு மாறுதல் ஆகியிருந்தாள். இங்கும் பலர் கரியை நுகர்ந்து, நுகர்ந்து மூச்சுத் திணறல் வருவதாகச் சொல்லி சோப்பு தயாரிக்கும் பிரிவுக்கு மாறுதலாகிச் சென்றார்கள். பெரும்பாலும் வயதானவர்கள் மட்டுமே அதிகம் முகாமில் இருப்பதினால் அவர்களால் ஒரு அளவுக்குத்தான் வேலை செய்ய முடிந்தது. முகாமில் தயாரிக்கும் கேக்கிற்கு வெளியே நல்ல கிராக்கி இருப்பதினால் நல்ல உடல் நிலை உள்ள ஆண்களையும் பெண்களையும் அந்தப் பிரிவுக்குப் பயன்படுத்தினார்கள். அங்கே இருப்பவர்கள் பெரும்பாலும் நாற்பத்தியைந்து வயதுக்குள்ளேயே இருந்தனர்.

முகாமில் எல்லா மதங்களைச் சேர்ந்தவர்களும் இருந்தார்கள். சிறைகளைப்போலவே விகிதத்தின்படி இஸ்லாமியர் எண்ணிக்கை மக்கள்தொகையைவிடக் கூடுதலாக இருந்தது. இளம் பெண்களை எப்படியாவது பயன்படுத்த வேண்டும் என்று கழுகுப் பார்வையோடு கேக் தயாரிக்கும் பிரிவில் மட்டும் காவலர்கள் உலாவிக்கொண்டே இருப்பார்கள். தங்களைப்போல நல்லவர்கள் யாருமே இல்லை என்பதைப்போல மிகுந்த கரிசனத்தைச் செயற்கையாகப் பொழிந்தார்கள். ஒத்துவராதவர்களை ஏதாவது ஒரு காரணத்தைச் சொல்லி எல்லோரின் முன்பு கடுமையாகத் திட்டுவதும் இதைக் கூட ஒழுக்கமா செய்ய முடியாதா? என்று அவமானப்படுத்துவதும், அவர்களுக்குக் கூடுதல் வேலைகளைக் கொடுத்து வழிக்கு கொண்டு வரும் முயற்சிகளும் நடந்துகொண்டே இருந்தன.

மூன்று மாதத்தில் ஆமினாவின் உடல் மிகவும் தளர்ந்துபோயிருந்தது. ஆமினாவுக்கு மட்டும் அல்ல, எல்லோருக்கும் அப்படித்தான் இருந்தது. அவள் இந்த

நரகத்திலிருந்து வெளியேறுவோமா? இல்லை இங்கயே மௌத் ஆகிவிடுவோமா? என்ற குழப்பத்தில் முதல் முறையாக நம்பிக்கையற்ற வார்த்தைகளைப் பேசினாள். ஒருமுறைகூட அவளது இரண்டு மருமகள்களும் வந்து பார்க்கவில்லை. தனது மகன்கள் இருவரும் வெளிநாட்டில் இருக்கிறார்கள். அவர்களிடம் மருமகள்கள் என்ன சொல்லி இருப்பார்கள் என்றும் யோசித்தாள். ஒருவேளை மாதமாதம் சென்று பார்ப்பதுபோல பாவ்லா காட்டிக்கொண்டு இருக்கிறார்களா என்ற சந்தேகம் வந்தது. மௌத்துக்கு முன்பு தனது மகன்களையும் பேரன் பேத்திகளையும் பார்த்து விடுவோமா என்று ஏங்க ஆரம்பித்தாள். அவளை மற்றவர்கள், "ஒன்னும் ஆகாது அப்படியெல்லாம் பேசாதக்கா" என்று திட்டி சமாதானம் செய்தார்கள். "அப்பவே அந்த மனுசன் சொன்னாரு பசங்களோட நாமும் வெளிநாடு எங்காவது போய்டணும்ணு, ஆனால் துனியா (உலகம்) விட்டே போயிட்டாரு. இந்த வாழ்க்கைக்காக ஒத்த ரூஹா (உயிர்) கையில பிடிச்சு எவ்வளவு கஷ்டப்பட்டு, ஊர் ஊரா சுத்தி இங்க வந்தோம். அப்படியும் எங்க கிடைச்சது நிம்மதி. இப்படி சீல்பட்டு வாழ வேண்டியதாச்சு." அவளது பேச்சில் எப்போதுமே தெளிந்த உச்சரிப்பு வராது. சிலநேரம் பேச்சின் ஊடாக உருது, இந்தி வார்த்தைகளும் விழும். கணவரின் மரணத்துக்குப் பின்பு மருமகள்கள் அவளைப் படுத்திய கொடுமைகளை மட்டுமே பலநேரம் பேசிய அவள், முதல்முறையாக ஆவணங்கள் எதுவும் இல்லாமல் இந்த நகரத்துக்கு வந்து சேர்ந்த மற்றொரு கதையைச் சொல்ல ஆரம்பித்தாள். அதனை மறைப்பதால் இனி எந்தப் பலனும் இல்லை. எல்லாம் வெட்ட வெளிச்சமாகட்டும் என்று சுய நினைவோடுதான் பேச ஆரம்பித்தாள். "அவரின் உண்மையான பெயர் முஹம்மது அப்ஷல் அல்ல, ஆரிஃப்" என்றுதான் ஆரம்பித்தாள். அவளின் சொந்த ஊர் உத்திரபிரதேசம், ஹாசிம்புரா. பிழைப்புத் தேடி வந்த குடும்பம் அல்ல, உயிர் பிழைப்பதற்காக வந்து சேர்ந்த குடும்பம்.

அது 1987 மே மாதம். கோடை புழுக்கம் வழக்கத்தைவிட அதிகமாக இருந்தது. ஹாசிம்புரா பகுதியின் தேசியக் கட்சி தலைவரின் மருமகன் யாரோ ஒருவனால் கொலை செய்யபட்டதை அடுத்து அந்தப் பகுதியே பதட்டத்தில் இருந்தது. அவன் பல இடங்களில் சட்ட விரோதமான காரியத்தில் ஈடுபடுவதால் அவனின் எதிர் கோஷ்டிகள் கொலை

செய்திருக்கக் கூடும் என்று செய்தி நகர் முழுக்கப் பரவியது. நேரம் போகப்போக அது அப்படியே அடங்கிப்போய், அவனொரு போராளி. அவனை இஸ்லாமியன் ஒருவன் கொலை செய்தான் என்று புதியதாக ஒரு செய்தி கசியவிடப்பட்டதிலிருந்து கூடுதல் பதட்டம் உருவானது.

இரண்டு நாட்கள் பல இடங்களில் இஸ்லாமியர்களின் கடைகள் எரிப்பு, தாக்குதல் சம்பவங்கள் நகரம் எங்கும் நடந்தன. பதட்டத்தைப் போக்க சிறப்பு ஆயுதப்படையும் ராணுவமும் வரவழைக்கப்பட்டது. அன்றைய மாலை நேரத்தில் ஆமினாவின் பகுதிக்குள் நுழைந்த சிறப்பு ஆயுதப் படை மற்றும் ராணுவம், அனைத்து ஆண்களையும் ஊரின் நடுவே வந்து உட்காரச் சொல்லி வீதி வீதியாக மக்கபோனில் அறிவித்தது. ஆமினா தனது இரண்டு குழந்தைகளோடு வீட்டில் இருந்தாள். ஆரிஃப் ஒரு மாதத்திற்குப் பிறகு அப்போதுதான் வியாபாரத்துக்காக டெல்லி சென்று திரும்பிய பயணக் களைப்பில் தூங்கிக் கொண்டிருந்தான். ஆண்கள் எல்லோரும் வரவேண்டும் என்று சொல்லிக்கொண்டே காவலர்கள் வீடு வீடாகக் புகுந்து ஆண்களை ஊரின் மையத்துக்கு விரட்டிக்கொண்டிருந்தார்கள். மையத்தில் மஞ்சள்நிற ட்ரக் வாகனம் ஒன்று நின்றுகொண்டிருந்தது.

சூரியன் நன்றாக மறைந்திருந்தது. 600க்கும் மேற்பட்ட ஆண்களை ஊரின் மையத்தில் உட்காரவைத்தனர். அதில் இருபது வயதிலிருந்து நாற்பது வயதுக்குள் இருக்கும் ஆரோக்கியமான நபர்கள், இளைஞர்களைத் தனியாகப் பிரித்தார்கள். மஞ்சள் நிற ட்ரக்கில் எல்லோரையும் ஏற்றினார்கள். ஏற்றப்பட்டவர்களில் ஆரிஃப்பும் இருந்தான். “சார் அவர் ஒன்னும் செய்யவில்லை. இப்போதுதான் ஊரில் இருந்து வந்துள்ளார்” என்று சொன்ன ஆமினாவின் நெஞ்சின் மீது துப்பாக்கிக் கட்டையை வைத்து ஒரு இராணுவ வீரன் அடித்தான். அவள் துடித்து விழுந்ததைப் பார்த்து எல்லோரும் பின்வாங்கினார்கள். அவர்களை விசாரணைக்கு அழைத்துச் செல்வதாகச் சொல்லிச் சென்ற வாகனத்தின் பின்னே இன்னொரு வாகனமும் சென்றது. அதில் பக்கத்து மொஹல்லாவிலிருந்து அழைத்து வரப்பட்ட இளைஞர்கள் கொஞ்சம்பேர் இருந்தார்கள். காவல்துறை அதிகாரிகள் அவ்வப்போது இப்படி வந்து கொஞ்சம் பேரை அழைத்துச் செல்வதும் பின்னார் முடிக்கப்படாத வழக்கில் சேர்த்து சிறையில் அடைப்பதும் வாடிக்கை. இந்த முறை

கலவரம் செய்தவர்கள் என்று சிறையில் அடைக்கப்படுவார்கள் என்று எல்லோரும் புரிந்து கொண்டார்கள். இனி அவர்களைப் பிணையில் எடுக்கும் வேலையில் ஈடுபட வேண்டும். மொஹல்லாவில் அதுவொரு தொடர் பழக்கமானது.

ட்ரக் தில்லி-காசியாபாத் நகர எல்லை பகுதியில் உள்ள மக்னாபூர் கிராமத்தின் ஹிண்டன் ஆற்றுப்படுகையின் மண் சாலையில் நின்றது. சூரியன் முழுவதும் மறைந்து இருட்டு மட்டுமே விரிந்து கிடந்தது. கண்ணுக்கு எட்டிய தூரம் வரை மனித நடமாட்டமே இல்லை. இரண்டு வாகனங்களின் முகப்பு விளக்கு வெளிச்சத்தைத் தவிர வேற எந்த வெளிச்சமும் அங்கு இல்லை. தூரத்தில் தேசிய நெடுஞ்சாலையில் சில வாகனங்கள் அவ்வப்போது செல்வது பிம்பமாய்த் தெரிந்தது. ட்ரக் இந்த இடம் வந்து சேரும்வரை வாகனத்திலிருந்த காவலர்கள், அவர்கள் கையில் வைத்திருந்த லத்திகளாலும் துப்பாக்கிக் கட்டைகளாலும் அடித்துக்கொண்டே வந்ததில் எல்லோரின் உடலிலும் இரத்தம் ஒழுகிக் கொண்டிருந்தது. அவர்கள் எதற்கு அடிக்கிறார்கள் என்ற எந்த விபரமும் தெரியாமல் எல்லோரோடும் சேர்ந்து ஆரிஃப்பும் அடிவாங்கினான். “இந்த சந்தர்ப்பம் தான் இவர்களுக்கு நாம் பாடம் சொல்லிக்கொடுக்கும் சரியான சந்தர்ப்பம். இதற்கு மேல் இவர்கள் இங்கே அடங்கித்தான் இருக்க வேண்டும்” என்று இன்ஸ்பெக்டர் சுரேந்திர பால்சிங் கத்தினான்.

இரண்டு வாகனங்களிலிருந்தும் இறக்கப்பட்டவர்களில் சிலரை மட்டும் பிரித்து ஒரு வண்டியில் அடைத்து எங்கோ கொண்டு சென்றார்கள். மீதம் 44 பேர் இருந்தார்கள். அவர்களை ஏற்றிய மற்றொரு வண்டி சிறிது தூரம் சென்றது. புதர் மண்டிய அகலமான சாக்கடை ஓடும் இடத்தில் வாகனத்தை நிறுத்தினார்கள். வலதுபுறம் ஆறும் இடதுபுறம் சாக்கடையும் ஓடியது. ஒவ்வொருவராக இறங்கச்சொல்லி சுரேந்திர பால்சிங் கத்தினான். ட்ரக்கிலிருந்த எல்லோரும் பயந்து பின்வாங்கி உள்ளே உள்ளே சென்றார்கள். வண்டியில் இருந்த காவலர்கள் அவர்களை குண்டுக் கட்டாகத் தூக்கி வெளியே வீசினார்கள். வராதவர்களை கையில் வைத்திருந்த போலிஸ் லத்தியால் சகட்டு மேனிக்கு அடித்து நொறுக்கினார்கள். அடி வாங்கத் தயாரானவர்கள் அவர்களின் உள்மனதின் பேச்சைக் கேட்டு கீழே இறங்காமல் வண்டிக்குள் தத்தளித்தனர்.

வாகனத்திலிருந்து தூக்கி வீசப்பட்டவர்கள் தொப்பென்று விழுந்து உடலில் காயத்தோடு எழுந்தார்கள். “மீரட் குட்டி பாகிஸ்தான் ஆகிவிட்டது. அதனை சரிகட்டாமல் விடமாட்டோம்” என்று சொல்லி வாகனத்திலிருந்து வீசப்படும் ஒவ்வொருவர் மீதும் சகட்டு மேனிக்குச் சுடும்படி காவலர்களுக்கு உத்தரவைக் கொடுத்தான் பால்சிங். துப்பாக்கியை லோடு செய்து வரிசையாக நின்றுகொண்டிருந்த காவலர்களின் துப்பாக்கித் தோட்டாக்கள் அப்பாவி மனிதர்களைத் துளைத்தன. துடிதுடித்து, சுருண்டு கால்வாயில் விழுந்தார்கள்.

தொடர் துப்பாக்கிச் சத்தம் அடங்கியதும், எல்லோரும் செத்துவிட்டார்கள் என்பதை உறுதிப்படுத்திக்கொண்டு மஞ்சள் ட்ரக் கிளம்பியது. தோள் பட்டையில் மட்டுமே உரசிச் சென்ற தோட்டாவால் ஆரிஃப் கடுமையான இரத்தக் காயத்தோடு புதரில் துடித்துக்கொண்டு மயக்கமானான். நடு இரவில் யாரோ ஒருவர் அருகில் உயிருக்குப் போராடும் மூச்சின் வெப்பம் அவனை எழுப்பியது. அவனும் தூக்கிவீசப்பட்டதில் கால் உடைந்து கொடும் காயத்தோடு புதரில் கிடந்தான். மற்றவர்கள் அனைவரும் சாக்கடையில் பிணமாகக் கிடந்தார்கள். அருகில் கிடந்த கால் உடைந்தவனை எழுப்பி தோளில் சாய்த்துக்கொண்டு இரத்தக் காயங்களோடு நெடுச்சாலை நோக்கி நடந்து வந்தான். எட்டும் தூரத்தில் இருந்த நெடுஞ்சாலை ஓட்டல் கடை மூடியிருந்தது. வெளியே பச்சை வண்ண விளக்கு வெளிச்சம் இருந்தது. அருகில் செல்லும்போது அவர்களை நோக்கி ஒரு இரு சக்கர வாகனம் வந்தது. நம்பிக்கையோடு கைகாட்டினான் ஆரிஃப். அருகில் வந்தபோதுதான் தெரிந்தது அது போலீஸ். உடல் நடுங்கிப்போனான். பயந்தவனைப் பார்த்து பயப்படாதே நான் ஒன்னும் செய்ய மாட்டேன் என்றவர், நடுங்கிய ஆரிஃபுக்கு நம்பிக்கை கொடுத்தார். அந்தக் காவலர் பூட்டியிருந்த ஓட்டலின் கதவைத்தட்டி தண்ணீர் வாங்கிக் கொண்டுவந்து ஆரிஃபுக்குக் கொடுத்தார். அருகில் இருப்பவனும் தாகத்தில் தண்ணீர் கேட்டான். அவனுக்காகவும் தண்ணீர் வாங்க ஓடினார். திரும்பி வருவதற்குள் ஆரிஃப் புதருக்குள் எங்கோ மறைந்து போயிருந்தான்.

இரண்டு நாள் கழித்து அவனது ஊரிலிருந்து வெகுதூரம் இருக்கும் அவனது அம்மாவின் கிராமத்தில் நாட்டு வைத்தியத்தில் இருந்தபோது ஹிண்டன் ஆற்றங்கரையில் 42 பிணங்கள் கிடந்ததாகச் செய்தி வந்தது. மொத்தம் இரண்டு பேர்

மட்டுமே உயிர் பிழைத்து உள்ளார்கள். எப்படியும் காவல்துறை, கடைசி சாட்சியாக இருக்கும் ஆரிஃப்பையும் தேடி கொலை செய்யும் என்பதை உணர்ந்த ஆரிஃப் குடும்பத்தினர் அவனை அங்கிருந்து பாதுகாப்பான இடத்துக்கு அனுப்பி வைத்தார்கள். அதோடு உயிர் பிழைத்தால் போதுமென்று பல இடங்கள் அலைந்து இங்கே வந்து சேர்ந்ததாக ஆமினா கூறினாள். இங்குதான் ஒரு பாதுகாப்பு உணர்வு இருந்தது என்று அவள் பேசி முடியும்வரை யாருமே பேசவில்லை.

“ஆரிஃப் மட்டும் தனது தாதாவின் பெயரை, புதிய பெயராக வைத்துக்கொண்டார். எப்படியாவது மகன்களை நன்றாகப் படிக்க வைத்து, குடும்பமே வேறு நாட்டுக்குச் சென்றிட வேண்டும் என்பதுதான் அவரது நீண்டகால விருப்பமாக இருந்தது. குழந்தைகள் இங்கேயே படித்ததினால் எங்களுக்குப் படிப்பறிவு இல்லை என்ற காரணத்தைச் சொல்லி இங்கு பிறந்ததாக மகன்களுக்குப் பிறப்பு சான்றிதழ்கள் வாங்கிக் கொண்டோம். எங்களுக்கு வாங்க முடியாது என்று தெரியும். இப்படி ஒரு சட்டம் வருமென்று எப்போதும் நினைத்தது இல்லை. உயிரைக் கொடுத்துதான் எங்களது நாட்டுபற்றை நிரூபிக்க வேண்டுமென்ற அவசியம் இல்லை என்று அவர் உறுதியாக நம்பினார். அதனால்தான் மரணத்தின் முனைவரை சென்று வந்தவர் இந்த நாட்டில் இருப்பதைக்காட்டிலும் மகன்களோடு நிம்மதியாக வேறு ஏதாவது ஒரு நாட்டில் இருக்கலாம் என்று முடிவுக்கு வந்திருந்தார்.

ஒரு வாழ்க்கைக்காக எவ்வளவு அவமானங்களைச் சந்திக்க வேண்டியுள்ளது என்று அவள் சொல்லி கண் கலங்கும் போது மைமூன் அவளது கையைப்பற்றி ஆறுதல் சொன்னாள். “முகாமில் இருப்பதைவிட, உயிரைக் கொடுத்து ஓய்வு இல்லாமல் உழைத்து மகன்களை ஆளாக்கினோம். இப்போது அவர்களது குடும்பத்தாலேயே தூக்கி வீசப்பட்ட, கசங்கிய காகிதமாகக் கிடப்பதை நினைத்துதான் எனக்கு அழுகை வருகிறது” என்று சொன்னவள் தாங்கமுடியாமல் மேலும் அழுதாள். அந்த அழுகையில் அரசின் கொடுமையைவிட குடும்பத்தின் புறக்கணிப்பின் வலி கூடுதலாக இருந்தது. அவள் இந்த முகாம் வாழ்க்கைக்கு வந்ததிலிருந்து அவளது கடந்த காலத்தைச் சொல்லியது இல்லை. இன்று எல்லோருக்கும் அவள் கதை பாரமானது. உறக்கம் வராமல் பழையதை நினைத்து நினைத்து அழுதாள். அன்று அவள் தூங்க வெகு நேரமானது.

காலை தேநீருக்கான விசில் சத்தம் எல்லோரையும் எழுப்பியது. விசில் சத்தத்துக்கு முன்பே எழும் ஆமினா மட்டும் தேநீர் குடிக்க எழுந்திருக்கவில்லை. இரவு முழுவதும் புரண்டு புரண்டு படுத்தவள் வாழ்வில் வெறுமை சூழ்ந்து, தனது ருஹூ பறவையைச் சுதந்திரமாக உடலிலிருந்து செல்ல அனுமதித்து இருந்தாள். முறைப்படி அவள் வீட்டுக்குத் தகவல் சொல்லி அனுப்பப்பட்டது. அவளது உடல் முகாம்வாசிகளின் கண்ணீரோடு முகாமிலிருந்து விடுதலையானது.

40

ஆமினா இறந்து ஒரு மாதம் கடந்தபோதும் அவளின் நினைவு எல்லோரையும் தொந்தரவு செய்துகொண்டே இருந்தது. முதல் முகாமில் இவர்கள் சமையல்முறை வந்தபோது ஆமினாதான் காலை தேநீரை எடுத்துவந்து விசில் ஊதுவாள். முதல் நாளே ‘நான் விசில் கொடுக்கிறேனே’ என்று ஆசையாக வாங்கிக் கொண்டவள், அந்த ஒரு வாரம் முழுக்க ஒரு குழந்தையைப்போல விசிலை காலையும் மாலையும் வித விதமான ஒலியில் ஊதிக்கொண்டே இருந்தாள். அப்போது அவள் முகம் முழுக்க பற்கள் விரிந்து தெரியும். தனது குழந்தைப் பருவத்தை விசில் கொடுத்து மீட்டுக்கொண்டிருந்தாள். அச்சமயத்தில் முகாமில் இருக்கும் கவலையை மறந்து சிரிப்பாள். அந்த வாரத்துக்குப் பின்பு யார் விதவிதமாக விசில் கொடுத்தாலும் “உன் தங்கச்சி யாரோ வந்துட்டா போல” என்று அவளைக் கிண்டல் செய்வார்கள். இப்போது சாதாரண விசில் சத்தம் வந்தாலே அவளின் நினைவு வந்து விடுகிறது.

தேநீருக்கான வரிசையில் மைமூன் நின்றுகொண்டிருந்தாள். அவளது அருகில் ரெஜீனா வந்து நின்றாள். மைமூன் இந்த முகாமிற்கு வருவதற்கு முன்பே அவள் வந்திருந்தாள். இங்கே வந்து ஆறு மாதங்களானதாக முதல்முறை அறிமுகம் ஆனபோது சொன்னாள். அவள் இந்த முகாம் வரும்போது சொற்பமான முகாம்வாசிகளே இருந்ததாகச் சொன்னாள். அவளுக்கு நாற்பது வயதிருக்கும், எல்லோரிடமும் சகஜமாகப் பேசினாள். ஊரில் வெள்ளம் வந்தபோது பல வீடுகளில் அடித்து செல்லப்பட்ட பலரின் ஆவணங்களைப் போல இவளின் உடமைகளும் வெள்ளதில் போனது. மாற்றுச் சான்றிதழை அரசு தரப்பும் தரவில்லை. அதை அதிகாரிகளிடம் சொன்னபோது அவர்கள் காதில் வாங்கவில்லை. அவளது தெருவைச் சேர்ந்த பலரும் வெவ்வேறு முகாம்களில் அதே காரணத்தோடு அடைக்கப்பட்டிருக்கிறார்கள்.

ஆண்களின் கண்கள் எப்போதும் ரெஜினாவைச் சுற்றியே மொய்க்கும். அவளது விரிந்த தோள்பட்டையும் சிவந்த தேகத்தின் மீதும் காவலர்களின் பருந்துக் கண்கள் எப்போதும் பாய்ந்துகொண்டிருக்கும். அவ்வப்போது அதற்கான நூலையும் விடுவார்கள். மிக நைசாகப் பேசி நழுவி விடுவாள். முகாமிலிருந்து வெளியேறும் வரை எந்தக் காரணம் கொண்டும் கோபத்தை மட்டும் காட்டிடக் கூடாது என்பதில் கவனமாக இருந்தாள். அதனால் சேதாரம் நமக்குதான் என்பதில் அவள் தெளிவுடன் இருந்தாள். அவளது பேச்சில் எப்படியும் ஒருமுறையாவது 'கர்த்தாவே' வந்து விடும். கர்த்தரின் மீது அவ்வளவு விசுவாசம் வைத்திருந்தாள், திருமணமாகவில்லை. அவளது சிறு வயதிலேயே அம்மா இறந்துவிட்டாள். குடிகார அப்பாவிடம் சிக்கிக்கொண்டு அவளும் அவளது தம்பியும் பல துன்பங்களை அனுபவித்துவிட்டார்கள். வீட்டில் இருந்த பாத்திரங்கள் ஒவ்வொன்றாகக் காணாமல் போக ஒருநாள் குடித்துவிட்டு வந்து ரகளை செய்த அப்பாவை தம்பி அடித்து மண்டையை உடைத்துவிட்டான். போலீஸ் வந்தால் பிடித்துக்கொள்ளுமோ என்று பயந்து ஓடியவன் பல வருடங்கள் கழித்தும் வரவில்லை. அவன் ஆந்திராப் பக்கம் ஒரு ஓட்டலில் வேலை செய்வதைப் பார்த்ததாகத் தெருவாசி ஒருவன் ஒருமுறை இவளிடம் சொல்லியுள்ளான். எப்படியும் ஒருநாள் வருவான் என எதிர்பார்த்திருந்தாள். அவன் இப்போதுவரை வரவில்லை. குடித்துக் குடித்து குடல் வெந்து அப்பனும் கடந்தாண்டு போய்ச் சேர்ந்துவிட்டான். மைமூனைப் பார்த்து சிநேகமாகச் சிரித்தாள். அதேபோல ஆண்கள் வரிசையில் நிற்கும் நாகராஜையும் பார்த்துச் சிரித்தாள். அவன் முகம் வெட்கத்தில் நெளிந்தது. இங்கு வந்துதான் இருவருக்கும் அறிமுகம். இப்போது இருவரும் காதலித்து வருவது முகாம்வாசிகள் எல்லோருக்கும் தெரியும். ஒருநாள் சமையல் அறைக்குப் பின்புள்ள ஸ்டோர் ரூமில் காவலர்கள் இல்லாத நேரம் இருவரும் வெளிவந்ததை மைமூனே பார்த்திருக்கிறாள். இந்த முகாம் குறித்தும் கட்டட அமைப்பு குறித்தும் மற்றவர்களைக் காட்டிலும் இவளுக்கு அத்துப்படி. பல மாதங்களாக இருப்பதினால் காவலர்களிடம் நல்ல அறிமுகமும் இருந்தது. எல்லோரையும் போலவே அவளுக்கும் போதிய ஆதாரம் இல்லை. ஆணையத்தில் விண்ணப்பித்து உள்ளாள். எப்படியும் ஓரிரு மாதங்களில் வெளியேறி விடலாம் என்று நம்பிக்கையோடு இருக்கிறாள்.

அன்று நாகராஜ் நெருங்கி வந்து, "இன்னைக்கு எங்க வேலை" என்று அவளுக்கு மட்டுமே கேட்கும் ஒலி அளவில் பேசினான். "என்ன புதுசா கேக்குறீங்க, கேக்கு செய்யத்தான் போகணும்" என்றாள். "சமையல் பக்கம் வருவியான்னு பார்த்தேன்" என்றான். "ம்ம்... அதெல்லாம் வர முடியாது" என்று செல்லமாய் முறைத்துக்கொண்டே போனாள். முகாமிலிருந்து வெளியேறி பின் நாகராஜையும் வெளியே எடுத்து அவனைத் திருமணம் செய்துகொண்டு நிம்மதியாக வாழவேண்டும் என்று விரும்பினாள். இந்தப் பேச்சு வரும்போதெல்லாம் 'கர்த்தாவே துணை செய்வார்' என்று புள்ளி வைப்பாள். அவளுக்கு அந்த ஆசையைத் தவிர வேறு எதுவும் இல்லை. எந்த உறவுப் பிடிமானமும் இல்லாமல் வாழும் தனக்கு உறவாக நாகராஜ் இருப்பான் என்று நம்பினாள்.

மைமூன்தான் ஆரம்பித்தாள். "அவன் வெளிய போனா கண்டிப்பா உன்னைக் கட்டிக்குவானா?" ரெஜினா புன்முறுவல் காட்டிக்கொண்டே சொன்னாள், "அவனுக்கும் யாருமில்ல, எனக்கும் யாருமில்ல. ஒருத்தருக்கு ஒருத்தர் புரிஞ்சு ஒத்தாசையா வாழலாம்னு சொன்னாரு, ரொம்ப நல்ல மனுசனாதான் இருக்கிறாரு. நிச்சயம் கட்டிகிடுவாரு அம்மா" என்றாள். அவளது பேச்சு எப்போதும் தெளிவாக இருக்கும்.

கிழக்கு மூலையில் உள்ள அறைகளுக்குத் தேநீர் போவதைப் பார்த்திருந்தவள், அவர்களை மட்டும் தனித்து அடைத்து வைத்திருப்பது பற்றி ரெஜினாவிடம் கேட்டால் முழு விபரத்தையும் சொல்லுவாள் என்று நினைத்தாள். வந்த சில மாதங்களிலேயே அரசல்புரசலாக சில விபரங்களைத் தெரிந்து வைத்திருந்தாள். மூன்று நாட்களுக்கு முன்பு கொண்டுவந்து அடைத்த நபரைப் பற்றிக் கேட்டாள். எல்லோரைப் பற்றியும் எப்படியும் விசாரித்து வைத்துக் கொள்வாள் ரெஜினா.

அங்கு வரிசையாய் இருபது அறைகள் இருந்தன. சிறை வளாகத்துக்குள் காவலர்கள் தவிர யாரும் போகமுடியாதளவு தனித்த சிறைக் கொட்டடியாக இருந்தது. அவள் முதலில் சொன்ன வார்த்தையே, "அம்மா அங்க இருக்கிறவுங்க எல்லோருக்கும் எல்லா ஆதாரமும் இருக்கு. சமூக சேவை செய்யறவுங்க, பத்திரிக்கைக்காரங்க, கட்சிக்காரங்க, அரசாங்கம் பண்ணுற மோசடிய பேசறவுங்க, எழுதறவுங்க. இவங்க வெளியே இருக்கிறது அரசாங்கத்துக்குப் புடிக்கல, இந்த நாசமா

போன அரசாங்கம் கொண்டுவர சட்டங்களை எல்லாம் மக்கள் மத்தியில இவுங்கதான் சொல்லி குழப்புறாங்கனு, சும்மா கொண்டுவந்து அடைக்க முடியாதில்ல? அதுக்கு ஏதாவது ஒரு சப்பக்காரணத்தைச் சொல்லி வரிசையா கொண்டு வந்து அடைக்கிறாங்க, அதுதான் விஷயம்" என்றாள்.

முதல் அறையிலிருந்து ஆரம்பித்தாள். முதல் அறையில் நான்கு பேர் இருக்கிறார்கள். அதில் ஒருவர் பத்திரிக்கையாளர். மூன்று பேர் கம்யூனிஸ்ட் கட்சி. இரண்டாவது அறையில் எல்லோரும் கம்யூனிஸ்ட் கட்சிக்காரர்கள். அடுத்த அறையில் ஐந்து பெண்கள், இருவர் பத்திரிக்கையாளர்கள் மூன்றுபேர் சமூக சேவை செய்பவர்கள். அடுத்த இரண்டு அறையில் இருப்பவர்கள் பெரியார் கட்சிக்காரர்களும், அம்பேத்கர் கட்சிக்காரர்களும். அடுத்த மூன்று அறைகளும் முஸ்லீம் கட்சிக்காரர்கள்... வரிசையாகச் சொல்லிக்கொண்டே போனாள். மூன்று நாட்களுக்கு முன்பு அழைத்து வரப்பட்ட செல்வராசு கடைசி அறைக்கு முந்தின அறையில் இருக்கிறார் என்று முடித்தாள். இந்த அறைகளுக்குக் கொண்டு வருபவர்களை சில மாதங்களில் இரவு நேரத்தில் வேறு முகாமுக்கு அழைத்துச் செல்வதும், அந்த அறையில் புதிய ஆட்களைக் கொண்டு வந்து அடைப்பதும் நடந்துகொண்டே இருக்கிறது. "இங்கிருந்து கொண்டு போற ஜீவனுகள அடுத்த முகாமுக்குத்தான் கொண்டு போறங்களா, இல்லையானு எல்லாம் அந்தக் கர்த்தாவுக்கே வெளிச்சம்." அவள் சொல்லும்போது அந்த வார்த்தைகளில் ஒரு பீடிகை இருந்தது.

புதியதாக முகாமுக்குக் கொண்டுவரப்பட்ட செல்வராசுவைப் பற்றி நகரவாசிகளுக்கு ஓரளவு தெரியும். மாணவர் சங்கத்தில் இருக்கும்போது பள்ளிக் கட்டண உயர்வுக்காகப் போராடிய அவனை ஒரு காவலர் பின்மண்டையில் ஓங்கி அடிக்கும் புகைப்படம் மறுநாள் எல்லா நாளிதழ்களிலும் வந்தது. இரத்தம் சொட்ட சொட்ட நிற்கும் அந்தப் புகைப்படத்தின் வழியாகவே எல்லோருக்கும் அவனைத் தெரியும். அதுவரை மாவட்ட ஆட்சியர் வளாகத்திற்குள் யாருமே நுழைந்து, போராட்டம் செய்தது இல்லை. போலீஸ் கண்ணில் படாமல் இருக்க ஆட்சியர் அலுவகத்துக்குப் பின்னாலிருந்த உடைந்த கட்டடத்தின் வழியே நுழைந்து மாணவர்களை அழைத்து வந்து, மாவட்ட ஆட்சியர் வளாக மையத்தில் நின்றபடி கட்டடமே அதிரும்படி முழக்கமிட்ட போதுதான் காவலர்கள் மாணவர்

படை உள்ளே நுழைந்ததை கவனித்திருந்தார்கள். அப்போது அவர்களைக் கலைக்க காவலர்கள் தடியடி நடத்திய புகைப்பட காட்சிகள்தான் மறுநாள் அனைத்துப் பத்திரிகைகளிலும் வந்து நகரம் முழுக்க செல்வராசுவின் பெயரை அறிமுகப்படுத்தியது. அதன்பின்பு பலமுறை மக்கள் போராட்டங்கள் வழியே அவனை எல்லோரும் கவனித்து இருக்கிறார்கள்.

நகரை நவீனமாக்குகிறோம், ஆக்கிரமிப்புகளை அகற்றுகிறோம் என்ற பெயரில் அரசு அதிகாரிகள், சூரியா நகரில் உள்ள சில வீடுகளை இடித்து மக்களை எல்லாம் வெளியேற்ற முயற்சித்தபோது, செல்வா தலைமையில் மக்கள் பெரிய போராட்டத்தை நடத்தினார்கள். அதே இடத்தில் பெரிய சுவர்களுக்கு நடுவே இருந்த கோல்ப் கிளப் மைதானத்தை அதிகாரிகள் எடுக்கவில்லை. அங்கே வந்து போகும் எல்லோரும் நகரத்தின் அரசியல்வாதிகள், பெரிய அதிகாரிகள். அதனால் அதனை விட்டு எளிய மக்கள் இருக்கும் பகுதியை மட்டும் இடிக்க வந்தார்கள். அப்போது செல்வா மட்டும் இல்லாமல் போயிருந்தால் காவல்துறையை வைத்து மக்களை அடித்து விரட்டியிருப்பார்கள். கடுமையான போராட்டம் காரணமாக அந்த நகரும் மக்களும் காப்பாற்றப்பட்டனர். அப்படியொரு போராட்டம் நடக்காமலிருந்தால் அந்த இடத்தில் எப்போதோ பெரிய ஷாப்பிங்மால் வந்திருக்கும். அப்போதிலிருந்து நகரவாசிகளுக்கு அவனை நன்றாகத் தெரியும். அவனை முகாமுக்குக் கொண்டு வரும்போதே நடக்க முடியாதபடிதான் கொண்டு வந்தார்கள். அவனை நன்றாக அடித்து இருந்ததை அவனைப் பார்த்தவுடனேயே கண்டுகொண்டார்கள். அவர்களிடம் யாரும் நெருங்க முடியாத வகையில் பாதுகாப்பு அதிகாரிகள் அந்த பகுதியில் எப்போதும் உலவிக்கொண்டே இருப்பார்கள்.

முகாமில், அந்த அறைகளில் அடைக்கப்பட்டிருப்பவர்கள் மட்டும் அடிக்கடி உடல்நிலை சரி இல்லாமல் மருத்துவமனைக்குக் கொண்டு செல்லபட்டார்கள். உணவு தயாரிப்புப் பிரச்சனை என்று மட்டும் முகாம் வாசிகளுக்குத் தெரிய வரும். இத்தனைக்கும் எல்லோருக்கும் சமைக்கும் உணவுதான் அவர்களுக்கும் கொடுக்கப்படும். சமைக்கப்பட்ட உணவு காவலர்கள் அறைகளில் வைக்கப்படும், அவர்கள் கொண்டு போய்க் கொடுப்பார்கள். ஆனால் அவர்கள் மட்டும் உடல்நிலை சரி இல்லாமல் அடிக்கடி பாதிக்கப்படுவது

எல்லோருக்கும் புதிராகவே பட்டது. அதில் சிலர் இறந்து போவதும் நடந்தது. மைமூன் இந்த முகாமுக்கு வருவதற்கு, ஒரு வாரம் முன்பு பலருக்கும் வயிற்றுப் போக்கு ஏற்பட்டு பத்து பேர்வரை இறந்த தகவலை ரெஜினா சொல்லியிருந்தாள். அவள் வருவதற்கு முன்பே இப்படி அடிக்கடி நடந்ததாகக் கூறினாள். பத்து பேர் இறப்புக்குப் பின்புதான் தரமான உணவை நாங்களே தயார் செய்து கொள்கிறோம் என்று அந்த வாரத்திலிருந்து முகாம்வாசிகளே உணவைத் தயார் செய்ய ஆரம்பித்தார்கள்.

உணவை நாங்களே தயார் செய்கிறோம் என்று முகாம்வாசிகள் சொன்னபோது முதலில் நிர்வாகம் ஒத்துக்கொள்ளவில்லை. அதற்குக் காரணம் அரசோடு நெருக்கமான சேவா அமைப்பின் மாநிலத் தலைவர் ஒருவருக்குத்தான் அந்த உணவு தயாரிக்கும் காண்ட்ராக்ட் ஒதுக்கீடு செய்யப்பட்டு இருந்தது. அதில் பல கோடி வருமானம் வருவதை அவர் இழக்க விரும்பவில்லை. ஒரு முகாமில் காண்ட்ராக்ட் கைமீறிப் போனால் அவர் வசமிருந்த இருபது முகாமும் ஒவ்வொன்றாகக் கழிந்து போகும் என்று பதறியவர் முகாமின் கண்காணிப்பாளரிடம் சொல்லி போராடும் நபர்களில் முக்கியமான ஒருசிலரை 'நன்றாக கவனிக்கும்படி' சொல்லி இருந்தான். அப்படி 'கவனிக்கப்பட்ட' நாகராஜுக்குக் காவலர்கள் கண்ணில் படாமல் அவ்வப்போது உதவி செய்யப் போனபோதுதான் ரெஜினாவுக்கு அவன்மீது ஈர்ப்பு வந்தது. எல்லோருக்காகவும் நிற்பவன் தன்னை விரும்புவதாகச் சொன்னபோது அவளும் அவனிடத்தில் சரிந்தாள். முகாமில் நடக்கும் சந்தேக மரணத்தினால் நகரில் இருக்கும் முகாம்வாசிகளின் உறவினர்கள் போராட்டம் நடத்தியதால் எல்லா முகாம்களிலும் முகாம்வாசிகளே சமையல் செய்ய நீதிமன்றம் உத்தரவிட்டது. அதன்பிறகு சமையலால் ஏற்படும் உடல்நலக் குறைவு முகாம்வாசிகளிடம் குறைந்தது.

41

மொமூரான் நஸ்ரேயாவுக்கு உடல் சுகமில்லை என்று ரெஜினா மைமூனிடம் வந்து சொன்னாள். சோப்பு தயாரிக்கும் கூடத்தில்தான் அவளிடம் முதன்முதலில் பேசினாள். இரண்டு குழந்தைகளுக்குத் தாய். கணவர், இரண்டு குழந்தைகளுக்குக் குடியுரிமை உள்ளது. இவளுக்கு மட்டும் இல்லை என்று முகாமில் அடைக்கப்பட்டிருந்தாள். கவலை இல்லாத வாழ்க்கை மட்டும் அவளுக்கு வாய்த்திருந்தால் இந்தித் திரைப்படங்களில் வரும் நடிகைகளை மிஞ்சும் அளவிற்கு அவளது நிறமும் அழகும் இருந்திருக்கும் என்று ரெஜினாவிடம் மைமூனே ஒருமுறை சொல்லியிருந்தாள். இப்போது அவள் முகம் முழுக்க கவலை ரேகைகள் படர்ந்து இடிந்த பழைய வீட்டைப்போல நொறுங்கிக் கிடந்தாள்.

அவளை முதல் முகாமிற்கு அழைத்துச் செல்லாமல் நேரடியாக இந்த முகாமிற்கு அழைத்து வந்திருந்தனர். எல்லாம் அதிகாரிகளின் முடிவுதான். படிநிலை குறித்து ஏற்கனவே விதிகள் வகுக்கப்பட்டிருந்தாலும் இடப் பற்றாக்குறை, அங்கே இப்போது பராமரிப்பு பணிகள் நடக்கிறது என்று ஏதாவது காரணத்தைச் சொல்லி, அதிகாரிகளின் முடிவே நடைமுறை விதியானது. நஸ்ரேயா வருவதற்கு சில வாரங்களுக்கு முன்புதான் ரெஜினாவும் வந்திருந்தாள். இருவரும் ஒரே அறையில் இருந்ததினால் எப்போதும் நஸ்ரேயாவுக்கு ரெஜினாவே ஆறுதல் சொல்லுவாள். அவள் சொல்லித்தான் நஸ்ரேயாவைப் பற்றி மைமூனுக்கும் தெரிய வந்தது. அவளது கதையைக் கேட்டபின்பு தான் எவ்வளவோ தேவலை என்றே மைமூன் நினைத்தாள்.

அவளது வீட்டுக்கு வந்த அதிகாரிகள் உங்களது ஆவணங்களில் சில சந்தேகங்கள் இருக்கிறது, வந்து தெளிவுபடுத்திவிட்டு வாருங்கள் என்றே அழைத்தார்கள். பள்ளிக்கூடம் முடிந்து பிள்ளைகள் வரும் நேரம் என்பதினால் அவர்களுக்கு சாப்பிட உணவைத் தயாரித்துக்கொண்டிருந்தாள். குழந்தைகள்

வரும்போதே பசியோடு வருவார்கள் என்று சொல்லியும் அதிகாரிகள் கேட்கவில்லை. வேறு வழி இல்லாமல் அருகில் வசிக்கும் அவளது அண்ணனிடம் குழந்தைகள் வந்தால் பார்த்துக் கொள்ளுங்கள் என்று சொல்லிவிட்டு அதிகாரிகளோடு கிளம்பினாள். அவளது பகுதியில் இப்படி எப்போதாவதுதான் நடக்கும். தெளிவுபடுத்திவிட்டு வந்துவிட்டால் ஒருவழியாக முடிந்துவிடுமென்று அவர்களோடு செல்வதை எல்லோரும் பழகி இருந்தார்கள். இப்படி அழைத்துச் செல்லும்போது வாகனத்தில் நான்கைந்து பேராவது இருப்பார்கள். இன்று அவள் மட்டுமே இருந்தாள்.

வாகனம் அரசு அலுவலகத்திற்குச் செல்லாமல் நேராக இந்த முகாமிற்கு வந்து நின்றது. வாகனத்திலிருந்து இறங்க மாட்டேன் என்று அடம்பிடித்தவளை இழுத்து கீழேதள்ளிவிட்டு அவளைப்பற்றிய குறிப்புகளை முகாம் அதிகாரிகளிடம் கொடுத்துவிட்டு வாகனம் சென்றது. பள்ளிக்கூடம் சென்று திரும்பும் குழந்தைகள் அவளைத் தேடி அழுவார்களே, என்ன செய்வது, எப்படியாவது தன்னை விட்டுவிடும்படி அதிகாரிகளின் காலைப் பிடித்துக் கெஞ்சினாள். அவர்கள் அவளுக்கு எந்த அறையை ஒதுக்கலாம் என்று தீவிரமாக ஆலோசித்துக்கொண்டு இருந்தார்கள். அவளது கதறலைக் கேட்கும் மனநிலை இல்லாத, வெறும் வேலையை மட்டுமே பார்க்கும் ரோபோக்களைப் போல அவர்கள் பணியில் மூழ்கி இருந்தார்கள்.

அவள் முகாமுக்கு வந்ததிலிருந்து ஒருமுறைகூட சிரிக்கவேயில்லை என்று ரெஜினா சொன்னாள். அவளுக்கு இடி மீது இடியாய் செய்திகள் விழுந்துகொண்டே இருந்தன. கடந்த மாதம் அவளது கணவன் இறந்து போனான். கணவரின் முகம் காண நீதிமன்றத்தில் மனுத் தாக்கல் செய்ய வசதி இல்லை. மனு விசாரணைக்கு வரும் நாள் வரை கணவனின் உடலை மருத்துவமனையில் பாதுகாக்கக் கட்டணம் செலுத்த வாய்ப்பு இல்லை. அவனது முகத்தைக் காட்டாமலேயே அவனைப் புதைத்தார்கள். கடைசியாகப் பார்த்த அவனது முகத்தை தனது நெஞ்சில் புதைத்துக்கொண்டாள்.

குழந்தைகள், அவளது அண்ணன் வீட்டில் இருந்தார்கள். அது மட்டுமே கொஞ்சம் ஆறுதலாக இருந்தது. பத்து நாட்களுக்கு முன்பு அவளது அண்ணனுக்கும் குடியுரிமை இல்லை

என்று வேறொரு முகாமில் அடைக்கப்பட்டு இருப்பதாக வந்த செய்தியிலிருந்து பித்துப்பிடித்தவள் போல இருந்தாள். குழந்தைகள் என்ன ஆனார்களோ என்ற கவலையே அவளை மனப்பிறழ்வுக்குத் தள்ளி சுகமில்லாமல் படுக்கையில் கிடத்தியது.

42

இப்ராஹிம் உடல் இளைத்து தளர்ந்துபோய் இருந்தார். அவர் சிரிப்பைத் தொலைத்து சுமார் ஒரு வருடம் ஆகியிருந்தது. முதல் விசாரணை முகாமிலிருந்து இரண்டாம் விசாரணை முகாமுக்கான காலமும் முடிந்து, நிரந்திர முகாமுக்கு மைமூன் அனுப்பப்பட்டு இருந்தாள். இப்ராஹிம் தனது வயதான உடலை எல்லா இடங்களிலும் இழுத்து அலைந்தும் மைமூனை மீட்பதற்கான வழி தெரியவில்லை. ஷொஹைலும் அவனால் முடிந்தளவு அம்மாவை மீட்கக் கடுமையாக முயன்று விட்டான். “அவுங்க நம்ம நாட்டுலதான் பிறந்தாங்கனு சொல்ல என்ன இருக்கு தம்பி. நாட்டோட பாதுகாப்புக்குத்தான் இந்த சட்டமே” என்று அவனைக் கழித்துவிடும் நோக்கத்திலேயே அதிகாரிகளின் பேச்சு இருந்தது.

அரசு சார்பில் புதிய வாக்காளர்கள் பட்டியல் வெளியிடப்பட்டது. அதில் முகாமுக்கு அழைத்து சென்றவர்களின் பெயர்கள் நீக்கப்பட்டிருந்தன. ஏற்கனவே வாக்களித்தவர்கள் பெயர்களும் சந்தேகம் என்ற வகையில் நீக்கப்பட்டன. அவர்களுக்கான ஒவ்வொரு உரிமையையும் பறிக்கும் திட்டத்தின் துவக்கமாக அது இருந்தது. ஏற்கனவே முகாம்வாசிகளின் வங்கிக் கணக்குகள் தற்காலிகமாக முடக்கப்பட்டன. இரண்டாவது அறிவிப்பாக நிரந்தர முடக்க அறிவிப்பு வந்தது. ரேஷன் குடும்ப அட்டைகளில் குடியுரிமையை நிரூபிக்காதவர்களின் பெயர்கள் இருந்தால் அதனை நீக்கிவிட்டு பொருள்களை வாங்க உத்தரவு இடப்பட்டது. சேவா அமைப்பினர் ரேஷன் கடைகளில் அவ்வப்போது ஆய்வு என்ற பெயரில் சில குடும்பங்களுக்குப் பொருள்கள் வழங்க கூடாது என்று உத்தரவு கொடுத்திருந்தனர். அவர்களிடம் இணக்கமாக இருக்கிறேன் என்று நேரில் சென்று உத்தரவாதம் கொடுத்தால் மட்டுமே அவர்களுக்கான பொருள்கள் கிடைக்கும். முகாம்வாசிகள் ஆணையத்தில் குடியுரிமையை மெய்ப்பித்துவிட்டால் அவர்களின் பெயர்கள் மீண்டும் வாக்காளர் பட்டியலில் இணைக்கப்படும், வங்கி கணக்கு முடக்கம் ரத்து செய்யப்படும் என்று அறிவித்தாலும்

அரசின் அடுத்தடுத்த நடவடிக்கை பீதியைக் கிளப்பியது. அடுத்த வாரமே நிரந்தர முகாம்வாசிகளின் சொத்துக்கள் அரசு உடைமை ஆக்கப்படும் என்று அறிவிக்கப்பட்டது. ஒவ்வொரு அறிவிப்பிலும் உரிமைகள் வரிசையாகப் பறிக்கப்பட்டு வருவதை எல்லோரும் உணர்ந்திருந்தார்கள்.

அரசின் மூர்க்கமான நடவடிக்கை அடுத்த இடம் நோக்கி நகர்ந்தது. துவக்கநிலையில் அரசின் மோசமான திட்டங்களை மக்களிடம் அம்பலப்படுத்துபவர்களையும், அரசியல்வாதிகள், பத்திரிக்கையாளர்கள், இஸ்லாமியர்கள், கிருஸ்துவர்கள், பெயரளவுக்குச் சொந்த மற்றும் மற்ற மதங்களைச் சேர்ந்தவர்களை முகாமில் அடைத்தவர்கள், இப்போது துரித நடவடிக்கை திட்டத்தின்கீழ் எல்லா மக்களிடமும் உங்களிடம் ஆவணம் உள்ளதா? என்று கேட்க ஆரம்பித்தார்கள். பெரும்பாலும் அவர்கள் கேட்கும் ஆவணங்கள் யாரிடமும் இருக்க வாய்ப்பில்லை. அரசின் சட்டப்படி காலகாலமாக நிலபுலத்துடன் வாழ்பவர்கள் மட்டுமே குடியுரிமை பெறத் தகுதி உடையவர்கள் என்ற நிலையே இருந்தது. நாட்டின் முக்கிய அரசியல் கட்சிகளின் தலைவர்கள், முன்னாள் ஜனாதிபதிகளின் குடும்பத்தினர்களின் பெயர்கள் கூட நீக்கப்பட்டிருந்தன. நாட்டின் பாதுகாப்புக்காக எல்லையில் போரிட்டு தனது காலை இழந்த முகம்மது சமீரின் பெயரும் குடியுரிமையை நிரூபிக்காதவர்களின் பட்டியலில் வந்திருந்தது. முகாம்வாசிகளை என்ன செய்யப் போகிறார்கள், எவ்வளவு நாட்கள் அங்கே வைத்திருப்பார்கள், அவர்களின் குழந்தைகளை என்ன செய்யப்போகிறார்கள் என்ற எந்த திட்டமும் இல்லாமல் அரசு கொத்துக் கொத்தாய் மனிதர்களை முகாம்களுக்கு அள்ளிப் போனது. அரசின் அதிரடியான நடவடிக்கைகளால் கொதிப்படைந்த மக்கள் எங்கு பார்த்தாலும் போராட்டத்தில் ஈடுபட்டிருந்தனர். ஆணையத்தில் மேல்முறையீடு செய்யும் மனுக்களில், ஒரே நேரத்தில் பலரது மனுக்களைத் தள்ளுபடி செய்யும் போக்கு அதிகரித்திருந்தது.

பக்கத்து நாட்டிலிருந்து வரும் இஸ்லாமியர்களைத் தவிர மற்ற எல்லோருக்கும் குடியுரிமை தருவதாக அரசு புதிய அறிவிப்பை வெளியிட்டது. ஒரு சமூகத்தை மட்டும் நாட்டிலிருந்து ஒட்டுமொத்தமாகத் தனிமைப்படுத்தி வைக்கப் போகும் முன்னோட்டத்தின் ஒரு பகுதியாகவே இந்த சட்டத் திருத்தம் உள்ளது என்று அவர்கள் தரப்பில் அச்சம் சூழ்ந்தது.

குடியுரிமை பெறுவதற்கு விண்ணபிக்க 12 ஆண்டுகள் நிலையாக நாட்டில் வாழ்ந்ததற்கான சான்றுகள் வேண்டும் என்பதைக் குறைத்து 5 ஆண்டுகள் இருந்தாலேபோதும் என்றும், அது இஸ்லாமியர்களைத் தவிர்த்து மற்றவர்கள் எல்லோருக்கும் பொருந்தும் என்றும் வெளியிடப்பட்ட சட்ட சரத்தின் உள்நோக்கத்தை மக்கள் உணரத் தொடங்கினர்.

அவசரமாக வீட்டுக்கு வரச்சொல்லி கோட்டைப் பள்ளியிலிருந்து சாந்தினி, இப்ராஹிமை போனில் அழைத்தாள். அவளின் அழைப்பு இப்ராஹிமுக்குக் குழப்பமாக இருந்தது. கடந்த ஒரு வருடத்தில் பலமுறை கோட்டைப் பள்ளிக்கு மைமூனின் விபரம் கேட்டு போயிருந்தும்கூட எந்த விபரமும் கிடைக்கவில்லை. ஒருவேளை அவளது கணவருக்கு வெகுநாளாக இழுபறியில் உள்ள பூர்வீக இடம் தொடர்பான பிரச்சனை குறித்து மீண்டும் பேச இருக்குமோ என்று நினைத்தார். கடந்த முறை போனபோதே அந்தப் பிரச்சனையை அவள் சொல்லி இருந்தாள். அதுவாகத்தான் இருக்குமென்று யூகித்து கோட்டை நோக்கிப் போனார்.

சாந்தினி, இப்ராஹிம் வருகைக்காகக் காத்திருந்தாள். இப்ராஹிமோடு ஷொஹைலும் சென்றான். பள்ளியில் கடந்த ஆறு மாதங்களாக பலரும் பழைய ஆவணங்களைக் கேட்டு வந்து கொண்டிருந்தனர். நூறு ஆண்டுகளுக்கான அனைத்து ஆவணங்களையும் எடுக்க ஐந்துபேர் கொண்ட கமிட்டி அமைக்கப்பட்டு இருந்தது. பள்ளியைப் பல்வேறு புனைவு காரணங்களைச் சொல்லி இடிக்கவும் சேவா அமைப்பின் கும்பல் திட்டம் போட்டிருந்தது. அதனால் ஏதாவது விபரீதம் நடப்பதற்குள் புதியதாகப் போடப்பட்ட கமிட்டியிடம் அவர்களின் குடும்ப ஆவணங்களைக் கேட்டு பலரும் வந்து போய்க்கொண்டிருந்தனர்.

பள்ளிக்கு அடியில் ஒரு பிரமாண்ட பண்டைய கோவில் ஒன்று இருப்பதாகவும் அதனை மீட்கப்போவதாகவும் அந்த கும்பல் ‘கோவில் மீட்பு குழு’ அமைப்பை உருவாக்கி நகரில் உள்ள தொழிலதிபர்களை நேரில் சந்தித்து பெரும் வசூல் வேட்டையை நடத்திக்கொண்டிருந்தது. நிதி தர மறுக்கும் நிறுவனங்களின்மீது நகரில் போராட்டம் நடக்கும் நாட்களில் ஆட்களை வைத்து தாக்குதல் நடத்தி, பெரும் இழப்பை உண்டாக்கினார்கள். அவர்களுக்குப் பயந்தே பலரும் பணம் கொடுக்க ஆரம்பித்தார்கள்.

கடந்த ஒரு மாதமாக ஜமாஅத் கமிட்டியினர் எல்லாக் கோப்புகளையும் தேடினார்கள். சில அசாதாரண சூழல்களில் கோப்புகளைப் பாதுகாக்க அப்போதைய பள்ளித் தலைவரும், முக்கிய நிர்வாகிகளும் வேறுஇடங்களில் பத்திரப்படுத்தி பாதுகாக்கும் வழக்கத்தைக் கொண்டிருந்தனர். பழைய நிர்வாகிகள் அவர்களது வீடுகளில் கமிட்டிக் கோப்புகளைத் தேடிப் பார்த்துக் கொண்டிருந்தார்கள். பலருக்கும் குடியுரிமை மறுக்கப்பட்டு வருவதினால் கமிட்டியால் எவ்வளவு பேருக்கு உதவ முடியுமோ அவ்வளவு பேருக்கும் உதவும் நோக்கத்தோடு வேலை செய்துகொண்டிருந்தது. கம்ரூன் வசித்த வீட்டில்தான் தற்போது சாந்தினி வசிக்கிறாள். அவளது வீட்டின் ஓர் அறையில் பள்ளியின் ஆவணங்களைப் பாதுகாத்து வைத்திருந்ததைப் பழைய கமிட்டி நிர்வாகி அவரது நினைவு அடுக்கிலிருந்து சொன்னார். அவர் வாலிபனாக இருந்த சமயம், ஐம்பது வருடங்களுக்கு முன்பு பொறுப்பில் இருந்துள்ளார். குடும்பத்துக்காக உழைக்க அரபு நாட்டுக்கு வேலைக்குப் போனவர் அவரது வயது மூப்பில்தான் திரும்பினார். அவரது எண்பது வயதில் பழைய நினைவுகளை அவ்வப்போது அசைபோடுவார். அப்படிப் பேசும் போதுதான் அப்போது கம்ரூன் வீட்டில் ஆவணங்களை வைக்கும் பழக்கம் இருந்த ரகசியத்தைத் திறந்தார். மூன்று நாட்களாக சாந்தினி வீட்டில்தான் கமிட்டி தேடுதல் வேட்டை நடத்திக்கொண்டிருந்தது. அவள் வீட்டில் இருந்த எல்லா ஆவணங்களையும் கமிட்டி பள்ளிக்கு எடுத்துப் போனது.

இப்ராஹிம், சாந்தினி வீட்டுக்கு வந்தபோது அவளது கணவரும் இருந்தார். சலாம் சொல்லிவிட்டு உள்ளே சென்றவர், "என்னமா என்ன விசயம்" என்றார். "பழைய கமிட்டி அம்மாகிட்ட ஏதாவது ஆவணங்கள் கொடுத்து இருக்கான்னு புது கமிட்டி நிர்வாகிங்க பார்க்கச் சொன்னாங்க, அதுக்காக வீடு முழுக்க சுத்தம் செய்தோம். கொஞ்சம் பழைய நோட்டு புக்குகள எடுத்துப் போனாங்க. அப்படித் தேடும்போது அம்மாவோட பழைய பெட்டிக்குள்ள ஒரு போட்டோ இருந்துச்சு. அதுல ஒரு அம்மாவும் புள்ளையும் இருக்கிறாங்க. அந்தக் குழந்தை மூஞ்சி நம்ம ஆஷ்மா மாதிரியே இருந்துச்சு. அதான் உங்கள வரச் சொன்னேன்" என்று ஒரு கருப்பு வெள்ளைப் புகைப்படத்தை நீட்டினாள். அதில் சிரித்த முகத்தோடு ஐந்து வயதுக் குழந்தை இருந்தது. அந்த முகம் தனது அன்பு

மனைவி மைமூனின் முகம். அதனைப் பார்த்த மாத்திரத்தில் "மைமூனே" என்று தரையில் விழுந்து அழுதார். அவரை எல்லோரும் சேர்ந்து சமாதானப்படுத்தினார்கள். தனது அம்மாவின் குழந்தை முகத்தையும் நானியின் முகத்தையும் ஷொஹைல் அதிர்ச்சியோடு பார்த்தான். மைமூன் தலைசீவி அழகாய் இருந்தாள். அவளின் சிரிப்பை அரசு அப்படியே முடக்கியதை நினைத்து ஷொஹைலின் கண்கள் குளமாகின. பழைய ஆவணங்களைத் தேடிக்கொண்டு இருப்பதால் விரைவில் மைமூனின் விபரம் தெரியும் என்று சாந்தினியின் கணவர் சொன்னார்.

மறுநாளில் மைமூனைப் பார்க்க இப்ராஹிமும் ஷொஹைலும் காத்திருந்தனர். பழைய முகாமில் பார்வை நாள் சனிக்கிழமையாக இருந்தது. இங்கே திங்கள்கிழமை. மைமூன் வேகவேகமாக வந்தாள். இருவரையும் கண்டதும் அவளது முகம் சந்தோசத்தில் மலர்ந்தது. தனது கவலையை அவர்கள்முன் காட்டுவதை அவள் தவிர்க்கப் பழகியிருந்தாள். அவள் வேண்டுமென்றே கவலையை அவளுக்குள் புதைத்துக்கொண்டு இருக்கிறாள் என்று இப்ராஹிமுக்கும் தெரியும்.

அவளுக்கான உடைகள், பழங்கள் எல்லாம் பையில் இருந்தன. முன்பைக் காட்டிலும் அவள் உடல் இளைத்திருந்தது. அவளது கன்னங்கள் ஒடுங்கிப்போய் இருந்தன. "உன்னட்ட உன் மகள் போட்டோ ஒன்னக் காட்டணும்" என்று பீடிகை போட்டார் இப்ராஹிம். என்னவென்று புரியாமல் அவள் விழித்தாள். ஒரு கவரில் இருந்த புகைப்படத்தை எடுத்து அவளிடம் நீட்டினார். என்னவென்று அவளால் யூகிக்க முடியவில்லை. தனது மகளின் முகத்தைப்போலவே அந்தப் படத்தில் இருந்த சிறுமியின் சிரித்த முகம் இருந்தது. மங்கலாய் இருந்து மறைந்துபோன அம்மாவின் முகம் படத்தில் தெளிவாகத் தெரிந்தது. படத்தின் மீதே அவளின் கண்ணீர் 'சொத்'தென விழுந்தது. "அம்மாவா?" என்று இப்ராஹிமைப் பார்த்துக் கேட்டாள். அவர், ஆமாம் என்று தலையாட்டினார். வெகுநாட்களுக்குப் பிறகு, "அம்மா... அம்மா.. எங்கம்மா போனே" என்று அவள் அழுதாள். ஆடிய மரங்களின் அசைவில் வீசிய காற்று அவள் முகத்தில் பட்டு தாலாட்டுப் பாடியது. அந்தப் படத்தைத் தனது மார்போடு அணைத்தாள். அவளது தலையை இப்ராஹிம் தடவிக் கொடுத்தார். ஏதோவொரு நம்பிக்கை அங்கே எல்லோருக்கும் துளிர்த்தது.

43

எல்லா இடங்களிலும் போராட்டம் நடந்து கொண்டிருந்ததால் வெளியே எங்கும் செல்ல முடியாத வகையில் போக்குவரத்து நெருக்கடி. கடந்த ஒரு வருடத்தில் நாடு முழுக்க மக்கள் பலகட்ட போராட்டங்களை நடத்தியும் அதனைக் கொஞ்சம்கூட அரசு கண்டுகொண்டதாகத் தெரியவில்லை. எதிர்ப்புப் போராட்டம் அதிகரிக்க, அதிகரிக்க அதனை மடைமாற்றம் செய்ய அரசு எல்லா வகையிலும் தனது தந்திரத்தைக் கையாண்டது. எதிர்க்கும் குறிப்பிட்ட சமூகத்தைச் சேர்ந்தவர்களில் ஒருசிலரை அரசுக்கு ஆதரவாகப் பேச வைத்தது. இன்னொருபுறம் தனது அரசின் நிலைபாட்டை உடனே அமல்படுத்த வேண்டுமென்று சிறுசிறு அரசு ஆதரவு அமைப்புகளைக் களம் இறக்கியது. அரசின் நேரடியான ஒத்துழைப்பு இருப்பதினால் அவர்களின் நடவடிக்கை மிக மோசமாக இருந்தது.

அரசு ஆதரவுக் குழுக்கள் முதல் வேலையாக, நகர் முழுக்க "ஜெய் ஸ்ரீ" கோஷமிட்டபடி, இஸ்லாமியர்களின் ஆட்டோக்கள் எங்கே ஓடினாலும் அதனைத் தடுத்து நிறுத்தி வாகனத்தை உடைப்பதும், ஓட்டுனரை மதத்தைச் சொல்லி இழிவாகப் பேசி கடுமையாகத் தாக்குவதும் தொடர்ந்தது. ஒரு வாரத்தில் மட்டும் ஐம்பதுக்கும் மேற்பட்ட வாகனங்கள் அடித்து உடைக்கப்பட்டன. பல சம்பவங்கள் காவல்துறை அதிகாரிகள் நிற்கும் இடத்திலேயே நடந்தன. அவர்கள் அதனைத் தடுப்பதற்குப் பதிலாக இரண்டு தரப்பைச் சேர்ந்தவர்களும் அமைதி காக்குமாறு கேட்டுக் கொள்கிறோம் என்று அறிவுரை சொன்னார்கள். அமைதி காப்பவர்களுக்கும், கலவரம் செய்பவர்களுக்கும் ஒரே அறிவுரை என்று நடுநிலையோடு நடந்து கொண்டார்கள்.

கண்முன்னே நடக்கும் தாக்குதலைக்கூட தடுக்கத் திராணியற்ற நிலையில் காவலர்கள் இருந்தனர். மூன்று மாதத்துக்கு முன்பு கலவர கும்பல் தாங்கள் வானளவு அதிகாரம் வைத்திருப்பதாகக் காவலர்களையும் மிரட்டியது. அரசின்

சட்டத்துக்கு ஆதரவாகப்பேரணி நடத்தும்போது இஸ்லாமியப் பகுதியில் நுழையும் பேரணியை, பிரச்சனை பெரிதாகிவிடும் என்று பயந்து காவலர்கள் கெஞ்சித் தடுத்தார்கள். அதற்காக காவல்துறை வாகனத்தை நகரின் காவல்துறை ஆணையாளர் முன்பே தீயிட்டுக் கொளுத்தினார்கள். அவர்களை அடித்து விரட்டுவதற்குப் பதிலாக அருகிலிருந்த ஓட்டலிருந்து தண்ணீரை எடுத்துத் தீயை அணைத்தார்கள். அதற்குள் ஜீப் முழுவதுமாக எரிந்து போனது. அவர்களைப் பார்த்து காவல்துறை அதிகாரிகள் பயப்படுவதாக எல்லாத் தொலைக்காட்சிகளிலும் செய்திகள் வெளியாகின.

ஷாகிராவுக்கு இடுப்பு வலி எடுக்க ஆரம்பித்தது. எப்போது வேண்டுமென்றாலும் வலிவருமென்று வெளியே எங்கும் செல்லாமல் வீட்டிலேயே இருந்தாள் ஜைதூன். எதிர் வீட்டில் குடியிருக்கும் ரஹீமை, ஜைதூன் அழைத்தாள். ஆங்காங்கே ஆட்டோவை கலவரக்காரர்கள் உடைப்பதால் ஒருவாரமாக ஆட்டோ ஓட்டுவதில்லை என்று வருத்தத்துடன் கூறினான். ஆனாலும் உடனே அவளை அழைத்துச்செல்ல வேண்டுமென்று அவனது ஸ்டாண்டில் இருக்கும் செல்வத்தை போனில் அழைத்தான்.

பிரசவவலி என்று தெரிந்தவுடன் வேறு எங்கோ வாடகைக்குச் செல்ல வேண்டியவன் அதனைத் தவிர்த்து சிறிது நேரத்தில் வந்து சேர்ந்தான். ஷாகிராவை ஆட்டோவில் ஏற்றினாள் ஜைதூன். தானும் வருவதாகச் சொல்லி ரஹீமும் ஏறிக்கொண்டான். ஜைதூன் அவள் பையில் இருந்த போனை எடுத்து முகமதலிக்குத் தகவல் சொன்னாள். ஏரிமேட்டின் முன்பு ஒரு கும்பல் வருகிற வண்டிகளைப் பரிசோதித்து அனுப்பிக்கொண்டிருந்தது. இஸ்லாமியர் வண்டிகள் என்றால் கண்ணாடியை உடைத்து ஓட்டுனரைத் தாக்கி அனுப்பினர்.

கடந்த மூன்று நாட்களாக இந்த கும்பல் இங்கே நின்று அராஜகம் செய்வதாகப் பலமுறை ஆட்டோ ஓட்டுனர்கள் காவல்துறை அதிகாரிகளிடம் சொல்லியும் அவர்கள் நடவடிக்கை எடுக்கத் தயக்கம் காட்டினார்கள். இப்போதைய சூழலில் இந்த வழியாகப் போனால்தான் சீக்கிரமாக மருத்துவமனை போகமுடியும் என்பதால் செல்வம் ஏரிமேடு வழியாக வந்தான். அவர்களைப் பார்த்தவுடன் ரஹீமுக்கு கலக்கம் வந்தது. "டே மாப்ள மில்லு ரோட்டு வழியா போயிருக்கலாமுல. எதுக்கு இந்த வழியா வந்த"

என்றான். "இப்படிப் போனாதான் சீக்கிரம் போக முடியும். ஒன்னும் பயப்படாதடா பார்த்துக்கலாம்" என்றான். ஜைதூனுக்கு என்ன நடக்கப்போகிறதோ என்று மனம் பயம்கொள்ள ஆரம்பித்தது. வலியில் மகள் துடிப்பதைப் பார்த்தாள். எதுவும் நடக்க கூடாது என்று வேண்டிக்கொண்டாள்.

ஆட்டோ அவர்கள் அருகே போனதும் மூவருக்கும் பீதி கிளம்பியது. ஆட்டோ நெருங்கியபோது செல்வம் தலையை வெளியே நீட்டி உச்ச சத்தத்தில் "ஏ வழிய விடு... வழிய விடு... ஆட்டோ பிரசவத்துக்கு போகுது விடு... விடு..." என்று இடைவெளி இல்லாமல் கத்திக்கொண்டே வந்ததைப் பார்த்து அவர்கள் விலகி நின்றார்கள். ஆட்டோவின் முன்னால் எழுதி இருந்த 'முனியப்பா சாமி துணை' என்ற எழுத்தை அவர்கள் கவனித்தார்கள். ஜைதூன் குடும்பத்தில் யாரும் பர்தா போடும் வழக்கமில்லாததால், அவர்களால் வித்தியாசம் பார்க்க முடியவில்லை. ரஹிமை பார்த்தாலும் அவனை இஸ்லாமியர் என்று சொல்ல முடியாது. அதற்கான எந்த அடையாளமும் அவனிடம் இருக்காது. இவை அனைத்தையும் உள்வாங்கித்தான் செல்வம் தைரியமாக இந்த வழியாக வந்தான். அவர்கள் இஸ்லாமியர்கள் என்று தெரிந்திருந்தால் நிலைமையே வேறு மாதிரி இருந்திருக்கும். ரஹீம், குஜராத்தில் நிறைமாத கர்ப்பிணியின் வயிற்றைக் கிழித்து உள்ளிருந்த சிசுவை வெளியே எடுத்து தங்களது சூலாயுதத்தால் நெருப்பில் சுட்டதை நினைத்துப்பார்த்து பயந்தான். ஷாகிராவும் அதேபோல நிறைமாத கர்ப்பிணி என்னும்போது அவனது உடல் அவர்களைக் கடக்கும் வரை நடுங்கியது.

ரோசம்மா மருத்துவமனையில் ஷாகிரா அனுமதிக்கப்பட்டாள். பிரசவ அறைக்கு அவளைக் கொண்டு சென்றார்கள். அவள் உள்ளே சென்ற கொஞ்ச நேரத்தில் முகமதலியும் ரபிக்கும் வந்து சேர்ந்தார்கள். கொஞ்ச நேரத்தில் ராபியாவும் வந்து சேர்ந்தாள். நேரமானாலும் பரவாயில்லை சுகப்பிரசவம் வரை காத்திருக்கச் சொன்னாள் ஜைதூன். ரபிக்கை விட முகமதலிக்கு பதட்டம் கூடி இருந்ததை அவரின் முகம் காட்டிக் கொடுத்தது.

பிரசவ அறையின் உள்ளே குழந்தையின் அழுகை சத்தம் கேட்டது. ஜைதூன் முகத்தில் ஒரு நிறைவு தெரிந்தது. குழந்தை எந்தப் பாலினம் என்று அறியும் ஆர்வம் எல்லோருக்கும் இருந்தது. ரபிக் ஏற்கனவே ஆண் குழந்தை பிறந்தால்

என்ன பெயர் வைப்பது என்றும், பெண் பிறந்தால் என்ன வைப்பது என்றும் முடிவு செய்து வைத்திருந்தான். கொஞ்ச நேரத்தில் அறையின் கதவு திறக்கப்பட்டது. மீன் நெளியும் தொட்டியை, பவ்வியமாகக் கொண்டு வருவதுபோல நீல வண்ணத் துண்டு சுற்றப்பட்டு முகம் மட்டும் தெரிய செவிலியர் குழந்தையைக் கொண்டு வந்தாள். அதனை வாங்கும்போது கண்ணாடித் தொட்டியை வாங்குவதைப்போல ஜாக்கிரதையாக வாங்கினார்கள். அவளைச் சுற்றி எல்லோரும் கூடினார்கள். கண்ணை மூடியபடி ஆண் குழந்தை இருந்தது. குழந்தையின் முகத்தில் அவர்களின் முகத்தைத் தேடினார்கள்.

44

அதிகாலையே, மூத்த பத்திரிக்கையாளர் விஜயராகவன் கைது செய்யப்பட்டார் என்று தகவல் வந்தது. அவர் பிரபல ஆங்கில மாத இதழின் ஆசிரியர். அரசின் அமைப்பு குறித்து எழுதியும் ஆங்கில மொழியில் வந்த முக்கியமான புத்தகங்களைத் தமிழில் மொழிபெயர்த்தும் வரும் அவர் எல்லோராலும் கவனிக்கப்படும் ஆளுமை. புதிய அரசின் துவக்க காலத்திலேயே அதன் போக்கு எப்படி இருக்குமென்று மிகச் சரியாக கணித்து தொடர்ந்து எழுதி வந்தார். அரசின் ஒவ்வொரு புதிய சட்டத்திற்கும் பின்புள்ள எல்லா சதிவளையங்களையும் தொடர்ச்சியாகக் கவனப்படுத்திக்கொண்டே இருந்தார். அரசின் தொடர் நடவடிக்கைகள் அதனை மெய்ப்பிக்கும் வகையில் இருப்பதை காலப்போக்கில் மக்கள் உணர்ந்து கொண்டார்கள்.

கடந்த இரண்டு மாதங்களுக்கு முன்புதான் ஆய்வு மாணவி ஷர்மி தேசிய பாதுகாப்புச் சட்டத்தின் கீழ் கைது செய்யப்பட்டு சிறையில் அடைக்கப்பட்டிருந்தாள். மக்கள் போராட்டத்துக்கு ஆதரவு தெரிவித்து போராட்டத்தில் பங்கேற்றாள் என்பதற்காக ஆறு மாத கர்ப்பிணியாக இருப்பது தெரிந்தே திட்டமிட்டு காவல்துறையினர் கைது செய்தனர். அவளது கைது மூலம் மாணவர்கள் யாரும் போராட வரக்கூடாது என்ற உளவியல் சிக்கலை உண்டாக்க வேண்டுமென்றே கொடூரமாக அரசு நடந்து கொண்டது. பலமுறை ஜாமீன் மனு செய்தும் நீதிமன்றம் தள்ளுபடி செய்தது. உண்மை தெரிந்தபோதும் அரசை எதிர்த்துப் பேச முடியாமல் நீதிமன்றங்கள் எல்லாவற்றையும் கண்டும் காணாமலும் மௌனமாகப்போயின. சில நீதிபதிகள் அரசை குளிர்விக்க அவர்கள் நினைப்பதைத் தாண்டி விசுவாசமாய் நடந்துகொண்டனர்.

நாடு முழுக்க நடந்துவரும் தொடர் கைது படலத்தில் தானும் இருக்கக் கூடுமென்று விஜயராகவனுக்குத் தெரியும். இருந்தபோதும் அவரது இதழில் அரசை அம்பலப்படுத்துவதில் தவறவில்லை. தீவிரவாதக் குழுக்களோடு தொடர்பில் இருந்தார்

என்றும் அவரது மெயிலில் அதற்கான உரையாடல் ஆதாரம் இருப்பதாகவும் நடு இரவில் கைது செய்யப்பட்டிருந்தார். அவர் கைது செய்யப்படும் சில நிமிடங்களுக்கு முன்புதான் அவரது மெயிலில் ஒரு தடை செய்யப்பட்ட அமைப்பைப் பற்றிய தகவல் வந்திருந்தது. ஆனால் அது திட்டமிட்டுப் புகுத்தப்பட்டு உள்ளதை அவர் கண்டுகொண்டார். தன்னுடைய மெயிலைத் தொடர்ந்து கண்காணித்து வந்ததும், தக்க நேரத்துக்கு பயன்படுத்தும் விதமாகக் காத்திருந்து உள்நுழைத்ததையும் அவர் கண்டுகொண்டார்.

கடந்த வாரம் அவர், நாட்டின் பாதுகாப்பு நடவடிக்கை என்ற பெயரில் ஒரு குறிப்பிட்ட சமூகத்தையும், சமூகச் செயல்பாட்டாளர்களையும் முடக்கும் செயலின் வடிவமே அரசின் தொடர் நடவடிக்கை என்று கட்டுரை எழுதியிருந்தார். அந்தக் கட்டுரையில் ஹிட்லர் அவனது ஆட்சி காலத்தில் யூத மக்களை எப்படியெல்லாம் வதை முகாமில் கொலை செய்தான் என்றும், அவனது கோர முகத்தின் முன்பு குழந்தைகள் கூட கொத்துக் கொத்தாக விஷ வாயுகொடுத்து கொலைசெய்யப்பட்டனர் என்றும், அதன் துவக்க நடவடிக்கைதான் தற்போதைய அரசின் செயல்பாடு என்றும், மக்கள் விழித்துக்கொள்ளவில்லை என்றால் தப்பிக்க முடியாத நரகத்தில் சிக்கிக் கொள்ள நேரிடும் என்ற எச்சரிக்கையையும் கொடுத்தார். தொடர்ச்சியாக அரசின் நடவடிக்கையை விமர்சித்து வரும் அவரைக் காத்திருந்து போலீஸ் கைது செய்தது. விஜயராகவனை அரசு எங்கு வைத்திருக்கிறது என்ற எந்த விபரமும் தெரியவில்லை.

ஒரு வாரத்துக்குப் பின்பு தேசியப் பாதுகாப்புச் சட்டத்தின் கீழ் கைது செய்யப்பட்டு நீதிமன்றத்தில் ஆஜர்படுத்தப்பட்டு சிறையில் அடைக்கப்பட்டார்.

நீதிமன்றத்தில் அவரது நடவடிக்கை பித்துப் பிடித்தவரின் செயல்பாட்டைப் போல இருந்தது. அவ்வப்போது அவரது பின் மண்டையைத் தொட்டுத் தொட்டுப் பார்த்தார். பின்பு இரத்தம் இருப்பதாக நீட்டினார், ஏதேதோ பேசினார். அவரது கையில் இரத்தம் இல்லாத போதும் இருப்பதாகச் சொன்னார். அவரை வீட்டிலிருந்து கைது செய்து போனவர்கள் ஒருவாரம் எங்கே வைத்திருந்தார்கள் என்ற விபரம் யாருக்கும் தெரியவில்லை. அப்போது அவரைத் தாக்கியிருக்கலாம். அதன் அனிச்சை

செயலாகத்தான் அவர் பின்னால் தொட்டுப் பார்த்தார். பின்மண்டையில் அடித்திருப்பதற்கான அடையாளம் இருந்ததாக மறுநாள் ஒருசில பத்திரிக்கைகளில் மட்டும் பெட்டி செய்தி வந்தது. அவரை நீதிமன்றத்தில் பார்த்தவர்கள் அதை உறுதிப்படுத்தினாலும் எல்லா அமைப்புகளும் அரசின் கொடூரக் கரங்களில் அகப்பட்டுக் கிடந்தன. நீதிபதியிடம் முறையிட்டும் எந்த நடவடிக்கையும் எடுக்க முடியவில்லை. அவரது தொலைபேசியின் எல்லா உரையாடல்களையும் பதிவு செய்தும் அவரது நடவடிக்கைகளைக் கண்காணித்தும் வைத்திருப்பதாக அரசு ஆதரவு அமைப்பு மூலம் அவரிடம் சொல்லப்பட்டிருந்தது.

அவர் சிறை சென்ற மூன்றாம் நாளில் இவரைப்போலவே கைது செய்யப்பட்ட, பழங்குடி மக்களுக்காகப் போராடி வந்த பாதிரியார் ஸ்டீபன் மரணமடைந்த தகவல் வந்தது. பழங்குடி மக்களைக் காட்டிலிருந்து விரட்டியடிக்கும் அரசின் நடவடிக்கைக்கு எதிராகத் தொடர்ந்து போராடி மக்களின் நாயகனாக வலம் வந்து கொண்டிருந்தவர் பாதரியார் ஸ்டீபன். புதிய அரசு பொறுப்புக்கு வந்த மூன்று மாதங்களிலேயே பழங்குடிகள் எழுச்சி மாநாட்டில் கலந்துகொண்டு மக்களிடத்து எழுச்சி உரை ஆற்றியதற்காக அவரைக் கைது செய்திருந்தனர். அந்த வழக்கில் பலரையும் கைது செய்த அரசு, பல்வேறு இடங்களில் சிறையில் அடைத்து வைத்திருந்தது. பாதிரியார் ஸ்டீபனுக்குப் பல வருடங்களாக ஜாமீன் வழங்காமல் இழுத்தடித்தனர். நடுக்குவாத நோயால் பாதிக்கப்பட்டிருந்த அவருக்கு உணவு அருந்த, உறிஞ்சிக் குடிக்கும் ஸ்ட்ரா குழாயையும் கொடுக்காமல் சித்திரவதை செய்துவந்த சிறை நிர்வாகம் இப்போது இறந்துவிட்டதாக அறிவித்தது. அவர் சிறையிலேயே இறந்த செய்தி செயல்பாட்டாளர்கள் பலருக்கும் மீள முடியாத அதிர்ச்சியைக் கொடுத்தது.

45

குடியுரிமைச் சட்டத்தை அரசு ஆமை வேகத்தில் அமல்படுத்துவதால் தேசவிரோதிகள் எண்ணிக்கை நாடுமுழுக்க அதிகமாகிவிட்டது. இதனால் கூடுதல் அதிகாரிகளை நியமித்து, சட்டத்தை விரைவாக அமல்படுத்த வலியுறுத்தி, அரசு ஆதரவுக் குழுக்கள் 'தேசநலன் கூட்டமைப்பு பேரவை'யை உருவாக்கி, அதன் சார்பில் மாநிலம் முழுக்க ஆதரவு பேரணி நடத்த அறைகூவல் கொடுக்கப்பட்டது. அவர்கள் பேரணி நடத்துவதாக அறிவித்தாலே நகர் முழுக்கப் பதட்டமும் பயமும் அதிகரித்துவிடும். 'ஜெய் ஸ்ரீ' முழக்கத்தைச் சொல்லிக்கொண்டு பேரணி நடக்கும் பாதையெங்கும் வன்முறை செய்வதையும் கடைகளைச் சூறையாடுவதையும் வாடிக்கையாக வைத்திருந்தனர்.

கடந்தமுறை செல்போன் கடைக்குள் புகுந்த பேரணி கும்பல் கடையை அடித்து நொறுக்கி எல்லா போன்களையும் எடுத்துப் போனது. அவர்கள் அங்கிருந்த கண்காணிப்பு கேமராவைப் பற்றிய எந்த கவலையும் இல்லாமல் திருடிச் சென்றார்கள். ஒருவன் ஓடிவந்து கேமராவுக்குப் பறக்கும் முத்தத்தைக் கொடுத்தான். இன்னொரு இடத்தில் பிரியாணி கடைக்குள் புகுந்து 'அண்டாவோடு' மாட்டுக்கறி பிரியாணியைத் தூக்கிப் போனார்கள்.

கடந்தகால அனுபவங்களிலிருந்து, பேரணி நடத்துவதாக அறிவித்த தேதியில் வியாபாரிகள் அவர்களது உடமைகளைப் பாதுகாக்க வேண்டுமென்று கடைகளை மூடிவைத்தார்கள். அவர்கள் கடைகளை மூடியதை, இந்த சட்டத்துக்கு ஆதரவு தெரிவிக்க வேண்டுமென்ற தங்களது கோரிக்கையை நிறைவேற்ற 'ஆதரவுக் கரம்' நீட்டியதாக நன்றி தெரிவித்து போஸ்டர் அடித்து பொய்ப் பிரச்சாரம் செய்தார்கள். அவர்களிடமிருந்து கடைகளைப் பாதுகாக்கவே மூடப்பட்டது என்று மக்கள் வெளிப்படையாகவே பேசிக்கொண்டார்கள். 'பிரியாணி கடைக்கும் அண்டாவுக்கும் பாதுகாப்பு கேட்டு' ஓட்டல்

உரிமையாளர்கள் சங்கம் மூலம் காவல்துறையிடம் மனு கொடுக்கப்பட்டது. இது அவர்களுக்குப் பெருத்த அவமானத்தை ஏற்படுத்தியது.

நகரத்தில், அரசின் புதிய சட்டத்தை வரவேற்று ஆதரவுப் போராட்டங்களும், இன்னொரு புறம் எதிர்ப்புப் போராட்டங்களும் நடைபெற்று வந்தன. அரசு மக்கள்தொகைக் கணக்கெடுப்பில் கிடைத்த விபரங்கள் அடிப்படையில் மக்களை முகாமில் அடைக்கும் வேலையைச் செய்தது. இப்போது அப்பாவி மக்கள் எல்லோருக்கும் எதிராக, மூர்க்கமாக குடியுரிமைச் சட்டத்தைப் பயன்படுத்தியதால், முகாமில் இடநெருக்கடி அதிகமானது.

மூன்று வரிசைகளாக இருந்த முகாம் முறையை இரண்டு வரிசையாக மாற்றுவதற்கு அரசு அறிவிப்பு வெளியிட்டது. 1. விசாரணை முகாம். 2. நிரந்தர முகாம் என்று அறிவித்து, அனைத்து மாவட்டங்களிலும் கூடுதல் முகாம்களை உருவாக்கியது. விசாரணை முகாமில் இரண்டு அல்லது மூன்று மாதகாலம் மட்டுமே இருக்க முடியும். அதற்குள் ஆணையத்தில் குடியுரிமையை நிரூபிக்க முடியவில்லை என்றால் நிரந்தர முகாமிற்கு மாற்றப்படுவார்கள் என்ற நடைமுறை கொண்டுவரப்பட்டது.

நகரத்தின் இரண்டு இடங்களில் சட்ட எதிர்ப்புப் போராட்டம் நடைபெற்று வந்தது. அதில் ஒன்று, நகரத்தின் மையத்தில் உள்ள பள்ளிவாசலுக்குச் சொந்தமான இடத்தில் நடக்கும் கண்டன தர்ணா போராட்டம். இந்தப் போராட்டப் பந்தல் மீது ஆதரவு குழுக்களுக்கு கடும் எரிச்சலாக இருந்தது. அங்கே பேசப்படும் கருத்துகள் போராட்டப் பந்தலைக் கடந்து செல்லும் எல்லோருக்கும் புதிய செய்திகளைச் சொல்லியது. மக்கள் புதிய சட்டத்தைக் குறித்து பேசுவது அரசு ஆதரவு கூட்டமைப்புப் பேரவைக்கு ஆத்திரமாக இருந்தது. மக்கள் யோசிப்பதை எப்போதுமே வெறுப்பவர்கள் அவர்கள். இதனை எப்படியாவது கலைக்க வேண்டுமென்று பல்வேறு வகைகளில் முயற்சி செய்து வந்தார்கள்.

போராட்டப் பந்தலில் எப்போதும் வெள்ளி, சனி, ஞாயிறுகளில் மட்டும்தான் கூட்டம் அதிகமாக இருக்கும். குழந்தைகள், பெண்கள் என்று குடும்பத்தோடு உட்கார்ந்து கொண்டிருப்பார்கள். போராட்டத்தில் கலந்து கொள்பவருக்கு

மட்டும் அல்லாமல் வறிய நிலையில் உள்ளவர்களுக்கும் பந்தலின் அருகிலேயே உணவு ஏற்பாடு செய்யப்பட்டிருந்தது. வாரத்தின் கடைசி மூன்று நாட்கள் தவிர ஏனைய நாட்களில் குறைந்தளவு உணவு தயாரித்தால் போதும். எல்லோருக்கும் சரியாக இருக்கும். போராட்டப் பந்தலில் செலவுகளுக்கு உண்டியல் வைக்கப்பட்டு இருந்தது. மக்கள் அவர்களால் முயன்ற நிதியை அதில் தொடர்ந்து செலுத்தி வந்ததால்தான், ஒரு வருடமாக தாக்குப்பிடிக்க முடிந்தது. சாலைமறியல் செய்தாலோ, அரசு அலுவலங்களை முற்றுகையிட்டுப் போராட்டம் நடத்தினாலோ அதையே வாய்ப்பாகப் பயன்படுத்தி எல்லா எதிர்ப்பு, கண்டன வழிமுறைகளையும் அரசு தடை செய்துவிடும் என்ற அச்சத்தால் அஹிம்சை வழியில் போராட தினமும் கூடினார்கள்.

வார இறுதி நாட்களில் மட்டுமே கூட்டம் இருப்பதினால் இடைநாளில் போராட்டப் பந்தலில் நுழைந்து போராட்டத்தைக் கலைக்க கூட்டமைப்பாளர்கள் முடிவு செய்திருந்தார்கள். அரசின் ஆதரவு இருப்பதனால் காவல்துறையின் ஒத்துழைப்பும் இருக்கும். அவர்களும் 'கலைப்பில்' பங்கு கொள்வார்கள் என்று செவ்வாய்க்கிழமை மதியம் தாக்குதல் நடத்த முடிவு செய்யப்பட்டது. அரசு நினைத்தால் ஒரே நாளில் கூட்டத்தைக் கலைத்துவிட முடியும். ஆனால் உலக நாடுகள் அனைத்தும் தொடர்ச்சியாகக் கண்காணித்து வருவதால் அவர்கள் ஜனநாயக முறையில் ஆட்சேபனை தெரிவிக்கவும் நாட்டில் உரிமை உண்டு என்று பாவ்லா காட்டப்பட்டது. போராட்டத்தை அரசு நேரடியாக ஒடுக்காமல் அதன் ஆதரவுக் குழுக்கள் வழியே ஒடுக்க காய்களை நகர்த்தியது. 'எப்போதும் பாஸிச அரசு எல்லா வேலைகளையும் அதுவே நேரடியாகச் செய்யாது. அதன் துணை அமைப்புகள் மூலம் செய்யும். யாரவது கேட்டால் அரசுக்கும் அந்த அமைப்புக்கும் எந்தத் தொடர்பும் இல்லை என்று அறிவித்துவிடும்' என்று எழுத்தாளர் எலீ வீஸல் எழுதியதை பத்திரிக்கையாளர் விஜயராகவன் அடிக்கடி குறிப்பிடுவார். இது போராட்டப் பந்தலில் உள்ள அனைவருக்கும் தெரியும்.

சுமார் எட்டு மாதங்கள் தொடர்ச்சியாகப் போராட்டம் நடத்தி வருவதால் வேலைக்குப் போக முடியாமல் வறுமையிலிருந்த மக்கள் கடந்த இரண்டு வாரங்களாகத்தான் வேலைக்குச் சென்றுவிட்டு மாலையில் போராட்டப் பந்தலுக்கு வந்து போய்க்கொண்டிருந்தார்கள். இந்த வாய்ப்பைப் பயன்படுத்தினால் போராட்டப் பந்தலைக் கலைத்து விடலாம்.

காவல்துறையும் சட்ட ஒழுங்குப் பிரச்சனையைக் காரணம் காட்டி, மீண்டும் அதே இடத்தில் போராட்டம் நடத்த அனுமதிக்காது என்று எல்லா விஷயங்களையும் கவனத்தில் கொண்டு காய் நகர்த்தியது கூட்டமைப்பு.

கூட்டமைப்பு செய்துள்ள திட்டம் குறித்துப் போராட்டப் பந்தலில் உள்ள எவருக்கும் தெரியாது. எப்போதும்போல இருநூறு முந்நூறுக்கும் இடைப்பட்ட மக்களே பந்தலில் இருந்தார்கள். காலை பதினோரு மணி சுமாருக்கு காவல்துறையினரின் எண்ணிக்கை கூடியது, எல்லோருக்கும் சந்தேகத்தைக் கொடுத்தது. கூட்டமைப்பு போட்டிருந்த திட்டம், ஏதோ ஒருவகையில் கசிந்து, அது தீயாய் எல்லோருக்கும் பரவியது. வெயில் உச்சிக்கு வந்த நேரம் முந்நூறு எண்ணிக்கை திடீரென மூவாயிரமாகக் கூடியது. இதைக் கொஞ்சமும் எதிர்பார்க்காத காவல்துறை எப்போதும்போல் பாதுகாப்புக்கு வந்ததாக மரத்தின்கீழ் சேர் போட்டு அமைதியாக உட்கார்ந்துகொண்டது. திட்டம் கசிந்ததால் கூட்டமைப்பு திட்டத்தைத் தற்காலிகமாகக் கைவிட்டது.

திடீரென கூடிய கூட்டத்தினால் எல்லோருக்கும் உணவு கொடுக்க என்ன செய்வது என்று செய்வதறியாமல் போராட்டக் கமிட்டி திணறியது. திட்டமிட்டுக் கலவரம் செய்யும் நோக்கத்தோடு கூட்டமைப்பு செயல்பட்டதைப் புரிந்துகொண்ட உணவக உரிமையாளர்கள் அவர்கள் வசமிருந்த உணவை எல்லோருக்கும் இலவசமாக வழங்கினார்கள். வழங்கியவர்களில் ஒருசிலர் மட்டுமே இஸ்லாமிய சமூகத்தைச் சேர்ந்தவர்கள். மற்றது ரங்கன் ஓட்டலிலிருந்தும், கணேச மெஸ்ஸிலிருந்தும், அம்மாச்சி கடையிலிருந்தும் வந்தது. அவர்கள் நேரடியாகவே வந்து மக்கள் கையில் புன்னகையோடு கொடுத்தார்கள். போராட்டப் பந்தலில் பல சுவைகள் கலந்த அன்றைய கதம்ப உணவு எப்போதுமில்லாத சுவையின் உச்சத்தில் இருந்தது. அன்று அங்கு பல வண்ணப் பூக்கள் மலர்ந்திருந்தன.

46

புதியதாகக் கட்டப்பட்ட வீட்டிற்குக் குழந்தையின் நாற்பதாம் நாள் 'ஜில்லா' சீரை முடித்தபின்பு போகலாமென்று எல்லோரும் முடிவு செய்திருந்தார்கள். ஜில்லாவுக்கு செய்ய வேண்டிய முறையாக, மாப்பிளைக்கும் மகளுக்கும் புதுத்துணி, பேரனுக்கு கொலுசு, வெள்ளி அரைஞாண் கொடி வாங்க வேண்டுமென்று ஜைதூன், முகமதலியிடம் கூறினாள். ஜில்லாவுக்கு இன்னும் நாட்கள் இருந்தது. அதற்கு முன்பு குழந்தை பிறந்ததை எல்லோருக்கும் முறையாக அறிவிக்கும் இருபத்தி ஒன்றாம் நாள் செய்யப்படும் 'செட்டிசீரை' நன்றாகச் செய்யவேண்டுமென்று முகமதலி விரும்பினான். அன்றுதான் தொட்டிலில் போடும் சடங்கும் நடக்கும். எந்தக் குறையும் இல்லாமல் சீர் செய்ய வேண்டுமென்று கண்டிப்புடன் ஜைதூனிடம் சொல்லிவிட்டான்.

இருபத்தி ஒன்றாம் நாள் 'செட்டிசீர்' நடந்தது. எல்லோரையும் நாற்பதாம் நாள் கொலுசு போடும் சீருக்கு அழைத்துக் கொள்ளலாமென்று சிலரை மட்டுமே அழைத்திருந்தாள் ஜைதூன். காலையிலேயே ஜானகி மகளோடு வீட்டுக்கு வந்திருந்தாள். "எங்கடி உங்கம்மாவ காணோம்" என்றாள் ஜைதூன். "இதோ அம்மாவும் அப்பாவும் வராங்க" என்றாள் ஜானகி. பழனிசாமியும் அவன் மனைவியும் உள்ளே வந்தார்கள்.

செட்டிசீரில் திருமணமான ஐந்து பேருக்கு உணவு கொடுக்க வேண்டுமென்று ஜைதூன் அடுப்படியில் மும்முரமாக வேலை செய்துகொண்டிருந்தாள். ராபியா கருவாட்டுக் குழம்பு வைக்க கத்தரிக்காயை நறுக்கிக்கொண்டிருந்தாள். கிச்சடிக்குக் கருவாட்டுக் குழம்பும், கீரையும், வேக வைத்த முட்டையும் வைக்க வேண்டுமென்பது செட்டிசீர் முறை.

ராபியாவின் இரண்டு மகள்களும் குழந்தைகளோடு வந்திருந்தார்கள். எல்லோரும் வெகு நாட்களுக்குப் பிறகு சேர்ந்ததினால் சிரிப்புச் சத்தம் வீடு முழுக்கக் கேட்டது. இரவே தண்ணீரில் ஊறவைத்த வசம்பைக் குழந்தையின் கையிலும்

காலிலும் ராபியா கட்டிவிட்டாள். ஷாகிராவுக்கு கழுத்தில் கட்டினாள். அப்போது "என் கண்ணே பட்டுடும் போல" என்று ஷாகிராவையும் குழந்தையையும் திருஷ்டி கழிய அள்ளி சொடக்கு எடுத்து முறித்தாள் ராபியா. ஜைதூன் விளக்கில் வாட்டி கருக்கிய ஜாதிக்காய், மாசிக்காய், வசம்பைச் சுட்டு அரைத்து மஞ்சளிட்டு தாயின் பாலோடு கலந்து குழந்தையின் நாக்கில் தடவினாள். எதுக்கு என்று கேட்ட ஜானகியிடம் குழந்தையின் செரிமானத்துக்கு நல்லதென்று ஜைதூனின் அம்மா சொன்னாள்.

"ஏ புள்ளைகளா இப்படி குழந்தைய கை மாத்தி மாத்தி தூக்கினீங்கனா அதுக்கு உடம்பு வலிக்குமில்ல" என்றாள் ராபியா. "தெனைக்குமா வரப்போறம் ஒரு நாளுதானே வறோம். அப்பதானே எல்லோரும் கொஞ்ச முடியும்" என்று ஜானகி அவனை எடுத்துக் கொஞ்சினாள்.

எல்லோரும் குழந்தையின் முகத்தில் ஒவ்வொருவரின் அடையாளத்தைச் சொல்லிக்கொண்டு இருந்தார்கள். அது ஒன்றும் புரியாமல் தனது உருண்டை விழிகளை உருட்டி உருட்டி உருவம் பார்த்துக் கொண்டிருந்தது. திடீரென பொக்கைவாய் காட்டிச் சிரித்தது.

***

ரபிக் இரண்டு சக்கர வாகனத்தில் வேகமாக வந்து நின்றான். பேரணி போகும் கும்பல் எல்லா இடங்களிலும் பிரச்சனை செய்துகொண்டு இருப்பதாகவும், இதுவரை ஐந்து ஆட்டோக்களை அடித்து நொறுக்கி விட்டதாகவும் கூறினான். "இவனுங்களுக்கு இதே வேலையாப் போச்சு. ஏற்கனவே அந்த வரி இந்த வரின்னு போட்டு தொழில் படுத்திருச்சு, இதுல போராட்டம்னு பேருல பண்ணுற அராஜகத்துல சுத்தமா தொழிலே செய்யமுடியாம போகிடும்" என்றார் பழனிச்சாமி. அவர்கள் புதிய சட்ட ஆதரவுப் பேரணியை இன்று நடத்தினார்கள்.

"தொழில் முடக்கத்தை திசைதிருப்பத்தான் இப்போது இந்த சட்டத்தக் கொண்டு வந்திருக்கானுங்க. இப்போ இது தேவையா? படிச்சு முடுச்ச பசங்க வேலை இல்லாம முதுகுல சோத்த பார்செல் கட்டிக்கிட்டு தெருத் தெருவா போய்வறாங்க. பார்க்கவே வயிறு எரியுது" என்றார் முகமதலி. "படிச்ச பசங்க

வேலை இல்லாம தள்ளாடுறத தாங்க முடியாம, எப்போ வேணாலும் கோபப்பட்டு தெருவுக்கு வரலாம். அதை திசை திருப்பத்தான் தினமும் புதுப் புது சட்டம் போட்டு நாட்டை பதட்டமாவே வச்சுக்கிறது. மதத்த சொல்லி எவ்வளவு காலம் அரசியல் செய்ய முடியும். மக்கள் எல்லாத்தையும் பார்த்துட்டுதானே இருக்காங்க. எவ்வளவு நாளைக்குத்தான் மக்களப் பிரிச்சு, பிரிச்சு வைப்பானுக. எல்லாத்துக்கும் ஒரு எல்லை இருக்கில்ல" என்று பழனிச்சாமி பேசியது எல்லோருக்கும் ஏற்புடையதாக இருந்தது.

"அவுங்க மக்கள்ட்ட அம்பலப்பட்டு நிக்கிறதப் பத்தி எந்தக் கவலையும் இல்லை. பெரிய மொதலாளிக மனசு நோகாம பாத்திக்கிடணும். சாதாரண மக்களைப்பத்தி என்ன கவல? ஜனங்க தொழில் போனா என்ன? காசில்லாம அலஞ்சா என்ன? சோறே இல்லாம செத்து போனாதான் என்ன..." என்றான் முகமதலி.

எதிர்த்த வீட்டு ரஹிமின் ஆட்டோவை உடைத்து அவனின் மண்டையையும் உடைத்ததாக அழுதுகொண்டே மருத்துவமனை நோக்கி ஓடினாள் மனைவி ஷகிலா. அவனுடன் ஸ்டாண்டில் வண்டி ஓட்டும் ரத்தினம்தான் போன் செய்துள்ளான். அவனை அடிக்கும்போது செல்வராஜ் தடுத்ததால் அவனது கையிலும் வெட்டு விழுந்துள்ளது. பதட்டம் அதிகமானது. எதற்கும் ஜாக்கிரதையாக இருக்க வேண்டுமென்று தெருவின் இரண்டு பக்கமும் பழவண்டிகளக் குறுக்காக மூன்று, மூன்றாக நிறுத்தி வைத்தார்கள் இளைஞர்கள்.

காவல்துறை அதிகாரிகள் எவ்வளவு சமாதானம் செய்தும் அவர்கள் வேண்டுமென்றே பிரச்சனை செய்வதாக ரபிக்கின் கடையில் வேலை பார்க்கும் குமார் போன் செய்தான். "நம்ம கடையைத் திறக்கிலதானே" என்றான். "இல்லை" என்று எதிர்முனையிலிருந்து பதில் வந்தது. குமார் கடையின் மேலிருக்கும் அறையில்தான் தங்கி உள்ளான். கடையின் சாவி அவனிடம்தான் கடந்த ஐந்து வருடங்களாக இருக்கிறது. காலையில் கடையைத் திறந்து சுத்தம் செய்து வைப்பதிலிருந்து இரவு கடையை மூடுவது வரை அவன்தான். பத்து வருடமாகக் கடையில் இருக்கிறான். நேர்மையானவன். அவன் குட்டி முதலாளியைப் போல வலம் வருவான். சொந்த ஊர் இராமநாதபுரம் மாவட்டம். மூன்று மாதத்துக்கு ஒருமுறை

ஊருக்குப் போய்வருவான். அப்போது மட்டுமே ரபிக் கடையைத் திறப்பான். மற்றபடி அவன்தான் சாவியைக் கையில் வைத்திருப்பான்.

குமார் சொன்னதை ரபிக், முகமதலியிடம் சொன்னான். “நல்லவேளை கடைய மூடுனிங்க மாப்பிள்ள. இல்லேன்னா வேணுமினே கடை முன்னாடி வம்பு இழுத்துருப்பானுக” என்றார் பழனிச்சாமி.

தெருவில் இருந்த இயல்பான சமநிலை தொலைந்து ஒரு மெல்லிய அமைதி நிலவியது. எப்போதும் அவர்கள் மக்களுக்குப் பொருளாதார இழப்பை ஏற்படுத்துவதையே வழக்கமாகக் கொண்டிருந்தார்கள். அவர்களைப் பொறுத்தவரை ‘அவர்களைத் தவிர எல்லோரும் தேசவிரோதிகள். அவர்கள் மட்டும்தான் இந்த நாட்டில் இருக்க வேண்டும். மற்றவர்கள் எல்லோரும் வந்தேறிகள்.’ ஹிட்லர் அமைச்சரவையிலிருந்த கோயபல்சு பொய்களைத் திரும்பத் திரும்பச் சொல்லி, காலப்போக்கில் உண்மையைப் போல உருவகப்படுத்துவதுபோல நிறைய கோயபல்சுகளை தேசம் முழுக்க அரசு உருவாக்கி வைத்திருந்தது. அவர்கள் சொல்லும் அனைத்தும் பொய் என்று தெரிந்தும் அதனைக் கூறத் தயக்கம் காட்டியதில்லை. ஏதோ ஒரு வெளிநாட்டில் எடுக்கப்பட்ட மருத்துவமனைப் புகைப்படத்தைப் பொதுவெளியில் பதிவிட்டு தாங்கள் புதியதாகக் கட்டிய மருத்துவமனை என்று கூசாமல் பொய் சொல்வார்கள். அதனை ஆய்வு செய்யாமல் இணையத்தில் எல்லோருக்கும் பரப்ப தினக்கூலிக்கு ஆட்களை வைத்திருந்தார்கள்.

கூட்டமைப்பு சார்பாக நடக்கும் ஆதரவுப் பேரணி பிரதான சாலையில் முழக்கமிட்டவாறே போனது. இங்கே தெருவுக்குள் யாரும் நுழையாதபடி தள்ளுவண்டி நிறுத்தப்பட்டிருந்தது. அது அவர்களுக்கு ஒருவித மகிழ்ச்சியைத் தந்தது. ‘அந்த பயமிருக்கட்டும்’ என்ற தோரணை அவர்களின் பார்வையிலும் கேவலமான வெறுப்பு முழக்கங்களிலும் இருந்தது. “ஜெய் ஸ்ரீ” முழக்கம் வீட்டில் எல்லோருக்கும் கேட்டது. யாரும் பிரதான சாலையில் சென்று பார்க்கவில்லை. சில இளந்தாரிகள் மட்டும் பாதுகாப்புக்காக நின்று கொண்டிருந்தார்கள். மாவட்டத்தின் மூன்று இடங்களிலிருந்து ஒரே நேரத்தில் ஆதரவுப் பேரணி சென்றது.

நிம்மதியாக, சந்தோசமாக, செய்யவேண்டிய ‘செட்டிசீர்’, ஒரு கடமைக்குச் செய்யும் மனநிலையில்தான் நடந்தது. அவ்வளவு நேரம் வீட்டில் இருந்த மகிழ்ச்சி, சில நிமிடங்களில் வெறுப்பு முழக்கத்தினால் சிதைந்து போனது. சீர் முடிந்தபின்புதான் குழந்தையை முறைப்படி தொட்டிலில் போட முடியும். “அட விடுங்கப்பா அவனுங்க கிடக்குறானுங்க, நம்ம செய்ய வேண்டியத நல்லபடியா செய்வோம்” என்று அங்கு நிலவிய மௌனத்தை பழனிச்சாமி உடைத்தான். முழக்கத்தைக் கதவடைத்து நிறுத்தினாள் ஜானகி. மீண்டும் சிரிப்புச் சத்தம் விரிந்தது.

ரபிக்கின் போன் அடித்தது. பக்கத்துக்கடை ஜெகநாதன் அழைத்திருந்தான். “ரபிக்கு எங்க இருக்க? சீக்கிரம் கடைக்கு வா. குமார வெட்டிட்டாங்க” என்று சொல்லிவிட்டுப் போனைத் துண்டித்தான்.

“வெளியே போகாதீங்க மாப்பிள” என்று சொல்லியும் கேட்காமல் ரபிக் வண்டியை முறுக்கினான்.

47

மார்க்கெட்டில் ஒரே பதட்டமாக இருந்தது. ரபிக்கின் அரிசி மண்டி முழுவதுமாக எரிக்கப்பட்டிருந்தது. ரபிக்கின் வலது பக்கம் இருந்த ஜெகநாதன் கடைக்கும், இடது பக்கம் இருந்த பொன்மணி ஆயில் ஸ்டோருக்கும் எந்த சேதாரமும் ஏற்படவில்லை. நடுவில் இருந்த ரபிக்கின் பிஸ்மில்லா ஸ்டோர் மட்டும் எரிக்கப்பட்டிருந்தது. அதே வரிசையில் இருந்த அஸ்ரப் பேன்சி ஸ்டோரும் எரிக்கப்பட்டிருந்தது. அந்த கடையில் ஜோராக ஓடும் வியாபாரத்தின்மீது பலருக்கும் ஒரு கண் இருந்தது. அதுவும் எதிரே பேன்சி கடை வைத்திருக்கும் குஜராத்திலிருந்து வந்த கமலுக்கு எப்போதும் அஸ்ரப் கடை மீது ஒரு ஒவ்வாமை இருந்தது. அதனருகில் இருந்த எந்தக் கடையும் எரிக்கப்படவில்லை.

கடை எரிந்திருப்பதைப் பார்த்தவுடன் ரபிக்கிற்கு என்ன செய்வது என்றே புரியவில்லை. குமார் எவ்வளவோ தடுத்தும் அவர்கள் கடையை உடைத்து எரித்ததாக ஜெகநாதன் சொன்னான். மார்க்கெட்டில் இன்று கடை திறக்காததினால் யாருமில்லை. திடீரெனப் புகுந்த கூட்டத்தைக் குமாரால் ஒரு எல்லைக்கு மேல் தடுக்க முடியவில்லை என்று ஜெகநாதன் சொன்னான். ஜெகநாதன் அவன் கடையில் பணம் எடுக்க வந்துள்ளான். அப்போதுதான் இவ்வளவும் நடந்துள்ளது. ஜெகநாதனைப் பிடித்துத் தள்ளிவிட்டதில் அவனது காதில் ஏதோ கம்பி கிழித்து இரத்தம் வந்து உறைந்து போயிருந்தது. கட்டையைக் கொண்டு அடித்ததில் அவன் கையைத் தூக்க முடியாமல் வலியைக் கொடுத்துக்கொண்டிருந்தது.

குமாரின் உயிருக்கு ஆபத்து ஒன்றுமில்லை. கையிலும் காலிலும் ஆழமான வெட்டுக் காயம் உள்ளதாகவும், அரசு மருத்துவமனையில் அனுமதிக்கப்பட்டு உள்ளதாகவும் ஜெகநாதன் சொன்னான். மார்க்கெட்டின் பின்னால் இருந்த ‘அய்யா நெகிழி அங்காடியும்’ எரிக்கபட்டுவிட்டதாகத் தகவல் வந்தது. கடையின் மேலிருந்த விளம்பரப் பலகையில்

பெரியாரின் படம் இருந்தது. அவர்கள் எரிக்க இது ஒன்று மட்டுமே போதுமானதாக இருந்தது.

மீண்டும் கடையை பழைய நிலைமைக்குக் கொண்டுவர அவனது தகப்பன் வயதுவரை உழைக்க வேண்டும். மீண்டும் முதலிலிருந்து தொழிலை ஆரம்பிக்க வேண்டும் என்பதை நினைக்கும்போதே அவனால் மூச்சுவிட முடியவில்லை. காவல்துறை அதிகாரிகள் நிலையம் வந்து புகார் கொடுக்கச் சொல்லிவிட்டுப் போனார்கள். விபரம் கேட்டு வந்த ரபிக்கின் வாபாவுக்கு அவரின் உழைப்பின்மீது நடத்தப்பட்டத் தாக்குதலைத் தாங்க முடியவில்லை. கிட்டத்தட்ட நாற்பதாண்டு உழைப்பு. அதனை நினைக்கும்போதே நெஞ்சைப் பிடித்துக் கொண்டு உட்கார்ந்தார். அவரை எல்லோரும் சூழ்ந்துகொண்டு நம்பிக்கை கொடுத்தனர். அவரின் கையைப் பிடித்த ஜெகநாதன் "பாய் ஒண்ணுமில்ல பாத்துக்கலாம். மறுபடியும் கடை வைக்க எவ்வளவு வேண்டுமானலும் பணம் தரேன், மனச விடாதீங்க. பாத்துக்கலாம்" என்றான். அவர்களின் நம்பிக்கையான வார்த்தைகள் கூட அவர் மனசை ஆற்றுப்படுத்த முடியவில்லை.

ஒவ்வொருமுறை கலவரம் வரும்போதும் அவர்கள் பொருளாதாரத்தின் மீதே முழு கவனத்தையும் செலுத்தி அழித்தார்கள். அவர்களுக்கு மிக கவனமாக இந்த முறைகளைச் சொல்லிக் கொடுக்கிறார்களா இல்லை அவர்களாகவே இப்படி அழித்தொழிப்பை நிகழ்த்திவிட்டுப் போகிறார்களா என்று எல்லோருக்கும் குழப்பமாக இருந்தது. கடையில் ஏதாவது தேறுமா என்று ரபிக் உள்ளே சென்று பார்த்தான். எல்லாம் எரிந்ததுபோக கருகிய அரிசி மூட்டைகளுக்கு நடுவே, பாதி எரிந்தும் எரியாமலும் சுமார் முப்பது மூட்டைகள் மட்டும் எஞ்சியிருந்தன. நானூறுக்கும் மேற்பட்ட அரிசி மூட்டைகள் நாசமாகி இருந்தன. கல்லாபெட்டியைக் காணவில்லை. உடைத்து எடுத்துப்போன சுவடு இருந்தது. அதில் நேற்றைய வசூல் பணம் ஐம்பதாயிரம் இருந்தது. பெரும் இழப்பைச் சந்தித்ததை அவனால் உணர முடிந்தது.

குமாரைப் பார்க்க எல்லோரும் மருத்துவமனைக்கு கிளம்பினார்கள். அவனது உயிருக்கு ஆபத்தில்லை என்பது கொஞ்சம் நிம்மதியைக் கொடுத்தது. ஆனால் எப்படியும் ஆறு மாதம் நடக்க முடியாது. நம்மை நம்பி கடையைக் கொடுத்துள்ளார்கள் என்பதால் கடைசிவரை போராடியுள்ளான்.

அதனால்தான் அவனுக்கு வெட்டு காயம். ஒருவேளை அவன் இஸ்லாமியனாக இருந்திருந்தால் உயிர் எடுக்கப்பட்டிருக்கும். அவன் இஸ்லாமியன் இல்லை என்பதை அவர்கள் முன்னமே தெரிந்து வைத்திருந்ததை ரபிக்கால் உணர முடிந்தது.

ரபிக்கின் போனுக்கு ஷாகிரா அழைத்துக்கொண்டே இருந்தாள். அவனுக்கு எடுத்துப் பேசும் மனநிலை இல்லை. வீட்டில் போய் பேசிக் கொள்ளலாம், இப்போது பேசினால் பயந்து விடுவாள் என்று எடுப்பதைத் தவிர்த்தான். 'ஒன்றுமில்லை' என்று மட்டும் அவளது மொபைலுக்கு குறுஞ்செய்தி அனுப்பினான். அவன் அனுப்பிய ஒன்றுமில்லை என்ற குறுஞ்செய்திக்கு இரண்டு அர்த்தம் இருப்பதாக அனுப்பிய பிறகு நினைத்தான். 'ஒன்றுமில்லை என்றால் ஒன்றுமில்லை'.

48

நகர் முழுக்கப் பல இடங்களில் கடைகள் உடைக்கப் பட்டதாகவும் கடைகள் எரிக்கப்பட்டதாகவும் தகவல்கள் வந்துகொண்டே இருந்தன.

ரபிக்கின் போனுக்கு மீண்டும் மீண்டும் அழைத்தாள் ஷாகிரா. அவன் தொடர்ச்சியாகப் போனை எடுக்காதது அவளுக்குப் பயத்தை ஏற்படுத்தியது. அவள் அழைத்து எடுக்காததினால் முகமதலி அழைத்தார். அப்போதும் அவன் எடுக்கவில்லை. யார் அழைத்தும் எடுக்காததினால் நேராகச் சென்று பார்த்து வருவதாக முகமதலி கிளம்பினார். கதவைத் திறக்கும்போது பிரதான சாலையிலிருந்து 'ஜெய் ஸ்ரீ' முழக்கம் மிக அருகே கேட்டது. பிரதான சாலையையொட்டி மொஹால்லா இருந்ததினால் பதட்டம் அதிகரித்தது.

கிளிங் சத்தத்தோடு ரபிக் அனுப்பிய குறுஞ்செய்தியைப் பார்த்துவிட்டு அவள், "வாபா அவர் மெசேஜ் அனுப்பி இருக்காரு" என்று சொன்ன கனநேரத்தில் அவர்கள் தெருவில் அடுத்தடுத்து இரண்டு மூன்று பெட்ரோல் குண்டுகள் வீசப்பட்டது. வீட்டுக்குள் வந்து கதவைச் சாத்தினார். அவர்கள் நுழைவாயிலில் இருந்த கைவண்டியை அடித்து நொறுக்கி உள்ளே வந்தார்கள். அவர்கள் போட்ட "ஜெய் ஸ்ரீ" முழக்கம் மரணத்திற்கான அறைகூவலாக ஒலித்தது.

தெருவில் மக்கள் கத்திக்கொண்டு அங்கும் இங்குமாக ஓடினார்கள். அவர்களை விரட்டி விரட்டி அடித்தார்கள். வெட்டினார்கள். "எங்கள் நாட்டைவிட்டு ஓடுங்கடா தேச விரோத நாய்களே" என்று ஒருவனின் முதுகில் விழுந்த அரிவாள் வெட்டால் அவன் சட்டை முழுக்க ரத்தத்தில் நனைந்தது. ஒருவன் வெட்டுப்பட்டுத் துண்டான கையை அங்கேயே விட்டுவிட்டு ஓடினான். கிழிந்த சதை தொங்கிக் கொண்டிருந்தது.

இவர்கள் வீட்டின் மீது வீசிய பெட்ரோல் குண்டால் கதவில் பட்ட தீ ஜுவாலை வீடு முழுக்கப் பரவியது. வீட்டின் முன்பு ஓடி வந்த ஒருவன் மேலும் ஒரு பெட்ரோல் குண்டை 'ஜெய் ஸ்ரீ' என்று சொல்லிவிட்டு வீட்டுக்குள் வீசினான். அது வீடு முழுக்க பற்றியது. முகமதலி என்ன செய்வது என்று தெரியாமல் பயந்து நடுங்கினார். பழனிச்சாமி வீட்டுக்குப் பின்னால் இருக்கும் மூர்த்தி வீட்டுக்குப் போகும் பின்பக்கக் கதவைத் திறந்து எல்லோரையும் வெளியே இழுத்துக் கொண்டு வந்து தள்ளினான். குழந்தைகளை வெளியே தூக்கி வந்தான். குழந்தைகளின் அலறல் சத்தமும் வாப்பா, அப்பா என்ற சத்தமும் வீடு முழுக்க எதிரொலித்தது.

பழனிச்சாமி எல்லோரையும் வீட்டுக்குள்ளிருந்து வெளியே கூட்டிவர முகமதலி பின்பக்க வழியாக மூர்த்தி வீட்டுக்குத் தூக்கிப் போனான். எல்லோர் உடலிலும் தீக்காயம் இருந்தது. எல்லோரும் வெளியே வந்து விட்டார்களா என்று பார்த்த போது ராபியாவின் இரண்டாம் மகளின் குழந்தையை மட்டும் காணவில்லை. "குட்டிமா" என்று ராபியா கத்தினாள். அம்மாவைக் காணவில்லை என்று ராபியாவின் மகளும் கத்தினாள். அவள் உள்ளே அழுதுகொண்டு இருந்தாள். அவளுக்கு நான்கே வயது, பயந்துவிட்டாள். முகமதலியைத் தள்ளிவிட்டு பழனிச்சாமி உள்ளே சென்றான்.

உள்அறையில் தீயைப் பார்த்து பயந்து அழுதபடி குழந்தை நின்றுகொண்டிருந்தது. ஓடிப்போய் குழந்தையைத் தூக்கினான். பெரிய தீ பிழம்பு அவன் முதுகில் விழுந்தது. வலியில் துடித்தான். குழந்தையை அப்படியே எடுத்து வந்தவன், வெளியே வந்தது தெரிந்தவுடன் அதற்கு மேல் வலி பொறுக்க முடியாமல் கதறி, அப்படியே மயங்கிவிழுந்தான். "அப்பா" என்று ஜானகி கதறினாள். அவனின் மனைவி "என்னங்க என்னங்க" என்று எழுப்பினாள். அவன் உடல் முழுக்கத் தீக்காயம் நன்றாகப் பரவி இருந்தது. முகமதலியால் அதிர்ச்சியிலிருந்து மீள முடியவில்லை. அவரது உடல் நடுங்கியது.

காவல்துறை லத்தி சார்ச் செய்து கலைத்த பின்புதான் தெரு அமைதியானது. வெகுநேரம் கழித்தே காவல்துறை தெருவில் நுழைந்தது. அதற்குள் தெருவே சிதைந்து போயிருந்தது. பல வீடுகள் எரிக்கப்பட்டிருந்தன. எல்லா இடங்களிலும் மீள முடியாதளவு பெரும் பொருட்சேதம் ஏற்பட்டிருந்தது.

பழனிச்சாமி மருத்துவமனையில் அனுமதிக்கப்பட்டிருந்தார். தெருவில் பலருக்கும் கொடுங்காயம் ஏற்பட்டிருந்தது. சிலர் இறந்து போயிருந்தார்கள். பல வீடுகளிலிருந்தும் அழுகையின் குரல் ஓயாமல் கேட்டுக்கொண்டிருந்தது.

திட்டமிட்டுக் கலவரம் செய்தவர்களை கைது செய்யச் சொல்லி நகர் முழுக்க மக்கள் ஆங்காங்கே சாலை மறியல் செய்தார்கள். எப்போதும்போல காவல்துறை பெயரளவுக்குச் சிலரைக் கைது செய்தது. திட்டத்துக்கு மூளையாக இருந்த ஒருவரைக்கூட கைது செய்யவில்லை. பேரணிக்கு அனுமதி வழங்கிய காவல்துறையைக் கண்டித்தும், முக்கியக் குற்றவாளிகளைக் கைது செய்ய வலியுறுத்தியும் வியாபாரிகள் கடையடைப்பைச் செய்தார்கள். சில வியாபார அமைப்புகள் பெயரளவுக்குக் கண்டனம் தெரிவித்தன. ஆனால் போராட்டத்தில் பங்கேற்கவில்லை. எலெக்ட்ரிக் பொருள்கள், மெசீன் உதரி பாகங்கள் விற்கும் முதலாளிகளின் வியாபார சங்கம் போராட்டத்தில் பங்கேற்கவில்லை. வட பகுதியிலிருந்து வந்த இவர்கள்தான் கூட்டமைப்புக்கு எல்லா வகையிலும் உதவி செய்து வருபவர்கள். இவர்கள் இந்த தொழிலுக்கு வருவதற்கு முன்புவரை பெரும்பாலும் இஸ்லாமிய வியாபாரிகளே இந்தத் தொழில்களைச் செய்து வந்தார்கள். இவர்களது பெரும் முதலீட்டாலும் கூட்டமைப்பை வைத்துக்கொண்டு செய்த சில உள்ளடி வேலைகளாலும் அடிக்கடி பிரச்சனை ஏற்பட்டதினால் வேறு தொழில்களைப் பார்த்து அவர்கள் நகர்ந்து கொண்டார்கள். அதன்பின்பு இவர்கள் கையிலே முழு வியாபாரமும் போனது. அந்த நன்றிக் கடனுக்காகவும் எதிர்காலத்தில் எப்போதும் கூட்டமைப்பு ஆதரவு தேவை என்பதினாலும் போராட்டத்திலிருந்து விலகிக் கொண்டார்கள். இந்த சின்னச் சின்ன குழுக்களைப் பாதுகாக்க வேண்டியது இவர்கள் பொறுப்பாக இருப்பதுடன், எல்லா வகை உதவிகளைச் செய்ய வேண்டியதும் இவர்களது கடமையாக இருந்தது.

மருத்துவமனையில் அனுமதிக்கப்பட்டிருந்த பழனிச்சாமி மூன்றாம் நாள் சிகிச்சை பலனின்றி இறந்தான். சொந்தத் தம்பி இறந்துவிட்டதாகச் சொல்லிக் கதறி அழுதார் முகமதலி. கல்யாணியையும் ஜானகியையும் யாராலும் சமாதானம் செய்ய முடியவில்லை. ஈடு செய்யமுடியாத பெரும் இழப்பை அவர்கள் சந்தித்தார்கள். அவர்களுக்கு எதைச் சொல்லி ஆறுதல்படுத்துவது என்று யாருக்குமே தெரியவில்லை. அங்கே

ஒருவருக்கொருவர் ஆறுதல் சொல்லக்கூட முடியாமல், இயலாமையில் நொறுங்கிக் கிடந்தார்கள்.

தெருவில் பழனிச்சாமியையும் சேர்த்து நான்கு பேர் மௌத்தாகி இருந்தனர். பத்துக்கும் மேற்பட்ட வீடுகள் கருகி இருந்தன. முகமதலி கட்டிய புது வீடு தெருவின் துவக்கத்திலேயே இருந்ததினால் அவர்களுக்கு மிக வசதியாகிப் போனது. எதற்கும் பயன்படாதவாறு எரிந்திருந்தது. அவர்கள் குறி வைத்த மூன்று பகுதியும் பெரும் சேதாரத்தைச் சந்தித்திருந்தன. மூன்று இடங்களிலிருந்து பேரணி என்பது மூன்று இடங்களை குறி வைத்தல்.

49

'கிருஷ்ணசாமி' என்ற பொறுக்கிதான் என் வீட்டின் மீது பெட்ரோல் குண்டை வீசினான் என்று மிகத் தெளிவாக முகமதலி அடையாளம் காட்டினார். அதில்தான் பழனிச்சாமி இறந்து போனான் என்று முகமதலி போலீசிடம் கூறியதை அவர்கள் காது கொடுத்து கேட்கத் தயாரில்லை. மேலும் கிருஷ்ணசாமி, அரசின் நேரடியான ஆதரவாளர் என்பதினால் அவன்மீது நடவடிக்கை எடுக்க அதிகாரிகள் தயங்கினார்கள். மார்க்கெட்டில் அவனது வெறுப்புப் பேச்சை பலமுறை முகமதலி கேட்டுள்ளான். அதனால் அவனது முகம் எல்லோருக்கும் நன்றாகப் பரிச்சயம். குடியுரிமை சட்டத்துக்கு ஆதரவாக அவன் தொடர்ந்து பல இடங்களில் பேசும்போது எதிர்ப்புப் போராட்டத்தைக் கொச்சைப்படுத்தியும் தேசக் கொடியோடு போராடுபவர்களை 'தேச விரோதிகள்' என்று தனிமைப்படுத்துவதையும் எல்லா இடங்களிலும் செய்து வந்தான்.

கிருஷ்ணசாமி தலைமையில்தான் முகமதலி வசிக்கும் தெருவில் தாக்குதல் நடத்தப்பட்டது. ஒவ்வொரு தெருவுக்கும் ஒருவர் தலைமை என்று அவர்கள் முடிவு செய்து வைத்திருந்ததை பின்னர்தான் மக்கள் தெரிந்து கொண்டார்கள். ஆனால் தானொரு அப்பாவி, தனக்கும் இதுக்கும் எந்த சம்மந்தமும் இல்லை என்று எப்போதும்போல அவனது 'அப்பாவி' முகத்தை வைத்து பாவ்லா காட்டத் துவங்கினான். காவல்துறைக்கு நன்றாகத் தெரிந்தும் அவர்கள் மௌனமாக நடந்த சம்பவத்தைக் கடந்து போனார்கள். பழனிச்சாமியின் இறப்பிலிருந்து முகமதலியால் மீள முடியவில்லை. ஒருவேளை வேறு தெருவில் இருந்திருந்தால் அவனுக்கு ஒன்றும் ஆகாமல் தப்பித்து இருப்பானோ? என்று பினாத்தினார். இஸ்லாமியர்கள் அதிகம் வாழும் பகுதியில் அவர்கள் மட்டுமா இருப்பார்கள், எல்லோரும்தானே கூடி இருப்பார்கள். கூடி இருத்தல் குற்றமா என்று பழனிச்சாமி கூறியது நினைவு வரும்போதெல்லாம் முகமதலி புலம்பினார்.

அதிகாரத்தில் உள்ளவர்களாலும் அரசின் ஆதரவாளர்களாலும் நடத்தப்படும் தாக்குதலைக் கண்டித்தும், சட்டத்தைத் திரும்பப் பெற வலியுறுத்தியும் கோட்டைப் பள்ளி முன்பு தொடர் கண்டன தர்ணா நடத்துவது என்று முடிவு செய்யப்பட்டது. இந்த அறைகூவலுக்காகக் காத்திருந்ததைப் போல மக்கள் சாரை சாரையாக வந்துகொண்டே இருந்தனர். கோட்டைப் பள்ளிக்குச் சொந்தமான இடத்தில் போக்குவரத்துக்குப் பாதிப்பு இல்லாத வகையில் நடத்துவதால் அவர்களை எப்படிக் கலைப்பது என்று தெரியாமல் காவல்துறை குழம்பியது. பல கட்டப் பேச்சுவார்த்தை காவல்துறை தரப்பிலிருந்து நடத்தப்பட்டும் மக்களும் கமிட்டியும் ஏற்கவில்லை. குழந்தைகளோடு குடும்பம் குடும்பமாக எல்லோரும் போராட்டத்தில் பங்குபெற ஆரம்பித்தனர். பெண்கள் போராட்டத்துக்கு எல்லாம் வரக்கூடாது என்று சொன்னவர்களே அவர்களைப் போராட்டத்துக்கு அழைத்து வந்தனர். முதல் முறையாக போராட்டத்தில் அரசியல் பேச ஆரம்பித்தனர்.

முதல் நாள் எழுச்சியோடு துவங்கிய போராட்டம் அடுத்தடுத்த நாளில் இன்னும் வீரியமானது. இரவும் பகலும் மக்கள் அங்கேயே இருந்தனர். எப்போதும் போராட்டப் பந்தலில் மக்கள் கூட்டம் இருந்துகொண்டே இருந்தது. அவர்களின் போராட்டத்தின் பக்கம் நியாயம் இருப்பதாகப் பலரும் ஆதரவு தெரிவித்தனர். ஆதரவு தெரிவிக்க வருபவர்கள் யார்? என்ன பேசுகிறார்கள் என்று குறிப்பு எடுக்க நிரந்தர உளவுப்பிரிவு காவலர் அமர்த்தப்பட்டார். அவர் உலகின் மிகச் சிறந்த நாவலை எழுதுவதைப்போல எழுதிக்கொண்டே இருந்தார்.

முன்பு நடந்துவந்த எழுச்சியைக் காட்டிலும் கூடுதலாகப் போராட்டம் சூடு பிடித்திருந்தது. விடுமுறை நாட்களில் கூட்டம் ஐந்து மடங்கு அதிகரித்தது. போராட்டப் பந்தலிலேயே உணவு சமைக்கப்பட்டது. அதற்கான செலவை மக்களே கொடுத்தார்கள். போராட்டத்துக்கு வந்த கணேசன் மாமா “மார்க்கெட்டுல இருக்கிற புள்ளைங்க எல்லோரும் என்ன மாமானு கூப்பிடுறாங்க. கொஞ்ச பேரு அப்பானு, கொஞ்ச பேரு பெரியப்பானு... கூப்பிடுதுல முக்கால்வாசி பேரு நம்ம பாய் பசங்கதான். நம்ம ஒன்னா இருக்கிறதுல இவங்களுக்கு வயித்தெரிச்சல். அதான் பிரிக்க, கண்ட கண்ட சட்டம் போடுறானுங்க” என்று இதன் சூட்சமத்தைப் பேசினார். நியாயமான போரட்டத்துக்கு எனது பங்களிப்பு என்று உணவு செலவுக்குப் பத்தாயிரம் ருபாய் கொடுத்தார்.

மக்கள் கூட்டம் நாளாக நாளாக அதிகரிப்பது அரசு ஆதரவு இயக்கங்களுக்குப் பெரும் அவமானமாக இருந்தது. அதனை நிறுத்தத் தொடர்ச்சியாகப் பல அழுத்தங்களை காவல்துறையை வைத்துக் கொடுத்தும், "எங்க சொந்த இடத்துல இருக்கோம் உங்களுக்கு அதுல என்ன பிரச்சனை. யாருக்கும் எந்தத் தொந்தரவும் செய்யாம எங்க கோரிக்கய முன்வச்சு உட்காந்து இருக்கோம், கலவரம் செய்தவர்களை கைது செய்யும்வரை போராட்டத்தை வாபஸ் வாங்க முடியாது" என்று பதில் சொன்னார்கள்.

காவல்துறைக்கு எந்த சட்டம் ஒழுங்கும் கெட்டுப் போகாமல் அமைதியாகப் போராடுவது பெரும் மனஉளைச்சலாக இருந்தது. வேறு வழி இல்லாமல் அரசு ஆதரவு இயக்கங்கள் எதிர் போராட்டத்தைப் பொதுஇடத்தில் பந்தல் போட்டு நடத்தின. அரசை விமர்சித்து எந்தப் போராட்டமும் நடத்த அனுமதிக்காத காவல்துறை அவர்கள் பொது இடத்தில் பந்தல் போட்டு போராட்டம் நடத்துவதைக் கண்டிக்கவுமில்லை கலைக்கவுமில்லை. 'அவுங்கள காலி பண்ணுங்க, நாங்க காலி பண்ணுறோம்'. இந்த ஒற்றைக் கோரிக்கை தவிர வேறு எந்தக் கோரிக்கையும் அவர்கள் போராட்டத்தில் வைக்கவில்லை.

கலவரம் செய்யும் நோக்கத்தில்தான் பொது இடத்தில் எந்த அனுமதியும் வாங்காமல் பந்தல் போட்டு போராட்டம் நடத்துகிறார்கள். இப்படிப் போராட்டம் நடத்துவது சரியல்ல என்று அனைத்து ஜனநாயக அமைப்புகளின் பிரதிநிதிகள் காவல்துறை அதிகாரிகளிடம் கேட்டபோது "சார் அவுங்க பண்ணறதுனாலதான் இவங்களும் பண்ணுறாங்க. அவுங்க போனா இவங்களும் போய்டுவாங்க" என்று நடுநிலையாகப் பேசுவதைப்போல் அவர்கள் குரலை அப்படியே எதிரொலித்தார்கள். எதிர் போராட்டம் நடப்பதை காவலர்கள் விரும்புகிறார்கள் என்று அவர்களின் பேச்சு மொழியே சொல்லியது.

கோட்டைப் பள்ளி போராட்டத்தில் கலந்து கொள்ள யார் யார் வருகிறார்கள் என்ற உளவுத்துறை குறிப்பை வைத்துக்கொண்டு அவர்களைக் கண்காணித்து வந்தது. அந்தப் பட்டியலில் கணேசன் மாமாவும் வந்தார். அவர் போராட்டத்தில் கலந்து கொண்டு ஆதரவு தெரிவித்து பத்தாயிரம் ருபாய் நன்கொடை கொடுத்ததால் அவரைத் தீவிரமாகக் கண்காணித்து வந்தனர்.

அவருக்குச் சொல்லிக்கொள்ள உறவுகள் யாருமில்லை என்று தெரியவந்தது. ஒருவாரத்தில் அவருடைய பிறப்பையும் அவரது பெற்றோர்கள் இங்கேதான் பிறந்தார்கள் என்பதையும் மக்கள்தொகை கணக்கெடுப்பு ஆணையத்திடம் ஆதாரத்துடன் ஒப்படைக்கச் சொல்லப்பட்டது. ஆதாரம் காட்டவில்லை என்று அவரையும், அதே காரணத்தைச் சொல்லி அவருடைய எழுபது வயதான மனைவி லட்சுமியையும் விசாரணை முகாமுக்கு அழைத்து சென்றவர்கள் ஒரு வாரத்தில் எந்தக் காரணமும் சொல்லாமல் நிரந்தர முகாமுக்கு அழைத்துச் சென்றனர். அவரை வெளியே கொண்டுவர முகமதலியும் மார்க்கெட்டில் உள்ள எல்லோரும் சேர்ந்து பல முயற்சிகள் செய்தும் அவரையும் அவரது மனைவியையும் அவர்கள் விடுவதாக இல்லை.

அவர்கள் மக்கள்தொகைக் கணக்கெடுப்பு வழியாகத்தான் குடியுரிமைக்கான பதிவேட்டையும் தயாரித்து வந்தார்கள். வெறும் மக்கள் தொகைக் கணக்கெடுப்பை நம்பி விபரங்கள் கொடுத்த அனைவரையும் தரம் வாரியாகப் பிரிக்க ஆரம்பித்தனர். இரண்டாம் விசாரணை முகாம் நிரந்தர முகாமாக்கப்பட்டும் இடப் பற்றாக்குறை இருந்தது. ஆணையத்தில் இருப்பவர்களின் உறவினர்கள் மூலம் அவர்களுக்குத் தேவையான 'கவனிப்பு' செய்ததால் சிலரது குடியுரிமை அங்கீகரிக்கப்பட்டது. அதற்குண்டான 'கவனிப்பு' கடும் விலைவாசி உயர்வாக இருந்தது.

மறுபுறம் போராட்டத்துக்கு ஆதரவு தெரிவித்து போராடிய பல்கலைக்கழக மாணவர்கள் மீது கடுமையான தாக்குதல்களை ரவுடிகளை வைத்து சேவா அமைப்பு நடத்தியது. கல்லூரி விடுதியின் ஒவ்வொரு அறைக்குள்ளும் நுழைந்து மாணவர்களின் மண்டைகளை உடைத்து குருதி பார்த்தது. காவல்துறையினர் பல்கலைக்கழக நுழைவாயிலில் போலீஸை நிறுத்திவைத்து, ரவுடிகளோடு சேர்ந்துதான் மாணவர்களைத் தாக்கத் திட்டமிட்டிருந்தார்கள். அதனை நேரடியாக அவர்கள் செய்யாமல் இப்படியான வேலைகளைத் தொடர்ச்சியாகச் செய்துவரும் சேவா அமைப்புக்கு அந்த பணியை ஒதுக்கி இருந்தார்கள். அவர்களும் அந்தப் பணியைச் சிறப்பாகச் செய்து முடித்திருந்தார்கள்.

50

கோட்டைப் பள்ளி முன்பு நடந்த போராட்டம் ஓர் ஆண்டைக் கடந்தும் அதே வீரியத்தில் நடந்து கொண்டிருந்தது. ஆனால் கலவரம் செய்த குற்றவாளிகள் ஆறு மாதத்தைக் கடந்தும் கைது செய்யப்படவில்லை. தினசரி முகமதலி போராட்டத்துக்குப் போய் வந்தார். ரபிக் மீண்டும் கடை வைக்க அவரது சேமிப்பில் இருந்த பணத்தைக் கொடுத்தார். புதிய வீட்டை மீண்டும் புனரமைக்க ஆகும் செலவு பெரும் தொகையாக இருந்ததினால் அந்த யோசனையை ஒத்தி வைத்தார். எரிந்து போன புதிய வீட்டைப் பார்க்கும் போதெல்லாம் அவரின் கண்கள் குளமாகின. அதனைப் பார்ப்பதைத் தவிர்ப்பதற்காகவே பிரதான சாலை வழியாக வீட்டுக்கு வருவதற்குப் பதில் தெருவின் இன்னொரு நுழைவாயிலில் வர ஆரம்பித்தார். கலவரத்துக்கு முன்பிருந்ததைப் போல இல்லாமல் கொஞ்சம் தளர்ந்திருந்தார். ஆசை மகளுக்காகக் கட்டிய வீடு, ஒரு நாள்கூட தங்க முடியாமல் நிர்மூலமாக்கப்பட்டதை அவரால் ஜீரணிக்கவே முடியவில்லை.

ஷாகிராவின் குழந்தைக்கு ஏழு மாதங்கள் முடிந்திருந்தது. பிறப்பு சான்றிதழை மறக்காமல் ரபிக் வாங்கி வைத்துக்கொண்டான். குமார் கடைக்கு வருவதாகச் சொன்னபோதும் இன்னும் இரண்டு மாதங்கள் ஓய்வு எடுத்து வரும்படி சொல்லி இருந்தான். அவனை மருத்துவமனையிலிருந்து காரில் அழைத்துச் சென்று சொந்த ஊரில் விடும்போதே செலவுக்கும் பணம் கொடுத்துவிட்டு வந்தான். அவன் போன் செய்யும்போது இப்போதைக்கு வர வேண்டாம் என்றும் செலவுக்குப் பணம் வேண்டுமென்றால் வங்கியில் செலுத்துவதாகச் சொன்னபோது குமார் போதியளவு இருப்பதாகச் சொல்லி மறுத்துவிட்டான். கலவரத்துக்கு பின்பு ரபிக்கிடம் பணம் இருக்காது என்று குமாருக்கும் தெரிந்தே இருந்தது.

'ஷாகிராவின் பிறப்புச் சான்றிதழில் சந்தேகம் இருப்பதாகவும் தகுந்த ஆதாரங்களோடு ஆஜராகும்படியும்' அவளுக்கு சம்மன்

வந்தது. இதை கொஞ்சமும்கூட முகமதலி எதிர்பார்க்கவில்லை. அதனைக் கையில் வாங்கும்போது நடுநடுங்கிப் போனார். ஜைதூனுக்கு உடல் முழுக்க வியர்வை சுரந்தது. சம்மன் வாங்கிய கையோடு வக்கீலைப் பார்க்கப் போனார். அவர் இறந்து அய்ந்து ஆண்டுகள் ஆனதாக அவர் மகன் சொன்னான். அவரது மகனும் வக்கீலாக இருந்தார். முகமதலி கையிலிருந்த நீதிமன்ற ஆவணங்களைச் சரிபார்த்துவிட்டு எல்லாம் சரியாக இருக்கிறது, இந்த ஆணை சுப்ரீம்கோர்ட் வரை செல்லும். யாரும் இந்த ஆணையைக் கேள்விக்கு உட்படுத்த முடியாது என்று நம்பிக்கை கொடுத்தார். அது முகமதலிக்கு நிம்மதியாக இருந்தது.

மக்கள்தொகைக் கணக்கெடுப்பு அலுவலகத்தில் சொன்ன தேதியில் ஆஜரானார் முகமதலி. அவருடன் கந்தசாமியும் வந்திருந்தான். அவன் முடி இப்போது நரைத்து நாற்பது வயதைத் தொட்டிருந்தது. அவனுக்குத் தனியாகக் கடை வைக்க வசதி இல்லாததினாலும், இந்தக் கடையே அவனது சொந்தக் கடையைப் போல ஆனதாலும் முகமதலியுடனே இருந்துவிட்டான். முகமதலி வீட்டில் தாக்குதல் நடந்த தகவல் கிடைத்தவுடனே ஓடி வந்துவிட்டான். கந்தசாமியே கடையின் முழுப் பொறுப்பையும் பார்த்து வருவதால் முகமாதலிக்கு முன்பைக் காட்டிலும் பெரிய வேலை இல்லாமல் இருந்தது.

காலையில் ஒன்பது மணிக்கு வரச் சொன்ன அதிகாரி மணி மூன்றைத் தாண்டியும் இவரை அழைக்கவில்லை. இதேபோல இன்னும் இருபது பேருக்கு இன்று சம்மன் அனுப்பப்பட்டிருந்தது. எல்லோர் முகத்திலும் ஒரு பதட்டம் இருந்தது. அதில் இஸ்லாமியர் அல்லாதவரும் சரிபாதி இருந்தனர். அவர்களது முகத்தில் கவலை ரேகைகள் படர்ந்திருந்தன. எல்லோரும் உழைக்கும் ஜனங்கள். காசு இருப்பவர்கள் ஏதாவது குறுக்கு வழியில் தங்களுக்கான குடியுரிமையை வாங்கிக் கொண்டார்கள். இல்லாதவர்கள் அரசு அலுவலகப் படிக்கட்டுகளில் ஏறி இறங்கிக் கொண்டிருந்தார்கள். முகமதலியின் வயிறு எனக்கு ஏதாவது கொடு என்று தொந்தரவு செய்தது. மதிய உணவை அருகே இருந்த மெஸ்ஸில் சாப்பிட்டுவிட்டு மீண்டும் வந்து உட்கார்ந்து கொண்டார்.

ஆவணங்களை எடுத்துவரச் சொல்லி அதிகாரியின் உதவியாளர் சொன்னார். எல்லாவற்றையும் எடுத்துக்கொண்டு உள்ளே

சென்றார். அதிகாரி அதனை எல்லாம் பார்த்துவிட்டு "இது கோர்ட்டுல இருந்து வாங்கினீங்களா" என்றார். ஆமாம் என்று முகமதலி தலையாட்டினார். "உங்க மக வரலையா" என்றார். "இல்லை. கைக்கொழந்த இருக்கு அதனால வர முடியல" என்றார். "ஏன் நீங்க குழந்தை பிறந்தபோதே பர்த் சர்டிபிகட் வாங்குல" என்றார். "படிப்பறிவு இல்ல சார்... அதனால அத பதிவு பண்ணல" என்றார். அப்போது அவரின் முகத்தில் ஒரு பவ்யமும் பதட்டமும் இருந்தது. "இந்தக் கோர்ட் ஆர்டெர வெரிபை பண்ணனும். நீங்க போய்ட்டு அடுத்த மாசம் ஏழாம் தேதி வாங்க. வரும்போது மகளையும் கூட்டி வாங்க" என்றார்.

வீடு திரும்பும்போது இரவாகி இருந்தது. ஷாகிரா அவளது அறையில் தூங்கிக்கொண்டிருந்தாள். நடந்ததை ஜைதூன் கேட்டாள். எந்த பதிலும் பேசாமல் உணவை முடித்து அவர்கள் உறங்கும் அறைக்குப் போனார். நடந்ததை பக்கத்து அறையில் இருக்கும் மகளுக்குக் கேட்காதவாரு ஜைதூனிடம் சொன்னார். "ஆண்டவன் இருக்கான் ஒண்ணும் கலங்காதீங்க" என்று அவரை ஆறுதல்படுத்த, வெகு நாட்களுக்குப் பிறகு அவனை அணைத்தாள். அது அவனுக்கும் கொஞ்சம் ஆறுதலாக இருந்தது. அவளின் திரண்ட மார்பில் தலைவைத்து சாய்ந்தார். அவளின் நெஞ்சு சூடு அவர் முகத்திற்கு இதமாக இருந்தது. வெகுநாளைக்குப் பிறகு அந்த உஷ்ணம் அவன் உடல் முழுக்கப் பரவியது. அதனை அவளும் உணர்ந்தாள். அவள் உடலும் உஷ்ணமானது.

51

மக்கள்தொகைக் கணக்கெடுப்பு அதிகாரியைப் பார்த்து வந்தபின்பு முகமதலி, முன்பைப் போல எந்த உற்சாகமும் இல்லாமல் இருந்தார். "இது என்ன வாழ்க்க, நம்ம உண்டு நம்ம பொழப்பு உண்டுனு இருந்தோம். இப்போ அந்த நிம்மதியே போச்சு. தினம்தினம் ஒரு பிரச்சன. நிம்மதியா மௌத்தாக முடியாது போல. எப்பத்தான் நமக்கு விடிவு காலம் வருமோ தெரியல" என்று கடையின் இருக்கையில் உட்கார்ந்துகொண்டு தனக்குத் தானே பேசிக் கொண்டிருந்தார்.

முகமதலிக்கு இருக்கும் மனநெருக்கடியை ஜைதூனால் புரிந்துக்கொள்ள முடிந்தது. அவளுக்கும் சிலருக்கும் மட்டுமே ஷாகிரா குறித்த ரகசியம் தெரியும். தெரிந்த பலரும் கபர்ஸ்தானுக்குப் போய்விட்டார்கள். வாபா எதற்கு இப்படி இடிந்து உட்கார்ந்துகொண்டு இருக்கிறார் என்று ஷாகிராவுக்குப் புரியவில்லை. "என்ன வாபா எதுக்கு இப்படி கலங்கி உட்காறீங்க, எதுவும் நடக்காது பயப்படாதீங்க" என்று வீட்டில் இருக்கும்போது சொன்னாள். அவளின் முன்பு கவலையைக் காட்டக்கூடாது என்று நேரமாகவே கடைக்கு வந்துவிட்டார்.

கடைக்கு வந்த கந்தசாமி அவரின் முகத்தைப் பார்த்து புரிந்து கொண்டு, "அண்ணே அதுதான் வக்கிலே சொல்லிட்டாரு இல்லை. சுப்ரீம் கோர்ட்க்கே போனாலும் ஒரு பிரச்சனையும் இல்லேன்னு. அப்புறம் ஏன் இப்படி மூஞ்ச தொங்கப்போட்டு இருக்கீங்க" என்று அவன் பேசும் போதுதான் நினைவு திரும்பினார். நாளைக்குத்தான் ஏழாம் தேதி போகணும் மறந்துடாதீங்க என்று நினைவூட்டினான். அதனை அவரும் மறக்கவில்லை.

***

அலுவலக இருக்கையில் மகளையும் அழைத்துக்கொண்டு வந்து முகமதலி காத்திருந்தார். ஜைதூன் மடியில் இருந்த குழந்தைக்கு அருகில் இருப்பவர் வேடிக்கைக் காட்டிக்

கொஞ்சிக்கொண்டிருந்தார். அது பொக்கைவாய் காட்டி சிரித்தது. "பையன் படு சுட்டி போல" என்றார் அவர். "ஆமாம்" என்று ஷாகிரா தலையாட்டினாள். "என் பேரனும் இப்படித்தான் மூஞ்ச மூஞ்ச பார்த்து சிரிச்சுட்டே இருப்பான்" என்று அவர் பேரனைப் பற்றிச் சொல்லிக்கொண்டிருந்தார். முகமதலிக்கும் இப்போதைய ஆறுதல் குழந்தையின் சிரிப்பே. மகளிடம் பார்த்த அதே சிரிப்பு. கடக்க முடியாத கடலையும் மலையையும்கூட குழந்தையின் கோணிச் சிரிப்பில் தாண்டி விடலாம். வீட்டில் பேரனே அவருக்கான பொழுதுபோக்கு.

"ஷாகிரா வாங்க" என்று அறைக்குள்ளிருந்து வெளியே வந்த உதவியாளன் அழைத்தான். உள்ளே சென்றபின்பு அதிகாரி "உன் பேரு என்னமா?"

"ஷாகிரா."

"என்ன படிச்சிருக்கே?"

"MBA."

"எல்லா சர்டிபிகெட்டும் இருக்கா"

"இருக்கு சார்" என்று பள்ளிச் சான்றிதழ் முதல் கல்லூரி சான்றிதழ் வரை எல்லாவற்றையும் காண்பித்தாள். "ஏன் பர்த் சர்டிபிகட்டே வாங்கலையா?" என்றார். அதே பழைய கேள்வி. அவள் வாபாவைப் பார்த்தாள். அவர் "அதான் சொன்னேன் இல்ல சார்... படிப்பறிவு இல்ல, அதனால கோர்ட்டுல போட்டு வாங்கினேன்னு" என்றார்.

"தினமும் நூறு பேரு வாராங்க எல்லாரும் சொன்னத நியாபகம் வச்சுக்க முடியுமா" என்றார்.

"எல்லாமே ஒரு செட்டு ஜெராக்ஸ் போட்டு கொடுத்துட்டு போங்க. நான் நோட் பண்ணி வச்சுக்கிறேன். எப்போ கூப்பிட்டாலும் வரணும்" என்றார். "மறுபடியும் வரணுமா" என்று அவர் கேட்கும்போது "தேவைப்பட்டா வந்துதான் ஆகணும், அரசாங்கம் எப்போ என்ன உத்தரவு போடுதுன்னு யாருக்குத் தெரியும்" என்று சொல்லிவிட்டு அடுத்த பெயரை அழைத்தார்.

தினமும் நூற்றுக்கணக்கானவர்கள் பையில் ஆவணங்களோடு அலுவலகத்திற்கு அலைந்து கொண்டிருந்தார்கள். எல்லோருக்கும்

அது பெரும் சலிப்பாக இருந்தது. எல்லோரும் இந்தக் கொடுமை எப்போதுதான் முடிவுக்கு வருமென்று அங்கலாய்த்தனர்.

***

கடையில் உட்கார்ந்துகொண்டிருந்த முகமதலியிடம் செய்தித்தாளை கந்தசாமி நீட்டினான். முகாம்களின் எண்ணிக்கையை உயர்த்துவதாகச் செய்தி வந்திருந்தது. இன்று ஒரே நாளில் இந்த மாவட்டத்தில் ஆவணங்கள் முறையாகச் சமர்பிக்காதவர்கள் ஐம்பது பேருக்கு சம்மன் கொடுத்ததாகப் பெட்டிச் செய்தி இருந்தது. கூடவே உணவு கட்டுப்பாடு விதிப்பது குறித்தும் அரசு பரிசீலிப்பதாகவும் தகவல் இருந்தது. மனுநாள் அன்று மறக்காமல் கணேசன் மாமாவைப் பார்க்க முகமதலியும் அவனோடு ஒவ்வொரு வாரமும் ஒருவர் சென்றார்கள். ஏற்கனவே அவருக்கு வழங்கும் உணவு தரமில்லாததாகவும் சுகாதாரமில்லாததாகவும் இருப்பதாகப் போன வாரம் சொன்னார். தொடர்ச்சியாக வரும் புகாரால் ஒருவேளை தரமான உணவு வழங்க ஏற்பாடு இருக்கலாமென்று யூகித்தார். கணேசன் மாமாவின் மனைவிதான் மிகச் சிரமப்படுகிறார். இரத்தக் கொதிப்பும், நீரழிவு நோயும் இருப்பதால் அவருக்கு அங்கு இருப்பதில் பெரும் சிரமம் உள்ளதாக மாமா கூறினார். அவரின் வயது ஒத்த பலரும் இங்கே அதே அவஸ்த்தையைப் படுவதாகக் கூறினார். அவரை வெளியே கொண்டுவர மார்க்கெட் குழு ஒன்றும் வேலை செய்துகொண்டே இருக்கிறது.

ஜைதூன் எண்ணிலிருந்து அழைப்பு வந்தது. முகமதலி எடுத்துப் பேசினார். அவளால் பேச முடியாமல் தேம்பித் தேம்பி அழுதாள். முகமதலி பயந்துவிட்டார். "என்னாச்சு... என்னாச்சு.. அழாம சொல்லு ஜைதூன்" என்றார். அவளால் பேச முடியவில்லை, அவளுக்குப் மூச்சு வாங்கியது. "என்னாச்சு.. சொல்லிட்டு அழு..." என்றார். அவளால் கட்டுப்படுத்த முடியாமல் அழுதாள். இவருக்கு நெஞ்சு படபடப்பு அதிகமானது.

"சொல்லு ஜைதூன்" என்று கத்தினார். "மகளைக் குழந்தையோட முகாமுக்குக் கூட்டிட்டுப் போய்ட்டாங்க, எவ்வளவு தடுத்தும் முடியல. சீக்கிரம் வாங்க" என்று அழுதாள். நெஞ்சைப் பிடித்து விழுந்தவரை எல்லோரும் மருத்துவமனை நோக்கி எடுத்துப் போனார்கள்.

மொஹல்லாவில் ஒரே பரபரப்பு. ஐந்து பேரை இப்படி இழுத்துச் சென்றுள்ளார்கள். ஆவணங்கள் காட்டவந்த ஐம்பது பேரில் நாற்பதுபேரை அப்படியே வாகனத்தில் ஏற்றி முகாமில் அடைத்த செய்தி எல்லா இடங்களிலும் பரவியது. ஒரே நாளில் இத்தனைபேரை விசாரணை முகாமில் அடைத்தது கடந்த ஆறு மாதத்தில் இதுவே முதல் முறை. இந்தச் செய்தி வனத் தீ போல எல்லா இடங்களிலும் பரவியது. அதில் சரிபாதி இஸ்லாமியர்கள்.

அதிர்ச்சியிலிருந்து முகமதலி மீள ஒருநாள் ஆனது. அருகில் இருந்த ஜைதூனைப் பார்த்தார். அவளின் உடல் முழுக்க சிராய்ப்புக் காயம். மகளை வாகனத்தில் ஏற்றும்போது தடுத்ததில் வண்டி இழுத்து உடல் முழுக்கக் காயம். அழுதுகொண்டே முகமதலி எழுந்தார். அவரது கைகள் நடுங்கின. குழந்தையோடு அள்ளிப் போனதை அவரால் தாங்க முடியவில்லை. “அட ஆண்டவா ஏன் இப்படி எங்கள சோதிக்கிறே. இந்த இபிலீஸ்கள்ட்ட இருந்து எங்களக் காப்பாத்த மாட்டியா” என்று அவன் அழுதது மருத்துவமனை முழுக்க எதிரொலித்தது. ராபியாவும் ஜமிஷாவும் அழுதுகொண்டே அவரைச் சமாதானப்படுத்தினார்கள்.

52

அரசு கொடூரமாக நடந்துகொள்வதைக் கண்டித்து அனைத்து ஜமாஅத் கூட்டமைப்பு சார்பாகப் போராட்டத்துக்கு அறைகூவல் விடுக்கப்பட்டது. அதில் இஸ்லாமியர் அல்லாத மக்களும் பங்கு கொண்டார்கள். அவர்களது குடும்பத்தில் உள்ளவர்களையும் விடுவிக்கக்கோரி இஸ்லாமியக் கூட்டமைப்போடு கைகோர்த்தார்கள்.

ஷாகிராவை எதற்கு அழைத்துச் சென்றீர்கள் என்று கணக்கெடுப்பு அதிகாரிகளிடம் சென்று ரபிக் கேட்டான். சந்தேகம் உள்ள அனைவரையும் முழு விசாரணையும் முடியும்வரை முகாமில் வைக்கச் சொல்லி அரசு உத்தரவு கொடுத்துள்ளது என்றார் அதிகாரி. குடும்பத்தாரைப் பறிகொடுத்த பலரும் அலுவலகத்திற்குப் படையெடுத்துக்கொண்டே இருந்தார்கள். அவர்கள் எல்லோர் முகத்திலும் அழுத கண்ணீர் தடயம் உப்புக் கோடுகளாய்த் தெரிந்தது. வரும் எல்லோருக்கும் இதே பதிலைச் சொல்லிச் சொல்லி சலித்துப்போன அலுவலக ஊழியர்கள் பொதுஅறிவிப்பு பலகையில் அந்த விபரத்தை எழுதி ஒட்டி வைத்தார்கள்.

மூன்றாம் நாள் மருத்துவமனையிலிருந்து வெளியே வந்த முகமதலி மகளை முகாமில் அடைத்ததைப் பொறுக்க முடியாமல் நேராகப் போராட்டக் களத்துக்குச் சென்றார். அவரோடு ஜைதூனும் ராபியாவும் ஜமிஷாவும் சென்றார்கள். அங்கு காவல்துறை அதிகளவில் குவிக்கப்பட்டிருந்தது. அவர்களைக் கலைந்து போகச் சொல்லி காவல்துறை அறிவிப்புக் கொடுத்துக்கொண்டே இருந்தது. அவர்கள் போவதைப்போலத் தெரியவில்லை. மாறாக, கூட்டம் கூடிக்கொண்டே போனது. தண்ணீரைப் பீய்ச்சி அடிக்கும் மூன்று வஜ்ரா வாகனங்கள் கொடிய விலங்கைப்போல கருப்பு நிறத்தில் சாலையின் மையத்தில் நிறுத்தி வைக்கப்பட்டிருந்தன. அரசின் ஆதரவு இயக்கங்கள் இந்தச் சந்தர்ப்பத்திற்காகவே காத்திருந்ததைப் போல மக்கள் கூட்டத்தை நோக்கி கற்களை வீசினார்கள்.

அது போராட்டத்தை ஒருங்கிணைக்கும் தலைவர்கள் மீது பட்டது. அவர்கள் சுதாகரிப்பதற்குள் மேலும் பல கற்கள் வந்து விழுந்தன. அதில் பலருக்கும் காயம் ஏற்பட்டது. மக்கள் செய்வதறியாது அங்கும் இங்கும் ஓடினார்கள்.

அனைத்துக் கற்களும் காவல்துறைக்குப் பின்னாலிருந்தே வந்தன. அவர்களை நோக்கி காவலர்கள் எந்தத் தாக்குதலும் நடத்தவில்லை. மாறாக, போராட்டக்காரர்கள் மத்தியிலிருந்து எதிர்க் கற்கள் வந்தபோது அதற்காகவே காத்திருந்ததைப்போல அவர்கள் கையில் வைத்திருந்த வெள்ளைநிற லத்தியை வைத்து சுழற்றிச் சுழற்றி அடித்தார்கள். அந்த லத்தியின் அடிப்பகுதி முனையில் சிறிய ஆணியைப்போல ஒரு கம்பி நீட்டிக்கொண்டு இருந்தது. அது பலரது உடலில் பட்டு சதையைப் பிய்த்து எடுத்தது.

மக்கள் தரப்பிலிருந்தும் கற்கள் பறக்கத் துவங்கியதும், காவலர் உடையில் இல்லாத, கையில் காவிநிறக் கயிறைக் கட்டியிருந்தவன் மக்கள் கூட்டத்தை நோக்கிச் சுட்டான். கண நேரத்தில் தோட்டாக்கள் காற்றைக் கிழித்து வந்தன. உயிர் பிழைத்தால் போதுமென்று ஓடிய பலரின் மண்டையையும், முதுகையும் துப்பாக்கி ரவைகள் துளைத்துக்கொண்டு போனது. மக்களில் பலர் செத்து விழுந்தார்கள்.

முகமதலிக்கு எங்கு ஓடுவதென்று தெரியவில்லை. ஜைதூன் அவரது கையைப் பிடித்திருந்தாள். பள்ளிக்குப் பின்னால் ஓடுங்க என்றாள். ராபியாவும் ஜமிஷாவும் வலதுபுறம் ஓடிக்கொண்டிருந்தார்கள்.

பள்ளிக்குப் பின் இருந்த சாந்தினி வீட்டின் அருகே ஓடினார். வன்முறையாளர்கள் காவல்துறையோடு துரத்தி வந்தார்கள். பல ஆண்டுகள் பழமையான பள்ளியின் உள்ளே பெட்ரோல் குண்டை வீசினார்கள். ஒருவன் அவசர அவசரமாகப் பள்ளியின் மினார் மீது ஏறினான். பறந்துகொண்டிருந்த பச்சைநிறக் கொடியைக் கீழே இறக்கினான். அவன் பேன்ட் பையில் வைத்திருந்த ஆரஞ்சு வண்ண கொடியை ஏற்றி "ஜெய் ஸ்ரீ" என்று கத்தினான். அவன் கத்தும் போது மினாருக்கு கீழே இருந்தவர்களும் "ஜெய் ஸ்ரீ" என்று உணர்ச்சி பொங்கக் கத்தினார்கள்.

முகமதலிக்கு மூச்சு வாங்கியது. அவரால் ஓட முடியவில்லை. சாந்தினி வீட்டின் திண்ணைமீது உட்கார்ந்தார். மேலே ஒருவன் மினாரின் மீது நின்று கத்திக்கொண்டு இருந்தான். "உள்ள வாங்க" என்று பதட்டத்துடன் சொன்னாள் சாந்தினி. ஜைதூன் அவரது கையைப் பிடித்து "சீக்கிரம் வாங்க" என்றாள். சமாளித்து எழுந்தார். சாந்தினி இன்னொரு கையைப் பிடித்துக்கொண்டு உள்ளே வாங்க என்று இழுத்தாள். அவரின் வலது காலை எடுத்து வீட்டுக்குள் வைத்தார். பின்னாலிருந்து வந்த துப்பாக்கி ரவை முகமதலி தலையை துளைத்துக்கொண்டு போனது. "அய்யோ... ஆண்டவா..." என்று ஜைதூன் கத்தினாள். சாந்தினி உடல் நடுங்கி அழ ஆரம்பித்தாள். ஜைதூன் முதுகில் மூன்று அரிவாள் வெட்டு இடைவெளி இல்லாமல் விழுந்தது. அவள் துடிதுடித்து கீழே விழுந்தாள்.

சாந்தினியை ஐந்துபேர் கொண்ட கும்பல் இன்னொரு அறைக்குள் இழுத்துச் சென்றார்கள். அவளின் கிழிக்கப்பட்ட உடை வெளியே வந்து விழுந்தது. "ஆண்டவா... என்ன விட்டுடுங்க" என்று கதறிய அவளின் சத்தம் வெளியே நடந்துகொண்டிருந்த கலவரத்தில் யாருக்கும் கேட்கவில்லை. ஆண்டவனுக்கும்...

சாந்தினியின் வீட்டில் இருந்த சேமிப்புப் பணம், அவளது மகளின் திருமணத்துக்காகச் சேர்த்திருந்த நகை என அனைத்தும் கொள்ளையடிக்கப்பட்டன. அவளது வீடு முழுவதுமாகச் சிதைக்கப்பட்டது.

மறுநாள் பத்திரிகைகளில் பள்ளிக்குப் பின்னாலிருந்த வீட்டிலிருந்து மூன்று பிணங்கள் எடுக்கப்பட்டதாகச் செய்தி வந்தது. நகரம் முழுக்க மொத்தம் 48 பிணங்கள். அதில் ஜமாஅத் கூட்டமைப்பில் கரம் கோர்த்த தலித் கூட்டமைப்பைச் சேர்ந்தவர்கள் மூன்றுபேர், தலைமைக் காவலர் ஒருவர், மீதம் அனைவரும் இஸ்லாமியர்கள். 98 பேர் குண்டடிப்பட்டு தீவிர சிகிச்சையில் உள்ளதாகப் பத்திரிக்கையில் செய்தி வந்தது. அவர்களில் ஒருசிலரைத் தவிர பெரும்பாலானோர் அனைவரும் இஸ்லாமியர்கள் என்று குறிப்பிடப்பட்டு இருந்தது.

பத்திரிக்கைகள் இறந்துபோன காவலர் பற்றியே நரம்பு புடைக்கப் பேசிக்கொண்டிருந்தன. அரசின் ஆதரவுக் குழுக்களே கலவரத்தைத் தூண்டின என்று தவறிக்கூட யாரும் பேசவில்லை, எழுதவில்லை. எல்லாம் ஒரு திட்டமிட்ட

ஏற்பாட்டிலே நடந்து முடிந்தது. பிரபல நடிகர் தனது பத்திரிக்கையாளர் சந்திப்பில் அந்தக் கூட்டத்தில் தேச விரோத சக்திகள் இருந்தார்கள், அவர்கள்தான் முதலில் கலவரத்தைத் தூண்டினார்கள் என்று பேசினார். அவரது கருத்துக்குக் கரம் கொடுக்க பிரபல விளையாட்டு வீரரும் ஆமாம்.. ஆமாம்.. என்று தலையாட்டினார். இவர்களது திடீர் சமூக அக்கறையால் மக்களின் கவனம் முழுக்க பாதிக்கப்பட்டவர்களை நோக்கிப் போகாமல் அரசின் நடவடிக்கை சரியென்ற நோக்கில் திரும்பியது. அரசின் அன்புக்கண் எப்போதும் அவர்களின்மீது கரிசனத்தோடு இருக்க வேண்டுமென்று மிக லாவகமாக வன்முறையை வேறு பக்கம் நோக்கித் திருப்பிவிட்டார்கள்.

முகமதலியின் தெருவில் இருந்த வீடுகளில் நாற்பது வீடுகள் முழுவதுமாகக் கொளுத்தப்பட்டிருந்தன. அவரது மொஹல்லாவில் மட்டும் பதிமூன்று மையத்துக்கள். தெரு முழுக்க அழுகுரல்கள். இது எதுவும் ஷாகிராவுக்குத் தெரியாது. இடப்பற்றாக்குறையாலும் குழந்தையோடு இருப்பதாலும் முதல் நாளே அவளை நிரந்தர முகாமுக்கு மாற்றியிருந்தார்கள். அந்த அறையில்தான் மைமூனும் தங்கவைக்கப்பட்டு இருந்தாள். நகரத்தில் உள்ள அசாதரண சூழலைக் கணக்கில்கொண்டு, மனுநாள் ஒரு மாதம் தடை செய்யப்படுவதாக அவசர அறிவிப்பு கொடுக்கப்பட்டது. எப்போது என்ன முடிவு அறிவிக்கப்படுமென்று யாருக்கும் தெரியாது.

இறந்தவர்களின் உறவினர்கள் முகாமில் இருந்தால் அவர்கள் இறந்தவர்களின் முகத்தைப் பார்க்கக்கூட அனுமதி மறுக்கப்பட்டது. அதனால் யார் இறந்தார்கள் என்று முகாமில் உள்ளவர்களுக்கும் தெரியாது. ஆனால் ஐம்பதுக்கும் மேற்பட்டோர் இறந்துவிட்டதாக முகாமிற்குத் தகவல் வந்துவிட்டது. யார் என்று தெரியாமல் எல்லோரும் அழுதார்கள். ஒவ்வொருவரும் தங்களது குடும்பத்தில் யாரும் இருக்கக்கூடாது என்று ஆண்டவனிடம் முறையிட்டார்கள். அவர்கள் வேண்டுதல் ஆண்டவன் காதுக்குப் போனதா என்று தெரியவில்லை.

ரபிக்கின் குழந்தையாவது அவரின் நாணாவைக் கடைசியாக ஒருமுறை பார்க்கட்டுமென்று அவனுக்குத் தெரிந்தவர்கள் மூலம், ஆணையத்தில் இருப்பவர்களைக் 'கவனித்து' குழந்தையைக் கொடுக்கும்படி கேட்டு மனு கொடுத்தான். குழந்தை முகாமில்

இருக்கவேண்டிய அவசியமில்லை, தேவைப்பட்டால் குடும்பத்தார் வாங்கிக் கொள்ளலாம் என்று சிறப்பு ஆணை கொடுக்கப்பட்டது. முகாம் அதிகாரிகளிடம் ஆணையைக் காட்டிக் கோரினான்.

அவர்கள், ஷாகிராவைப் பார்க்க அனுமதி இல்லை, இந்த ஆணையைக் காட்டுகிறோம், அவர் விரும்பினால் குழந்தையை வாங்கி வருவதாகச் சொல்லிச் சென்றார்கள். எதற்கு இந்த திடீர் ஆணை என்று புரியாமல் ஷாகிரா குழந்தையைத் தர மறுத்தாள். "பைத்தியம் மாதிரி பண்ணாதே. எப்போ வெளிய போவோம்ணு தெரியல, இங்கே கொசுக்கடிக்கும், பாம்புக் கடிக்கும் நடுவே எவ்வளவு நாள் குழந்தைய கஷ்டப்படுத்துவே. குழந்தையாவது வெளியே நிம்மதியா இருக்கட்டும்" என்று மைமூன் கூறினாள்.

"நம்ம தலையெழுத்து கஷ்டப்படுறோம். குழந்தை வெளியே போக ஒரு நல்ல வாய்ப்ப ஆண்டவனா கொடுத்திருக்கான். இந்த ஆர்டர வாங்க உன் புருஷனும், வாபாவும் எவ்வளவு சிரமப்பட்டு இருப்பாங்கனு உனக்குத் தெரியாது. அப்புறம் இங்கே புள்ளைக்கு நல்ல சோறு கிடைக்காது... அதாவது நிம்மதியா இருக்கட்டுமே" என்று சொன்னாள். அவள் சொல்லுவதில் ஒரு உண்மை இருப்பதை உணர்ந்து, அவளது வாபாவுக்கு பேரனைப் பார்க்காமல் இருக்க முடியாது என்று மைமூனிடம் சொல்லிக்கொண்டே, தூங்கிக்கொண்டு இருந்த குழந்தையின் உடல் முழுக்க முத்தம் தந்து கொடுத்தாள். தூரத்திலிருந்து ரபிக்கைப் பார்த்து அழுதாள். இவனும் அவளைப் பார்த்து அழுதான்.

அவளிடம் வாபாவும் அம்மாவும் இறந்ததைச் சொல்ல முடியாமல் தவித்தான். அவள் அங்கிருந்து, செய்கைமூலம் குழந்தையைப் பத்திரமாகப் பார்த்துக்கொள்ளும்படியும், வாபாவையும் அம்மாவையும் பார்த்துக்கொள்ளும்படியும் சொன்னாள். சரியென்று தலையை ஆட்டினான்.

எப்போதும் காற்றோடு பேசும் வேப்ப மரம் இன்று எதுவும் பேசாமல் இறந்தவர்களின் உடலுக்கு அஞ்சலி செலுத்துவதைப்போல அமைதியாக நின்றிருந்தது.

53

இப்ராஹிமின் கண்கள் அழுதழுது வீங்கி இருந்தன. சாந்தினி கொடூரமாகக் கொலை செய்யப்பட்டதை நினைத்து நினைத்து அழுதார். பொது இடங்களில் யாரும் நடமாட முடியாது என்று 144 தடை உத்தரவு போடப்பட்டிருந்தது. கல்யாணத்துக்குப் போகவில்லை என்றாலும் மௌத்துக்குப் போக வேண்டுமென்று பல சந்துகள் வழியாகப் புகுந்து, மௌத் வீட்டுக்கு வந்திருந்தார். 144 போடப்பட்டதினால் பெருமளவு கூட்டம் இல்லை. அதுமட்டுமல்லாமல் எல்லோரும் பயந்து போயிருந்தனர்.

இரண்டு நாட்களுக்கு முன்புதான் சாந்தினி அவரை அழைத்து, ஆவணங்களில் பழைய பதிவேடு இரண்டு கிடைத்தாகவும் அதனைப் பார்க்க பள்ளிக்கு வரும்படியும் சொல்லியிருந்தாள். பழைய தாள் என்பதால் வேகமாகத் திருப்பினால் உடைந்து விடும் என்று ஒவ்வொரு பக்கத்தையும் மெதுவாகத் திருப்பிப் பார்த்தார். பதிவேடு பெரிய நோட்டாக இருந்தது. காலையிலிருந்து மக்ரிப் நேரமாகியும் ஒரு நோட்டை மட்டுமே பார்க்க முடிந்தது. “பேசாம இந்த நோட்ட சாந்தினி வீட்டுக்கே கொண்டுபோய்ப் பாருங்க. நாளைக்கு கொண்டு வந்து கொடுங்க” என்றார் முத்தவல்லி.

ஒவ்வொரு பக்கத்தையும் பஞ்சுகள் பறக்காமல் பருத்திக் காயை உடைப்பது போல இப்ராஹிம் திருப்பினான். பல மாவட்டங்களிலிருந்தும் வசதி வாய்ப்பற்ற பெற்றோர்கள், வளர்க்க முடியாத உறவினர்கள் கொண்டுவந்து விட்டுப்போன சிறுபிள்ளைகளைப் பற்றிய விபரங்கள் இருந்தது. அந்தப் பிள்ளைகளுக்குப் பாடம் சொல்லிகொடுத்து நல்ல மாப்பிளையைப் பார்த்து நிக்காஹ் செய்துகொடுக்கும்வரை பள்ளி, இதுவரை ஒரு சிறு தவறும் நடக்காதவாறு இயங்கியதை நினைத்து இப்ராஹிம் பெருமிதம் கொண்டார்.

பெயர்:	மைமூன்
வயது:	5

தகப்பனார் பெயர்:	சம்சு
தாயார் பெயர்:	ஷாபியா
ஊர்:	இருகலூர், சேலம் மாவட்டம்.
குழந்தையைப் பள்ளியில் சேர்க்கக் காரணம்:	குடும்ப வறுமை
குழந்தையைச் சேர்ப்பவர் பெயர்:	ஷாபியா க.பெ. சம்சு, த.பெ. மைதீன் பாஷா
உடைகள்:	நான்கு
உடமைகள்:	ஒரு பை, தகரப்பெட்டி சிறியது.
தேதி:	*19.07.195*

கையொப்பம்

அந்தப் பக்கத்தைப் பார்த்தவுடன் இப்ராஹிம் முகத்தில் புன்னகை பூத்தது. வெகு நாளைக்குப் பிறகு பூத்த புன்னகை அது என்று சாந்தினிக்குத் தெரியும். தேதியில் வருடம் அழிந்து *'195'* மட்டுமே தெரிந்தது. "அத விடு மச்சான்... அட்ரஸ் இருக்கில்ல" என்றாள். "இது போதும் மதினியோட எல்லா வரலாறும் தெரிஞ்சிடும்" என்றாள். அவள் முகத்தில் அவ்வளவு மகிழ்ச்சி படர்ந்திருந்தது. ஒரு வருடத்துக்குப் பின்பு உட்கார்ந்து நிம்மதியாகச் சாப்பிட்டார். "இன்னும் கொஞ்சம் மச்சான்.. இன்னும் கொஞ்சம்..." என்று அருகில் உட்கார்ந்துகொண்டு பரிமாறினாள்.

"உன் நல்ல மனசுக்கு எந்தக் கேடும் வராது. இனி நீங்களும் மதினியும் ஒருநொடி கூடப் பிரிய மாட்டிங்க. எல்லாக் கெட்டதும் உன்ன விலகிபோச்சு நிம்மதியா இன்னைக்கு போய் தூங்குங்க" என்று சொல்லி வழி அனுப்பி வைத்தாள். அதுதான் அவள் கடைசியாக அவரிடம் பேசியது. அதற்குள் 'நான் வழியனுப்ப வேண்டியதாயிருச்சே' என்று நினைத்து அழுதார்.

பிணக்கூராய்வு செய்து உடல்களை ஒப்படைக்க இரண்டு நாட்கள் ஆனது. ஒரு நாளைக்குப் பத்து பிணங்கள் என்று, இரண்டாம் நாளில் சாந்தினியின் 'மையத்' கிடைத்தது. நல்ல வேலையாக அன்று அவளின் மகள் இல்லை. சாந்தினியின் மாமி வீட்டுக்குப் போயிருந்தாள். இருந்திருந்தால் அந்த கொடூரர்களின் கையில் சிக்கி அந்தப் பிஞ்சுக் குழந்தை துடிதுடித்திருக்கும். அருகில் இருந்த பகுதியில் ஏழாம் வகுப்பு படிக்கும் சிறுமியைக் கடந்தாண்டு ஐந்துபேர் சேர்ந்து மிகக் கொடூரமாகப் பாலியல் வன்முறை செய்தது அவர் நினைவுக்கு வந்து போனது.

சீக்கிரம் எடுக்கச் சொல்லி காவல்துறை அழுத்தம் கொடுத்ததனாலும் கூராய்வு செய்யப்பட்ட உடல் என்பதாலும் மையத்தைக் கழுவாமல் பள்ளியின் பின்னாலிருந்த கபரஸ்தானில் அடக்கம் செய்தனர். அவளின் இரண்டு மகன்களும் கதறி அழுதுகொண்டிருந்தனர். சாந்தினியின் முகத்தைப் பார்க்கும் சக்தி அங்கே யாருக்கும் இல்லை.

சாந்தினியின் கொலை எல்லோருக்கும் ஒரு கலக்கத்தை உண்டாக்கி இருந்தது. கலவரக்காரர்கள் விரும்பியதும் அதுதான். பள்ளியைச் சுற்றி மட்டும் ஐம்பதுபேர் வரை கொலை செய்யப்பட்டும் இதுவரை யாரையும் கைது செய்யவில்லை. தொடர்ச்சியாக வன்முறையைத் தூண்டும் விதமாகப் பேசிய நபர்களைக்கூட கைது செய்ய போலீஸ் அஞ்சியது. நீதிமன்றத்தில் காவல்துறை அதிகாரிகள் கொலை செய்த குற்றவாளிகளைத் தேடிக்கொண்டு இருக்கிறோம் இன்னும் அடையாளம் காண முடியவில்லை என்று அலட்சியமாகப் பதில் சொன்னார்கள். "வன்முறையைத் தூண்டியவர்கள் மீதாவது நடவடிக்கை எடுக்கப்பட்டதா? என்று நீதிபதி கேட்டபோது "அது வன்முறையைத் தூண்டும் பேச்சா என்று ஆய்வு செய்துகொண்டு இருக்கிறோம்" என்று சொல்ல கோபம்கொண்ட நீதிபதி அவர்களின் பேச்சை நீதிமன்றத்திலேயே ஒலிபரப்பினார். இது அரசு வழக்கறிஞர்களுக்கும் காவல்துறைக்கும் அவமானமாக இருந்தது. அவமானத்தைத் தாங்கமுடியாமல் அரசிடம் சொல்லி மறுநாளே, இருந்த ஒரு நேர்மையான நீதிபதியையும் வேறு மாநிலத்துக்கு மாறுதல் செய்தார்கள். அரசுக்கும் குற்றவாளிகளுக்கும் ஆதரவாகச் செயல்பட்ட நீதிபதிகள் நல்ல பதவிகளுக்குத் தேர்வு செய்யும் சூழலில் ஒருவர் மட்டும் வேறொரு பாதையில் போவதை அவர்கள் யாரும் விரும்பவில்லை.

சாந்தினியின் மகள் "அம்மா... அம்மா... என்ன விட்டுப் போகாத" என்று கதறியதைக் கேட்க முடியாமல் இப்ராஹிம் அழுது கொண்டே நகர்ந்தார். அவளை எல்லோரும் பிடித்துக்கொண்டு "அழாதே, அம்மாவுக்காக அல்லாட்ட துவா செய்" என்று சொல்லி சமாதானம் செய்தார்கள். "அம்மா மௌத்தாகிட்டா அதுக்கு அழாம துவா செய்யவா முடியும்... பைத்தியங்க..." என்று கண்ணீரைத் துடைத்துக்கொண்டே வெளியேறினார்.

54

மருத்தவமனையில் கூராய்வு செய்யப்பட்ட உடல்களைக் கழுவுவதா இல்லை அப்படியே அடக்கம் செய்வதா என்று எல்லோருக்கும் குழப்பமாக இருந்தது. இருவருக்கும் வேண்டாம், 'அல்லா அதனை ஏற்பார்' என்று ஒரே வார்த்தையில் மூத்த ஹஜ்ரத் சொன்னதால் 'கலிமா' சொல்லி உடல்கள் மீது தண்ணீர் தெளிக்கப்பட்டது.

எல்லோருக்கும் ஒரே கபரஸ்தான் என்பதால் தெருவில் உள்ள எல்லா 'மையத்'தையும் ஒன்றாகவே எடுக்கலாம் என்று முடிவானது. இந்தத் தெருவில் ஐந்து 'மையத்'துகள். முகமதலி வீட்டிற்கு எதிரில் இருந்த ஆட்டோ டிரைவர் ரஹீமும் அன்று கொலை செய்யப்பட்டிருந்தான். அவன் உடலில் எங்குமே காயம் இல்லை. தலையில் மட்டும் கனமான பொருளைக் கொண்டு அடித்துள்ளனர். அவனின் இறப்பைக் கொலை இல்லை, கீழே விழுந்து அடிபட்டதாக 'விபத்து' என்ற வகைமையில் சேர்த்திருந்தனர்.

குளிப்பாட்டுபவர் வந்தபின்னர், உடலைக் குளிப்பாட்டும் அலுமினிய ஜனாசாவில் ரஹீம் உடல் கிடத்தப்பட்டது. முதலில் வெது வெதுப்பான வெந்நீர் உடல்மீது ஊற்றப்பட்டது. இலந்தைப்பழ இலையால் ஊற வைத்த தண்ணீர் உடல் மீது ஊற்றப்பட்டது. குளிப்பாட்டுபவர் வெள்ளைத் துணியைக் கையில் சுற்றி உடலின் இரண்டு கால்களுக்கும் இடையே கையை விட்டு மலவாயைத் துடைத்து சுத்தம் செய்து தண்ணீர் ஊற்றினார். இப்படி மூன்றுமுறை சுத்தம் செய்தார். ஒவ்வொரு முறைக்கும் ஒரு துணியைப் பயன்படுத்தி ஒரே மூலையில் வீசினார். உயிர் உறுப்பைப் பார்க்காமல் சுத்தம் செய்தார். ஒரு மருத்துவரைப்போல அவரின் ஒவ்வொரு செயலும் இருந்தது. அடுத்து கிழிக்கப்பட்ட வெள்ளைத் துணியை எடுத்து ரஹீமின் பற்களை மூன்று முறை சுத்தம் செய்தார். அருகில் நின்றுகொண்டிருந்த ஒருவன் துணியை ஒரே அளவில் கிழித்துக்கொண்ட இருந்தான். அடுத்து கை,

கால் நகங்களில் சிறிய குச்சியை வைத்து அழுக்கை எடுத்தார். துணியைக் காதில், மூக்கில் விட்டு அழுக்கை எடுத்தார். உடல் முழுக்க எல்லாத் துளைகளும் சுத்தம் செய்யப்பட்ட பின்பு இலந்தைப்பழ தண்ணீரை மீண்டும் ஊற்றினார். தலைக்கு ஷாம்புபோட்டு குளிப்பாட்டினார்.

தேங்காய் சீவலைப்போல சீவப்பட்ட மணம் கமழும் சோப்பை கைக்கு அடக்கமான ஒரு சிறிய பாத்திரத்துத் தண்ணீரில் ஒருவர் கரைத்துக்கொண்டிருந்தார். அதனை ரஹீம் உடல் முழுக்க ஊற்றிக் கழுவினார். நன்றாக கழுவியதை உறுதி செய்தபின்பு சந்தனத்தை உடல் முழுக்கப் பூசிக் கழுவினார். அவ்வாறு மூன்று முறை கழுவியபின்பு கஸ்தூரி மஞ்சளிட்டு கழுவினார். உடலை நன்றாகத் துடைத்து, பின்பு வெள்ளைத் துணியை உடலில் சுற்றி கஸ்தூரி மஞ்சளை நெஞ்சின் மீது இருகையும் நிறையுமளவு வைத்து, வெள்ளைத் துணியில் இறுக்கமாகக் கட்டினார். கயிறு போல சன்னமாகக் கிழித்த துணியைக் கொண்டு காலில் ஒரு கட்டு, இடுப்பில் ஒரு கட்டு, தலையில் ஒரு 'உருவான் சுருக்கிட்டு' கட்டிமுடித்து மூச்சை விட்டார். குளிப்பாட்டு முடிய சுமார் ஒருமணி நேராமனது.

ரஹீம் உடல் மணமணக்கத் தெருவுக்கு எடுத்து வரப்பட்டது. ஆண்டவனிடம் செல்லும் உடல் எந்த அழுக்கும் இல்லாமல் சுத்தமாகச் செல்ல வேண்டுமென்ற முறைப்படி சுத்தம் செய்யப்பட்டு எடுத்து வரப்பட்டது. உடலைப் பார்த்தவுடன் மீண்டும் அலைபோல அழுகை சத்தம் எழுந்தது. ரஹீமின் மனைவியை எல்லோரும் பிடித்தார்கள். அவள் கையில் குழந்தையுடன் அழுதாள். "உங்களுக்கெல்லாம் இரக்கமே இல்லையா, என் புருசன அநியாயமா கொன்னுபுட்டீங்களே....." என்று சொல்லிச் சொல்லி அழுதாள். கையிலிருந்த குழந்தையும் அழுதது.

"'தீதார்' பார்க்கிறவங்க எல்லாம் வாங்க" என்று சத்தமாகச் சொல்லி அழைக்கப்பட்டது. முகம் பார்க்க எல்லோரும் போனார்கள். ரஹீமின் முகத்தைப் பார்த்தபடியே ரஹீமின் மனைவி அழுதாள். எல்லோரும் பார்த்தபின்பு, உடல்கள் வரிசையாக வைக்கப்பட்டு 'கலிமா சகாதத்' சொல்லி எடுத்துப் போனார்கள். ராபியா, அவளின் மகள்கள் இன்னும் இன்னும் இன்னும்..... தெருவில் உயிர்களைப் பறிகொடுத்த சொந்தங்கள் எல்லாம் அழுதார்கள். ரோஜா சரங்கள் போர்த்தப்பட்ட உடல்களை மக்கள் தோளில் சுமந்தபடி வரிசையாக கபரஸ்தான் நோக்கிப் போனார்கள்.

55

முகாமில் அடைக்கப்பட்டவர்களைப் பார்ப்பதுக்கு விதிக்கப்பட்டிருந்த தடை ஒரு மாதத்தைக் கடந்திருந்தது. மனு நாளில் மைமூனை தறவாமல் பார்க்கும் இப்ராஹிம் அவளைப் பார்க்காமல் கலங்கினார். என்ன செய்கிறாளோ, எப்படி இருக்கிறாளோ என்று அவளைப் பற்றிய நினைவாகவே இருந்தது. அவளின் பூர்வீக வீட்டின் முகவரி கிடைத்துவிட்டது என்று சொல்ல முகாமுக்குக் கிளம்பினார்.

மைமூன், ஷாகிராவோடு இணக்கமாகி இருந்தாள். கணேசன் தாத்தாவும் அந்த முகாமில்தான் இருந்தார். லட்சுமி பாட்டி மெலிந்து போயிருந்தாள். கணேசன் தாத்தா தனது பேத்தி ஷாகிரா எப்படியாவது வெளியேபோக வேண்டுமென்று, முகாமில் வைக்கப்பட்டிருந்த பிள்ளையார் கோயிலில் தினமும் வேண்டிக்கொண்டு திருநீர் எடுத்துப்போய் அவளுக்குக் கொடுத்தார்.

முகாமுக்கு அரசு நிதி ஒதுக்கீடு குறைந்துவிட்டது. காலையும் மாலையும் கொடுக்கப்பட்டு வந்த தேநீர் இனி காலை மட்டுமே கொடுக்கப்படும் என்ற நடைமுறையோடு மேலும் இன்னொரு புதிய விதியாக மதியம் சமைத்த உணவே இரவுக்குமென்றும் அதுவும் அளவுசோறு என்றும் எல்லோருக்கும் சிறையில் வழங்கப்படும் அச்சு சோறுபோல ஒரே எடையளவில் வழங்கப்படும் என்று அறிவிக்கப்பட்டது. முகாமில் நடக்கும் ஒவ்வொரு மாற்றத்தையும் துவக்கம் முதலே மைமூன் கவனித்து வருகிறாள். முகாமில் இரவில் அடிக்கடி கேட்கும் பெண்ணின் அலறல் துவக்கத்தில் பயமாக இருந்தாலும் இப்போது அந்த நடுக்கம் குறைந்திருந்தது. அந்த அலறல் கேட்கும்போது காதை அடைத்துக்கொண்டாள். ஒருநாள் இரவு காவலன் ஒருவன் ஒரு ஆவணத்தைச் சரிபார்க்க வேண்டுமென்று அறையின் வெளியே நின்று ஷாகிராவை அழைத்தான். சத்தம் கேட்டு எழுந்தவளை சைகை காட்டி போகவேண்டாம் என்றாள் மைமூன்.

மைமூன் வெளியே சென்று என்ன என்று கேட்டபோது அவளின் ஆவணங்களில் ஒரு சந்தேகம் உள்ளது. அதனை சரிசெய்ய அழைத்துச் செல்ல வேண்டுமென்று கூறினான். அவளுக்குக் கடுமையான வைரஸ் காய்ச்சல், மருத்துவர் வந்தபோது மருந்து வாங்கிக் குடித்தவள் அத்தோடு தூக்கமும் இல்லாததினால் தூக்க மாத்திரை போட்டுத் தூங்குகிறாள். இனி காலைதான் எழுந்திட முடியும் என்று பதில் சொன்னாள். வாரம் ஒருமுறை மருத்தவர் வருவார். இன்று அவர் வந்துபோனது அவனுக்கு உரைத்தது. ஏதோ பிடிக்காததை தின்றதைப்போல முகத்தை வெறுப்பாக வைத்துக்கொண்டு போனான். அந்த முகத்தில் ஒரு ஏமாற்றம் இருந்தது. சத்தம் போடாமல் தூங்கும்படி மைமூன் சைகை காட்டி அவளை தூங்கச் சொன்னாள். நீண்ட நேரத்துக்குப் பின்பு நடு இரவில் ஒரு பெண்ணின் அழுகைச் சத்தம் அலறலோடு கேட்டது.

முகாமில் ஒரே நாளில் பத்து பேர் இறந்தது எல்லோருக்கும் அதிர்ச்சியாக இருந்தது. எப்படி இறந்தார்கள் என்று யாருக்குமே பிடிபடவில்லை. அதில் லட்சுமி பாட்டியும் ஒருவராக இருந்தார். கணேசன் மாமவுக்கு இருந்த ஒரே ஆறுதல் லட்சுமி பாட்டி. அவளை இழந்தது தாத்தாவால் தாங்க முடியவில்லை. தாத்தாவின் கையைப் பிடித்து ஷாகிரா அழுதாள். மைமூன் ஆறுதல் சொன்னாள். அவர்கள் எல்லோரும் இரவு மருத்துவர் கொடுத்த மருந்தைச் சாப்பிட்டுள்ளார்கள். அதில் காலாவதியான மருந்துகளும் இருந்துள்ளன. அதனால் இறப்பு ஏற்பட்டிருக்காது என்று ஷாகிரா உறுதியாக நம்பினாள். கடந்த ஒரு வருடத்தில் மட்டும் இப்படி நான்கு முறை நடந்துள்ளதாக மைமூன் கூறினாள். முகாமில் முன்பைக் காட்டிலும் உணவு தரமற்றதாக உள்ளதாகவும் சொன்னாள்.

ஒரு நாளைக்கு ஒரு வரிசையில் உள்ளவர்கள் என்று பொறுப்பு கொடுக்கப்பட்டு கழிவறையைச் சுத்தம் செய்யச்சொன்னாலும், அதற்குத் தேவைப்படும் பொருட்கள் எதுவும் தரப்படவில்லை. சுகாதாரமற்ற கழிவறையைப் பயன்படுத்தியதால் ஷாகிரா அடிவயிற்றில் வலி தாங்க முடியாமல் துடித்தாள். முகாமில் இப்படி பலரும் துடித்ததை மைமூன் அறிவாள். அவர்களிடம் இருக்கும் மாத்திரைகளை வாங்கி வந்து ஷாகிராவுக்குக் கொடுத்தாள். ஷாகிரா, அவ்வப்போது பால் கட்டியதை மூலையில் பீய்ச்சிவிட்டு நெஞ்சின் வலியைப் போக்கிக் கொண்டாள்.

ஒரு மாதத்துக்குப் பின்பு மனுநாள் மீண்டும் அனுமதிக்கப்பட்டது. அன்று மட்டும் தனது மகனுக்காகப் பாலை தேக்கி வைத்திருந்தாள். மகனை பார்த்தபோது கண்ணீர் பெருக்கெடுத்து கொட்டித் தீர்த்தது. அவளது நெஞ்சில் குழந்தையைக் கிடத்தியபோது பால் சுரந்தது. போதும் போதுமென்று குழந்தை முகத்தைத் திருப்பும் வரை கொடுத்தாள். குழந்தை முலையைக் கடிக்கும்போது தாய்மை பொங்கி அழுதாள்.

அவளிடம் நடந்ததை எப்படிச் சொல்லவதென்று தெரியாமல் ரபிக் அடக்கிக்கொண்டு அமைதியற்றிருந்தான். “வாபா எப்படி இருக்கிறார். ஏன் வரவில்லை” என்று கேட்டபோது அவன் எதுவும் சொல்லாமல் அழமட்டுமே செய்தான். அவன் சொன்ன போது முகாமே அதிர்வதைப்போல ஷாகிரா கத்தினாள். மனுநாளில் பார்க்க வந்த பலரும் வெளியே நடந்ததைச் சொன்னபோது “அண்ணா... அப்பா... அம்மி... என்னெங்க... அத்தா....” என்று பலரும் அவர்களின் உறவின் பெயர் சொல்லி அழுதார்கள்.

மைமூன், சாந்தினியை நினைத்து அழுதாள். அவளோடு இப்ராஹிமும் அழுதார். இருவரையும் ஆஷ்மாவும், ஷொஹைலும் சமாதானம் செய்தார்கள். இப்ராஹிமின் கைகள் நடுங்கின. சாந்தினி கடைசியாக அவரிடம் கொடுத்த முகவரியை நீட்டினார். அதனை அவள் நினைவுப்படுத்திப் பார்த்தாள் ஆனால் எதுவும் நினைவுக்கு வரவில்லை. அவளிடம் ஒரு வெறுமை சூழ்ந்திருந்தது. இன்னும் எவ்வளவு நாட்கள் இப்படி இந்த மனிதர் தனக்காக அலைந்து கொண்டிருப்பார் என்று தனக்குள் வருந்தினாள். அடுத்தமுறை வரும்போது அவளை விடுதலை செய்யும் ஆணையோடு வருவதாகச் சொல்லி சென்றார். சாந்தினி வீட்டில்தான் தனது வாபாவும் அம்மாவும் இறந்ததைத் தெரிந்து மைமூனைப் பிடித்துக்கொண்டு ஷாகிரா அழுதாள்.

இரண்டு மாதம் கடந்தபின்பும் சேலம் முழுக்கத் தேடியும் இப்ராஹிமால் அந்த ஊரைக் கண்டுபிடிக்கமுடியவில்லை. மைமூனுக்கு இப்ராஹிம் இந்த வயதில் அலைவது சங்கடத்தைக் கொடுத்தது.

56

சேலம் இருகலூர் என்பது சங்ககிரி அருகே இருக்கும் கிராமம் என்று இப்ராஹிமுக்கு யாரோ தகவல் சொன்னார்கள். சங்ககிரியும் சேலம் மாவட்டம்தான் என்று அவருக்குத் தெரியப்படுத்தினார்கள். அடையாளத்துக்கு மைமூனின் புகைப்படத்தை எடுத்துக்கொண்டு சேலத்துக்கு வண்டி ஏறினார். அவரோடு ஷொஹைலும் கூடச் சென்றான்.

சேலத்திலிருந்து சங்ககிரி வந்து இருகலூர் பேருந்தில் ஏறினார்கள். ஊருக்குள் செல்லாமல் பிரதான சாலையில் பேருந்து நின்றது. தீமிதித்த அம்மன் கோவில் மராமத்து பணிகள் நடந்துகொண்டிருந்தன. கையில் குழந்தையோடு இருக்கும் சிலையைக் கோயில் முகப்பில் வடித்துக்கொண்டு இருந்தார்கள். அதே சிலைதான் உள்ளேயும் இருந்தது. கையில் குழந்தையோடு எதற்குத் தீயில் பாய்ந்து இருப்பாள் என்று ஷொஹைல் ஆராய்ந்துகொண்டு இருந்தான். ‘புருசன் கொடுமையை விட என்னவா இருக்கும், காலகாலம இப்படிதானே நடக்குது, கொடும தாங்க முடியாம தீயில பாஞ்சிருப்பா’ என்று அவனாகவே ஒரு முடிவுக்கு வந்தான்.

ஊரே அமைதியாக இருந்தது. நகரத்தைவிட வாகனப்போக்குவரத்து குறைவாக இருந்தது. பக்கத்தில் இன்னொரு கோவில் எந்தப் பராமரிப்பும் இல்லாமல் சிதலமடைந்து இருந்தது. சின்னதாக இருக்கும் டீ கடைக்குள் புகுந்து கடைக்காரரிடம் ஷொஹைல் பேச்சுக் கொடுத்தான். அம்மாவைப் பற்றி நேரடியாகக் கேட்டால் நன்றாக இருக்காது என்று பராமரிப்பு இன்றிக் கிடக்கும் கோவிலிலிருந்து ஆரம்பித்தான். “அது ரெண்டு பிரிவுக்காரங்க பிரச்சனை. ரெண்டு பேரும் அம்மனை அப்படியே விட்டுட்டாங்க. அப்பப்போ ஒரு பூசாரி வருவாரு, எதாவது பூஜை பண்ணிட்டு போயிடுவாரு” என்று சொல்லிவிட்டு பக்கத்தில் உள்ள குளத்தைக் காட்டி “அதுவும் அதே பஞ்சாயத்துதான். பல வருசமா கோர்ட்டுல இருக்கு. எந்த குடும்பத்துக்கு பாத்தியத உரிமைனு” என்று

சொல்லி எல்லாவற்றையும் விளக்கிக்கொண்டிருந்தார். ஷாபியா வீடு எது என்று கேட்டபோது அவருக்குத் தெரியவில்லை. தான் முப்பது வருடமாக இருப்பதாகவும், ஆனால் இப்படியொரு பெயருடையவரைக் கேள்விப்பட்டதில்லை என்றும் சொன்னார். "இது என் ஊரு இல்ல, பொண்டாட்டி ஊருதான். அதுதான் என் பொண்டாட்டி. அதுகிட்ட வேணா கேளுங்க... விபரம் சொல்லும்" என்று பூக்கடையைக் கை காட்டினார். அவரிடம் டீ போடச் சொல்லிவிட்டு பூக்கடையை நோக்கி நகர்ந்தார்கள்.

கோயில் முன்பு தேங்காய், பூ, பழம் கடை இருந்தது. அதில் உக்கார்ந்திருந்த நடுத்தர வயதுப் பெண், பூவை ஒரு இயந்திரத்தைப் போல இடைவெளி இல்லாமல் எடுத்து எடுத்துக் கட்டினாள். அவளிடம் சென்று "இங்கே ஷாபியா வீடு எங்கம்மா" என்று கேட்டார். அவளுக்குத் தெரியவில்லை. "அப்படி யாரும் இங்கே இல்லையே" என்றாள். அவுங்க வாபா பேரு மைதீன் பாஷா என்றார். அப்போதும் அவளுக்குத் தெரியவில்லை. அருகில் பொட்டிக்கடை வைத்திருக்கும் கடைக்காரரிடம் திரும்பி அவள் கேட்டாள். அவருக்கும் தெரியவில்லை. ஒருவேளை இந்த ஊராக இருக்காதோ என்று இப்ராஹிம் தனது நெற்றியைத் தேய்த்தார். ஷொஹைல் இரண்டு தேநீர் வாங்கிவந்து ஒன்றை வாபாவிடம் கொடுத்தான். "ஊருக்குள்ள பத்திரம் எழுதிற மூர்த்தி அய்யாட்ட கேளுங்க. எல்லாரைப் பத்தியும் அவருக்குத் தெரியும்" என்றாள்.

வேப்பமரத்தின் மீது உட்கார்ந்துகொண்டிருந்த குயில் கூவிக்கொண்டிருந்தது. மூர்த்தி வீட்டின் வாசலில் வந்து இப்ராஹிம் உட்கார்ந்தார். வெளியே இருந்த தகர விளம்பரப் பலகையில் 'மூர்த்தி, பத்திர எழுத்தர்' என்று எழுதியிருந்தது. அதற்குக் கீழ் ராஜ்குமார் என்ற பெயரும் இருந்தது. வெயிலில் நடந்துவந்ததால் அவருக்குக் களைப்பு மிகுதியாக இருந்தது.

"நான்தான் நீங்க வராதீங்க, நான் போய் பார்த்துட்டு வரேன்னு சொன்னேன், எதுக்கு இப்படி அலையணும்" என்று வாபாவை ஷொஹைல் கடிந்து கொண்டான். சுமார் எழுபத்தைந்து வயதுடைய ஒருவர், வெள்ளை கைவைத்த பனியனோடு வெளியே வந்தார். அவரின் உடல்வாகு வயதைப் பெரியதாகக் காட்டவில்லை. கருப்பு பிரேம் போட்ட கண்ணாடி அணிந்திருந்தார். "நீங்க யாரு... பத்திரம் பண்ணனுமா" என்றார். அவரின் மகன்தான் தற்போது பத்திர

எழுத்தாளராக இருக்கிறான். "இல்லை ஒரு விபரம் கேக்க வந்தோம். உங்களுக்குத் தெரியும்னு சொன்னாங்க" என்றார் இப்ராஹிம். அப்படிச் சொல்லியபோது அவர் முகத்தில் ஒரு பெருமை வந்தது.

'சொல்லுங்க என்ன விபரம் வேண்டும்...." என்றார்.

"இங்க மைமூன் வீடு எது..." என்றார் இப்ராஹிம்.

"மைமூனா.... அப்படி யாரும் இங்கே இல்லையே. போன மாசம் தவறினாங்களே அந்த மைமூன் வீடா...?" இல்லை என்றான் ஷொஹைல். "அப்புறம் இங்கே யாருனு தெரியலையே. அவுங்க வூட்டுல வேற யாரு பேரு தெரியும்" என்று அவர் சொல்லிக்கொண்டு இருக்கும்போது, உள்ளே இருந்து அறுபது வயது மதிக்கத்தக்க அம்மா கையில் தண்ணீரோடு வந்து இப்ராஹிம் முன்பு நீட்டினாள். இருக்கும் தாகத்தில் அதனை வாங்கி அப்படியே குடித்துவிட்டுக் கொஞ்சம் ஷொஹைல் கையில் கொடுத்தார். அவனும் குடித்தான். "இன்னும் வேணுமா" என்றாள். போதும் என்று தலையை ஆட்டினான்.

"மைமூனோட அம்மா பேரு ஷாபியா" என்றார் இப்ராஹிம். "எங்கோ கேள்விப்பட்ட பெயர் போல இருக்கு... சட்டுன்னு நினைவு வரலையே. இந்த ஊருக்கே நான்தான் பத்திரம் பண்ணுறேன். ஆனா நீங்க சொல்லுற பேரு ஒன்னும் நினைவுக்கு வரலையே..." என்று தலையைச் சொறிந்துகொண்டு "வேற யாராவது ஆம்பிளை பேரு இருக்கா" என்றார். இப்ராஹிம் கையில் வைத்திருந்த காகிதத்தைப் பிரித்து "ஷாபியாவோட வாபா பேரு மைதீன் பாஷா" என்று சொல்லிக்கொண்டு கையில் வைத்திருந்த புகைப்படத்தைக் காண்பித்தார். அதனை வாங்கி பார்த்த மூர்த்தி கண்களை அகலத் திறந்து "நீங்க யாரு" என்றார். "நான் ஷாபியாவோட மகள் மைமூனைக் கட்டிகிட்டவன்" என்றார் இப்ராஹிம்.

"வெரசா போய் சட்டை எடுத்துட்டு வா புள்ள.... நம்ம அன்வர் வீட்டுக்கு வந்து இருக்காங்க" என்று பரபரத்தார். உள்ளே சென்ற அவள் மூர்த்தியின் சட்டையோடு வந்தாள். "அன்வர் என் தோஸ்துதான். போன மாசம் இறந்துபோனான்" என்றார். அவர் சொல்லும் அன்வர் யாரென்று இவர்களுக்குத் தெரியவில்லை.

மூர்த்தி அவர்களோடு பேசிக்கொண்டே நடந்தார். அவர் தான் பழைய ஊர்த் தலைவர் ஆறுமுகத்தின் மகன் என்றார். அவர் சொல்லும் பெயர்கள் எதுவுமே இருவருக்கும் தெரியவில்லை. வழியில் வயதான யாராவது தென்பட்டால் "நம்ம அன்வர் தங்கச்சி ஷாபியா மருமவன். அதான் மைதீன் பாஷா மக" என்று அவர் சொல்லும்போது அவர்கள் முகம் மலர்வதைப் பார்த்தனர். அன்வர் என்பது ஷாபியாவின் அண்ணன் என்று முடிவுக்கு வந்தார்கள். நேராக ஒரு சிமெண்ட் கூரை வீட்டின் முன்பு நின்றார். "டே பாஷா... எங்கடா இருக்கே" என்று சத்தம் போட்டார். லுங்கியோடு வெளியே வந்தவன் இவரைப் பார்த்தவுடன் "என்ன பெரியப்பா... உள்ள வாங்க" என்றான். மூர்த்தியின் முகம் மகிழ்ச்சியில் இருந்தது. "என்ன பெரியப்பா என்ன விஷயம், எதாவது சோலியா" என்றான்.

"இவுங்க யார்ன்னு தெரியுதா" என்றவர், "உனக்கு எங்கே தெரியும் எனக்கே இப்பத்தான் தெரியும்" என்று இருவரையும் கை காட்டினார். "ஆண்டுக்கணக்கா உங்க வாபா தேடிட்டு இருந்தாரே உங்க மாமியும் புள்ளையும். உங்க மாமியோட மருமவன் இவர். அவுங்க பேரன்" என்றார்.

"ஷாபியா மாமியா" என்றான். "ஆமாம்பா" என்றார் மூர்த்தி. "மாமி எங்கே" என்றான். அவளைப்பற்றி எந்த விபரமும் தெரியவில்லை என்றும் பள்ளியில்தான் இந்த முகவரி இருந்ததென்றும் அவர் கையில் வைத்திருந்த புகைப்படத்தை நீட்டினார் இப்ராஹிம். அதனை வாங்கிப்பார்த்துவிட்டு, சுவற்றில் மாட்டப்பட்டிருந்த புகைப்படங்களையும் பார்த்தான். கையில் இருந்த படத்திலிருந்த அதே குழந்தையின் முகம் இருந்தது. அதில் மைதீனும் ஆயிஷாவும், குழந்தைகள் அன்வரும், ஷாபியாவும் இருந்தனர். அந்தப் படத்தில் காமராஜர் மடியில் ஷாபியா உட்கார்ந்துகொண்டு இருந்தாள். ஷாபியாவின் அதே முகஜாடை மைமூனுக்கும் இருந்தது.

"எங்க குடும்பத்து பொம்பளைக்கு எல்லாம் எங்க தாதிமா மூஞ்சி" என்று அருகில் இருந்த இன்னொரு படத்தைக் காட்டினான். ஷாபியாவின் அம்மா ஆயிஷா. தாங்கள் பல ஆண்டுகளாக மாமியையும் குழந்தையையும் தேடி வந்ததாக அவன் சொன்னான். பேசிக்கொண்டே இருந்தவன் கொஞ்சம் இருங்க என்று உள் அறைக்குள் சென்று மனைவியோடு வெளியே வந்தான். வந்தவள் 'சலாம்' சொல்லி தண்ணீர்

கொடுத்தாள். கொஞ்ச நேரத்தில் வெளியே சென்று மீண்டும் திரும்பினாள். கையில் ஒயர் கூடை ஒன்றை வைத்திருந்தாள்.

பாஷா எல்லாப் படங்களையும் எடுத்துக் காட்டினான். அவர்கள் ஊரில் எப்படி இருந்தார்கள் என்று தெரியத் தெரிய இப்ராஹிம் மனம் மனைவியை நினைத்து பெருமை கொண்டது. விடுதலைப் போராட்டத்தில் பங்கு கொண்ட குடும்பத்திலிருந்து வந்த பெண்ணை திருமணம் செய்ததை நினைத்து பெருமையாக இருந்தது. ஷொஹைலுக்கு அவனின் நாணா முகத்தைப் பார்க்கப் பார்க்க பெருமை பொங்கியது. ‘எங்க அம்மா இந்த நாடுனா கேக்குறீங்க நாய்களா, ஆமாண்டா நீங்க இந்த நாடானு சொல்லுங்கடா தேவடியா பசங்களா’ என்று கத்திச் சொல்லவேண்டும்போல ஷொஹைலுக்கு இருந்தது. “நாங்க விடுதலைக்குப் போராடுன குடும்பம்டா. உங்கள மாதிரி வெள்ளைக்காரன் சூவ நக்கி பொழச்சவங்க இல்ல...” என்று முணுமுணுத்தான். அதனை மூர்த்தியும் கேட்டுவிட்டார். “தம்பி உங்க நாணா பெரிய தலைவரு. இங்க சுதந்திரப் போராட்ட காலத்துல வராத தலைவர்களே இல்லை. அவருடைய வாபா மருதுபாண்டி படையில இருந்தவரு. வெள்ளக்காரன்ட்ட சண்டைபோட்டு இங்கே வந்து, இங்கயே இருந்துட்டாங்க. அப்போ இருந்து இந்த மண் புண்ணியம் ஆச்சு” என்றார்.

கொஞ்ச நேரத்தில் கறிக்குழம்பு வாசனை வீடு முழுக்கப் பரவியது. பாஷாவின் மனைவி எல்லோரையும் சாப்பிட அழைத்தாள். “இப்போ எதுக்கு இது” என்று இப்ராஹிம் தயங்கியபோது, “வராதவங்க வந்து இருக்கீங்க... எங்க வாபா இருந்திருந்தா ஊரையே கூட்டி விருந்து வச்சிருப்பாரு” என்று சொல்லிக்கொண்டே கண்ணின் ஓரத்தில் வழிந்த நீரைத் துடைத்தான் பாஷா. “எங்க வாபா, மாமிய தேடாத இடம் இல்லை. அவர் மட்டும் இப்போ இருந்திருந்தா தங்கச்சி குடும்பத்த பார்த்த திருப்பதியோடு மௌத் ஆகியிருப்பாரு. கடைசி வரைக்கும் அதையேதான் நினைச்சு மௌத் ஆனாரு” என்று கண்ணைக் கசக்கினான். மூர்த்தி அவன் கையைப் பிடித்து ஆறுதல் சொன்னார்.

சாப்பிட்டு முடித்தவுடன் அவரிடம் இருக்கும் எல்லா ஆவணங்களையும் எடுத்துவந்து போட்டான். தனது தம்பி வெளியூரில் இருப்பதாகச் சொன்னான். ஷாபியா, மைமூன்

சம்பந்தமான அனைத்து ஆவணங்களையும் கொடுத்தான். மைமூன் அரசு மருத்துவமனையில் பிறந்ததற்கான பிரசவச் சீட்டு இருந்தது. இவை எல்லாம் அவரின் தாத்தா மைதீன் பாஷா பத்திரமாக இருக்க வேண்டுமென்று எடுத்து வைத்ததாகச் சொன்னான். ஆவணங்களைக் குப்பை என்று ஒருபோதும் எடுத்துப் போட மாட்டார் என்றும் அவன் சொன்னான்.

கடைசியாக தனது வாபா, மைமூன் எப்படியும் ஒருநாள் வருவாள் என்று அவளுக்குச் சேரவேண்டிய ஷாபியாவின் பங்கான காட்டை எழுதி வைத்த சொத்துப் பத்திரத்தைக் கொடுத்தார். அதில் மைதீன் பாஷாவுக்கு சொத்து வந்த பூர்வீகம் முதல் எல்லா விபரமும் இருந்தது. “இது ஒன்று போதும் அவர்கள் முகத்தில் விட்டெறிய” என்று இப்ராஹிம் சொன்னார். விரைவில் மைமூனை அழைத்து வருவதாகச் சொல்லிவிட்டுக் கிளம்பினார்.

எப்போதும் இல்லாத வகையில் இப்ராஹிம் நடையில் ஒரு கர்வம் இருந்ததை ஷொஹைல் பார்த்தான். ஷொஹைல் நடையிலும் ஒரு மாற்றம் இருப்பதை இப்ராஹிம் கவனித்தார்.

57

இப்ராஹிம் வீடு வந்து சேர்ந்தபோது மறுநாள் விடியலுக்கான வெளிச்சம் கொஞ்சமாய்த் துளிர் விட்டிருந்தது. தெருவில் இன்னும் எல்லோரும் தூங்கிக்கொண்டு இருந்தார்கள். புதிய ஆட்கள் வருவதாகக் குரைத்த நாய்கள் பழக்கப்பட்ட முகம் என்று தெரிந்தவுடன் மீண்டும் தலையைக் கால்களுக்கு இடையே கொடுத்து படுத்துக்கொண்டன. வீட்டில் பேத்தியோடு நன்றாக தூங்கிகொண்டு இருந்த மகள் கதவைத் திறந்துவிட்டு "வாபா போன காரியம் என்னாச்சு" என்றாள். "எல்லாம் நல்ல காரியம் தான்" என்று ஷொஹைல் சொன்னான்.

"விடியட்டும் காலையில ஊருக்கே சொல்லுவோம்" என்று சொல்லிவிட்டு கண் அசர கட்டிலில் சாய்ந்தார். ஷொஹைலின் மனைவி ரஷிதா, 'டீ' வைக்கட்டுமா என்று கேட்டாள். வேண்டாம் என்று அவனும் தூங்கப் போனான். அந்த வீட்டில் எல்லோரும் சேர்ந்து சிரித்து மகிழ்ந்து ஒரு வருடத்தைத் தாண்டி விட்டது.

நன்றாக விடிந்திருந்தது. சமையல் அறையில் பாத்திரம் உருளும் சத்தம்கேட்டு எழுந்தார் இப்ராஹிம். மருமகள் சூடாகக் கொண்டுவந்து கொடுத்தத் தேனீரைக் குடித்தார். வீட்டில் எல்லோரும் ஆவலோடு இருந்தார்கள். எப்போதும் மைமூனை முகாமிலிருந்து விடுவிக்கும் முயற்சியில் வெளியூர் அல்லது எங்கு சென்றாலும் மறுநாள் தெருவே என்னாச்சு என்று கூடிவிடும். மைமூன் முகாமுக்குப் போனது தெருவுக்கே பெரும் சங்கடமாக இருந்தது. எப்போது அவள் விடுதலையாவாள் என்று எல்லோரும் காத்திருக்கிறார்கள். அந்தத் தெருவில் அவள் கால்படாத வீடுகளே இல்லை. ஷொஹைல்தான் அடிக்கடி சொல்லுவான், "பேசாம அடுத்தவாட்டி நீங்க கவுன்சிலர் தேர்தல்ல நில்லுங்க. ஈஸியா ஜெயிச்சுடலாம்" என்று. அவள் 'உனக்கு வாய் அதிகமென்று' வெட்கப்பட்டுக் கொள்வாள். அந்தத் தெருவில அவள்மீது அவ்வளவு அன்பு. மதரஸாவில் பல ஆண்டுகள் இருந்து ஆலிமாவானதால் குழந்தைகள்

எல்லோருக்கும் அவள்தான் குரான் ஓதக் கற்றுக்கொடுப்பாள். பெருநாள் அன்று எல்லாப் பிள்ளைகளும் பிரியாணியோடு வீட்டுக்கு வந்துவிடுவார்கள்.

வீட்டின் முன்பு 'என்னாச்சு' என்று கேட்டுத் தெருவே கூடி நின்றது. "எல்லாம் நல்ல காரியம் தான்" என்று ஷொஹைல் சொன்னதைத் தவிர எதுவும் தெரியவில்லை என்று ஆஷ்மா சொன்னாள். அந்த ஒரு வார்த்தையே எல்லோருக்கும் மகிழ்வாக இருந்தது.

வெளியே வந்த இப்ராஹிம் கையில் சில கருப்பு வெள்ளைப் புகைபடங்களை வைத்து இருந்தார். அதைக் காட்டி, "இது தான் மைமூனோட அம்மா ஷாபியா" என்று அடையாளம் காட்டினார். "இது மைதீன் பாஷா, மைமூனின் நாணா. இது அவரின் மாமா" என்று அன்வரின் முகத்தைக் காட்டினார். "நடுவில் உட்கார்ந்துகொண்டு இருப்பவர் யார் என்று தெரியுதா?" என்று கேட்டார். யாருக்கும் தெரியவில்லை. மீசை பெரியதாக இருந்தது. தலையில் அடர்த்தியான முடி, நல்ல உயரம். யாருக்கும் அடையாளம் தெரியவில்லை. "இது தான் பெரியார்" என்று சொன்னபோது எல்லோரின் வாயும் பிளந்தது. அடுத்த படத்தில் காமராஜர். அடுத்த படத்தில் இன்னொரு பெரும் தலைவர் காயிதேமில்லத். எல்லாவற்றையும் பார்த்து தெருவே அதிர்ச்சியானது.

"மைமூன் எப்பேர்ப்பட்ட குடும்பம் தெரியுமா" என்று அவளின் குலப்பெருமையை மூச்சு விடாமல் சொன்னார். அவரது முகம் முழுக்க பெருமை சுழன்றடித்தது. "அவுங்க குடும்பமே சுதந்திரப் போராட்டத்தில் பங்கேற்ற குடும்பம். அப்பேர்ப்பட்ட குடும்பத்த பார்த்து அவ இந்த நாடானு கேக்குறான் பரதேசி" என்றார். "நாளைக்கு மனுநாள். அவளிடம் நேரில் காட்ட வேண்டும். அவள் சிரிப்பைப் பார்த்து பல மாசம் ஆச்சு. எம்மாம் பெரிய குடும்பத்த சேர்ந்தவள இப்படி கூண்டுக்குள்ள உட்கார வச்சுட்டாங்க பாவிங்க" என்றார் இப்ராஹிம். அருகில் நின்றுகொண்டிருந்த ஆஷ்மா அவரின் தோளை அழுத்தினாள்.

அவருக்குத் தெரிந்த எல்லோருக்கும் அதனைக் கொண்டுபோய் காட்டினார். காலையில் ஆரம்பித்த இந்த முக்கியப் பணி இரவு வரை நீடித்தது. வெகு நாட்களுக்குப் பிறகு அவர் குழந்தைப்போல அங்கும் இங்கும் போய் வந்ததை ஆஷ்மா ரசித்தாள். அம்மாவின் மீது வாபாவுக்கு இருக்கும் காதலையும்

அவள் ரசித்தாள். முகாமிற்கு நாளை வாபாவோடு தானும் போக வேண்டுமென்று விரும்பினாள். முன்பைக் காட்டிலும் முகாமில் தரமற்ற உணவும், எதிர்த்துக் கேட்பவரை தனிமை அறையில் அடைத்து வைத்து சித்தரவதை செய்வாதாகவும் முகாம் குறித்து அவ்வப்போது வரும் செய்திகள் ஆஷ்மாவுக்கு பெரும் சங்கடத்தைக் கொடுத்தது. சில நேரம் கொத்துக் கொத்தாக இறக்கும்போது தனது அம்மாவா என்று ஒவ்வொரு முறையும் வாபாவோடு அவளும் ஓடி உள்ளாள். அம்மாவை நேரில் பார்த்தபின்புதான் அவளுக்கு மூச்சே திரும்பும். எல்லாத் துன்பமும் இத்தோடு முடிவதை நினைத்தபோது அவளுக்கு ஆசுவாசமாக இருந்தது. காலையிலேயே ஷொஹைலும் அவருக்குத் தெரிந்த நபரை வைத்து ஆணையத்தைச் சேர்ந்த ஒருவரிடம் இந்த ஆவணங்கள் போதுமா என்று கேட்டுவிட்டான். அவரும் இது போதும் என்று முறைப்படி மனுவோடு ஆணையத்தில் ஒப்படைக்கச் சொல்லி இருந்தார். ஆணையம் அடுத்த மாதம் கூடும்போது விசாரணைக்கு எடுத்துக்கொண்டு முகாமிலிருந்து வெளியேறும் ஆணை பிறப்பிக்கும் என்றார். மேலும் விடுதலை ஆணை விரைவாக முகாமுக்குச் சென்றடைய 'தனியாகக் கவனிக்கவும்' சொல்லி இருந்தார். இந்தச் சட்டம் அமல்படுத்தப்பட்டதிலிருந்து 'கவனிப்பு' என்ற வார்த்தை எல்லோர் உதடுகளிலும் சாதரணமாக உதிர்ந்தது.

காலை நேரமாக எழுந்து, 'பஜர்' தொழுகை முடித்து குளித்துவிட்டு முகாம் செல்லும் திட்டத்தோடு இப்ராஹிம் நேரமாகப் படுக்கைக்குச் சென்றார். வெகுநாளைக்குப் பிறகு மனைவியை நிக்காஹ் செய்து புதுப்பெண்ணை அழைத்து வருவதைப்போன்ற பிரமை அவருக்குள் வந்து போனது. திருமணத்தின்போது இருந்த அதே 'ரதி' முகம் மீண்டும் அவருக்கு நினைவுக்கு வந்தது. இவ்வளவு நாள் அலைந்த அலைச்சலில் மைமூனின் ஒட்டுமொத்த வரலாறும் கிடைத்த உற்சாகம் அவர் மனம் முழுக்க நிரம்பி இருந்தது. மனைவியை மீட்க ஒரு வருடம் தாண்டியும் நிற்காத நடை, ஒரு வழியாக நிறைவுபெற்றது. "அப்பாடா..." என்றார். அப்போது அவரின் மூச்சு சீரான வேகத்தில் நிம்மதியாய் வந்தது.

வெகுநாட்களுக்குப் பிறகு அவளை 'ராசாத்தி' என்று சொன்னார். அவர் சொல்லும்போது அவருக்கே வெட்கம் வந்தது. அந்த ஒரு வார்த்தை அவளை மயக்கும் மந்திரவார்த்தை என்று அவருக்குத் தெரியும். "ராசாத்தி... ராசாத்தி... நீ பெரிய வூட்டு கண்ணு

குட்டியா அடியே ராசாத்தி." திருமணத்தின்போது இப்படி அடிக்கடி கொஞ்சியவர், குழந்தை பிறந்த பின்பு எப்போதாவது சொல்லுவார். இன்று வெட்கத்தோடு சொல்லிக்கொண்டே இருந்தார். "ராசாத்தி.. நாளையோட எல்லாமும் முடுஞ்சுது... அடியே ராசாத்தி."

காலையில் ஷொஹைல் எழுந்திட ஏழு மணியானது. அவனுக்கு மனைவி ரஷிதா டீ கொண்டு வந்தாள். வாபாவுக்கு எடுத்துச் செல்லும்போது, "வேண்டாம் வாபா ரொம்ப நாளைக்கு அப்புறம் இன்னைக்குதான் நிம்மதியா தூங்குறாரு. தூங்கட்டும் எட்டு மணிக்கு எழுப்பினா போதும்" என்றான். கூடவே அலைந்த அவனுக்குத்தான் தெரியும், இந்த ஒரு வருடம் வாபா அம்மாவைப் பிரிந்து தவித்த தவிப்பு. ஆஷ்மாவும் எழுந்திருந்தாள். அவளது குழந்தை இன்னும் தூங்கிக் கொண்டிருந்தது. பல நாட்களுக்குப் பிறகு அந்த வீட்டில் இருக்கும் காற்றில் ஈரப்பதம் இருந்ததை ஷொஹைல் கவனித்தான். அல்லது பல நாட்களுக்குப் பிறகு அனுபவிக்கிறோமா என்று குழப்பமும் அவனுக்கு வந்தது.

ஆணையம் கூடுவது, ஆணை கிடைப்பது என்று எல்லாக் கணக்கையும் போட்டுப் பார்த்தாலும், அதிகபட்சம் இருபது நாட்கள்தான் அம்மா அந்த சிறைக்குள் அடைப்பட்டு இருக்க வேண்டும். பிறகு இந்த அரசு போடும் அடுத்த சட்டம்வரை நிம்மதியாக இருக்கலாம். தேசத்தின் குடிமக்களான தங்களை இரண்டாம் குடிமக்களாக மாற்றப்பட்ட கொடுமை எப்போது தீருமோ என்று விசனப்பட்டான். அம்மா வந்தபின்பு நிம்மதியாக ஒரு பத்து நாட்கள் எல்லா கவலைகளையும் மறந்து எங்காவது குடும்பத்தோடு போய்வர வேண்டும் என்று ரஷிதாவிடம் சொல்லிக்கொண்டு இருக்கும்போதே ஷொஹைலின் போன் அடித்தது. எடுத்துப் பேசினான். அவன் கண்ணில் பொல பொலவென்று கண்ணீர் வந்தது.

"வாபா... வாபா... வாபா... அம்மா மௌத் ஆகிட்டாங்கலாமா" என்று அழுதுகொண்டே வாபாவின் அறைக்கு ஓடினான். வாபா மௌத்தாகி சில மணி நேரம் ஆகியிருந்தது.

58

குழந்தையாய் தத்தித் தத்தி நடந்த சுலைமான் இப்போது கொஞ்சம் நன்றாக நடக்க ஆரம்பித்திருந்தான். மகனை எடுத்துக் கொஞ்சினாள் ஷாகிரா. "இன்னும் கொஞ்ச நாள் பொறுத்துக்கோ, ஆணையம் விசாரணைக்கு எடுக்க போகிறதாம். எடுத்திட்ட உடனே வெளிய வந்திடலாம்" என்று ரபிக் அவளுக்கு நம்பிக்கை கொடுத்தான். எங்கிருந்தோ பறந்துவந்த சோப்பு முட்டையைப் பிடிக்க கையைத் தூக்கிக்கொண்டு பின்னாலேயே போனது குழந்தை. அந்த முட்டையைக் கையில் சிக்கவிடாமல் காற்று அங்குமிங்கும் தூக்கிக்கொண்டு போனது. "அம்மா... அம்மா...." வென்று சொல்லிக்கொண்டே காற்று எந்த திசையில் இழுத்துச் செல்கிறதோ அதன் இழுப்புக்கு ஏற்ப அவனது கால்கள் போயின...

முகாம் முன்பைக் காட்டிலும் பெரியதாக மாறியிருந்தது. நகரத்தில் பத்துக்கும் மேல் புதிய முகாம்கள் உருவாகியிருந்தன. பல மாவட்டங்களிலும் புதிய முகாம்களைக் கட்டிக்கொண்டே இருந்தார்கள்.

முகாமில் அடைக்க புதிதாக சிலபேரை அழைத்து வந்தார்கள். அவர்களுக்காக முகாம் கதவு திறக்கப்பட்டது. முகாம் காவலன் அவர்களை வரிசையாக நிறுத்தி, பெயர்களை வாசிப்பதற்குமுன் சத்தமாகச் சொன்னான்,

"வாசிக்கிற பேருல உங்க பேரு இருக்கானு பார்த்துக்குங்க... உங்களத்தான்."

...3வது அடைப்பு முகாம்...